हॅरी पॉटर

आणि

शापित पुत्र

भाग एक आणि दोन

नाट्यसंहिता

WIZARDING WORLD

जे.के. रोलिंग

यांच्या नवीन मूळकथेवर आधारित

जॉन टिफनी आणि जॅक थ्रोन

जॅक थ्रोन यांचे नवे नाटक

सोनिया फ्रीडमन प्रॉडक्शन्स, कोलीन कॅलेंडर

ॲण्ड हॅरी पॉटर थिएट्रीकल प्रॉडक्शन्स

यांच्याकडून पहिल्यांदा निर्मित

ओरिजिनल वेस्ट एंड प्रॉडक्शन

यांची अधिकृत संहिता

हॅरी पॉटर

आणि

शापित पुत्र

भाग एक आणि दोन

नाट्यसंहिता

– अनुवाद –

डॉ. सोनल सहस्रबुद्धे

शिरीष सहस्रबुद्धे

BLOOMSBURY

NEW DELHI LONDON OXFORD NEW YORK SYDNEY

BLOOMSBURY INDIA
Bloomsbury Publishing India Pvt. Ltd
Second Floor, LSC Building No. 4, DDA Complex, Pocket C – 6 & 7,
Vasant Kunj, New Delhi 110070

BLOOMSBURY, BLOOMSBURY INDIA and
the Diana logo are trademarks of Bloomsbury Publishing Plc

First published in print in Great Britain in 2016 by Little, Brown

Marathi translation of *Harry Potter and The Cursed Child*
First published in Marathi, 2019

Marathi Edition co-ordination by TranslationPanacea, Pune
Translated from English to Marathi by Dr. Sonal Sahasrabudhe and Shirish Sahasrabudhe

ISBN: 978-93-88002-96-7

2 4 6 8 10 9 7 5 3 1

Printed and bound in India by Manipal Technologies Limited, Manipal

www.wearelumos.org
www.pottermore.com
www.bloomsbury.com

अनुक्रमाणिका

जे.के. रोलिंग

माझ्या आयुष्यात येऊन
त्याला सुंदर बनवणाऱ्या जॅक थॉर्नसाठी.

जॉन टिफनी

जो, लुई, मॅक्स, सॉनी आणि मर्ल... सगळ्याच जादूगारांसाठी...

जॅक थॉर्न

७ एप्रिल २०१६ ला जन्मलेल्या एलिअट थॉर्नसाठी.
आम्ही सराव करायला लागायचो तसा तो खळखळायचा.

एक संवादः संहितावाचनासंबंधी

संवादकः दिग्दर्शक जॉन टिफनी

आणि

नाटककार जॅक थॉर्न

जॅक

मी सगळ्यात पहिलं नाटक वाचलं ते *'जोसेफ अँड द अमेझिंग टेक्निकलर ड्रीमकोट'*. मी त्यावेळी प्राथमिक शाळेत होतो. आणि मला खूप भावना उचंबळून आल्याचं आठवतंय. आता अगदी नीट आठवणार नाही, पण मला वाटतं की नाटक वाचताना मी मुख्यतः माझ्या पात्राचे संवाद शोधत होतो. हे खरंच की मी त्यावेळी अतोनात खोडकर मुलगा होतो. आणि हो, मी जोसेफची भूमिका करणार होतो. पुढे मी दुसरं नाटक वाचलं ते होतं *'द सिल्व्हर स्वोर्ड'*. इयान सेरीलियरच्या गाजलेल्या पुस्तकाचं नाट्यरूपांतर. त्यात मात्र मी प्रमुख भूमिकेत नव्हतो. मला वाटतं मी तिसरा मुलगा किंवा अशाच कुठल्यातरी भूमिकेत होतो. मला एडेक बॅलिकी ही भूमिका करायची होती. एडेक रंगवण्यासाठी काय वाटेल ते करायला मी तयार झालो असतो. पण वाईट गोष्ट म्हणजे माझी अभिनयाची कारकीर्द तेव्हा अगदी शेवटच्या उतरणीला लागली होती! नऊ वर्षांचा होतो मी तेव्हा.

जॉन

मी सगळ्यात पहिली संहिता वाचली ती *'ऑलिव्हर!'* मी तेव्हा नऊ वर्षांचा होतो (एवढ्या लहान वयातही मला साधारणपणे जाणवलं होतं की उद्गारवाचक चिन्हाचा अर्थ हे एक संगीत नाटक आहे असा होतो. म्हणजेच ऑलिव्हरमध्ये नाट्यगीतं असणार!) 'हडर्सफील्ड ॲमेच्युर ऑपरेटिक सोसायटीनं १९८१ मध्ये हे नाटक सादर केलं, त्यावेळी अनाथ मुलाची शीर्षक भूमिका माझ्या वाट्याला आली. मी माझे उच्चार आणि बोलण्याची शैली बदलायचा प्रयत्न केल्याचं मला आठवत नाही. त्याअर्थी आमचं हे सादरीकरण जरा विचित्रच झालं असणार. कारण डिकन्सच्या मूळ संहितेत ऑलिव्हरची आई त्याला जन्म देण्यासाठी वेस्ट यॉर्कशायरमधल्या एका अनाथाश्रमाचा रस्ता धरते. तुझ्यासारखाच मीही संहिता वाचताना माझे संवाद शोधत गेलो. मला आठवतंय त्याप्रमाणे मी मुद्दाम दुकानात जाऊन फ्लोरोसेंट

पिवळ्या रंगाचं खास पेन विकत घेऊन आलो. माझ्याबरोबरचे इतर अभिनेते आपापल्या ओळी रंगीत शाईनं ठळक करीत होते असं मी पाहिलं होतं. तेव्हा मीही तसंच केलं. चांगला कसलेला अभिनेता अशा गोष्टीतूनच दिसतो, अशी माझी समजूत झाली असणार, हे उघडच आहे. पुढे जाऊन मग माझ्या लक्षात आणून दिलं की माझे संवाद नुसते रंगीत शाईने ठळक करणं पुरेसं नाही. मी ते पाठ करायला हवेत! संहिता वाचनाच्या शिक्षणाला सुरुवात झाली ती अशी.

जॅक

तुझं ऑलिव्हर पहायला मिळालं असतं तर बरं झालं असतं. आणि तू रंगवलेली ती संहितासुद्धा. दिग्दर्शकीय टिपणांच्या ज्या वह्या तू तयार करतोस, त्याचं मला फार अप्रूप वाटतं. माझं संहितालेखन फार गचाळ असतं आणि त्यातली टिपणं वाचण्याच्या पलीकडं असतात!

तर संहिता कशी वाचावी याबद्दल काय वाटतं तुला? मी जेव्हा या नाटकाची संहिता प्रकाशकाला देण्यापूर्वी नाट्यसूचना लिहीत होतो – एकीकडे नाटकाच्या शुभारंभाच्या प्रयोगाचा गडबड गोंधळ सुरु होता – तेव्हा मला या सगळ्याची काळजी वाटायला लागली. मला आठवलं की तालमी सुरू असताना जेव्हा असं लक्षात यायचं की 'अरे, कलाकार काही गोष्टी अभिनयातून इतक्या सहजपणे व्यक्त करून जातायत की मी लिहिलेल्या काही ओळींची गरजच पडत नाहीये!' त्यामुळे आपण मुळातल्या कित्येक ओळी सरळ गाळून टाकल्या होत्या. ही आताची संहिता एका विवक्षित नटसमूहासाठी तयार केली आहे, पण पुढच्या काळात इतर अभिनेतेही त्या भूमिका जगणार आहेत. दिग्दर्शकाच्या डोळ्यासमोर जशी नाटकातली पात्रं उभी राहतात तशीच ती संहितेच्या वाचकांच्या डोळ्यासमोरही यायला हवीत. तू जेव्हा एखादी संहिता पहिल्यांदा वाचतोस, तेव्हा तू काय शोधत असतोस?

जॉन

दिग्दर्शक या नात्यानं तुम्ही एखादी संहिता पहिल्यांदा वाचता ते फार मोलाचं असतं. प्रेक्षक पहिल्यांदा हे नाटक पाहत असतील त्यावेळी त्यांची जी मनःस्थिती असेल, ती तुम्हाला सगळ्यात जास्त जवळून समजू शकते ती तुम्ही पहिल्यांदा ही संहिता वाचत असता, तेव्हाच. एक पूर्ण संहिता वाचल्यानंतर नाटककार जे कथानक, जी पात्रं आणि जे विषय शोधतो आहे, ते आपल्याही ध्यानात यायला हवे. संहिता आपल्याला हसवते आणि रडवतेसुद्धा. कथनकात आनंदाचे क्षण असतील तर आपल्यालाही ते उपभोगता येतात आणि त्यातली पात्रं कमालीच्या दुःखाला सामोरी जात असतील तर आपणही त्यात सहभागी होऊ शकतो. एका पूर्णाकार

नाट्यनिर्मितीकडे नेणारा रस्ता सुरु होतो आणि प्रेक्षकांबरोबर वाटून घ्यायच्या अनुभवांचा दरवाजा उघडतो तो संहितेपासूनच. तू जेव्हा नाटक लिहीत असतोस, तेव्हा त्यातल्या संपूर्ण अनुभवाचा तू भागीदार होतोस का? पात्रांचे संवाद टाईप करताना ते मोठ्यानं म्हणून बघावेत असं वाटतं का तुला?

जॅक

अरे माझी अवस्था याहून खडतर असते. माझ्या पात्रांबरोबर मी चालतो आणि बोलतो. त्यामुळे मी हे लिखाण एखाद्या प्रसिद्ध कॉफी शॉपमध्ये किंवा सॅन्डविचच्या स्टॉलवर बसून करीत असेन तर काही वेळा इतरांच्या तीव्र कटाक्षांना तोंड द्यावं लागतं. माझ्या पात्रांबरोबर मी हावभाव करतो आणि हालचालीसुद्धा. अनेकदा हे खूप विचित्र दिसतं खरं.

ह्या विशिष्ट नाटकाच्या लिखाणाच्या प्रक्रियेमधली सगळ्यात कमालीची गोष्ट कुठली असेल तर ती म्हणजे मी त्यातल्या नटमंडळींसोबत खूपच जास्त वेळ घालवला. अनेक आठवडे चाललेल्या आपल्या कार्यशाळा आणि त्यानंतर कित्येक आठवड्यांच्या तालमी या काळात आपण सगळ्यांनीच त्या ठराविक दालनात इतका काळ एकमेकांसोबत घालवला – अगदी प्रकाशयोजना, ध्वनियंत्रणा आणि आरेखन सांभाळणाऱ्या मंडळींसह... असा अनुभव आपल्यापैकी कुणीही या आधी घेतला असेल असं मला नाही वाटत. कदाचित आठएक महिने आपण एकत्र काढले असतील. आपल्या निर्मितीवर या सगळ्याचा काय प्रभाव पडला असेल असं तुला वाटतं? आपलं सादरीकरण त्यामुळे निश्चित सुधारलं असं मला वाटतं. पण त्यापुढे जाऊन आपण जे सादर केलं त्याचा पोतच यामुळे बदलला असं वाटतं का तुला?

जॉन

तू एखाद्या कॅफेमध्ये बसला आहेस आणि पात्रांच्या ओळी लिहिताना त्या बोलतोही आहेस आणि अंगविक्षेपही करतो आहेस ही कल्पना मला भलतीच रोमांचक वाटते. मला वाटतं की ही सगळी दृष्यं पाहायलासुद्धा प्रेक्षक जमा होतील, जॅक. सादरीकरणाची ती एक विलक्षणच संधी ठरेल. तुझ्या या एकपात्री प्रयोगाचे दौरेसुद्धा करू आपण. *कर्सड् चाइल्ड* मधले सगळे नट आणि मीसुद्धा आनंदाने पहिल्या रांगेत बसू. नाही पटत? बरं, सोडून देऊ मग...

आपल्या कार्यशाळा आणि तालमी यामध्ये घालवलेल्या भरपूर वेळाचा अतिशय सकारात्मक प्रभाव आपल्या निर्मितीवर पडला असं मला निश्चितपणे वाटतं. ही सगळी प्रक्रिया मला आजही डोळ्यासमोर अगदी सुस्पष्ट, तपशीलवार आणि गतिमान अशी दिसते. २०१४ च्या सुरुवातीला आपण कथनकाबाबत 'जो'सह

प्राथमिक बैठका घेतल्या तिथपासून २०१६च्या उन्हाळ्यात प्रेक्षकांनी हे नाटक पहिल्यांदा पाहिलं, या सगळ्या कालावधीत इतक्या मोठ्या संख्येनं अभिनेते-कलाकार-निर्माते आणि तंत्रज्ञ यांच्या समूहांचा हातभार या नाटकाला लाभला. त्यामुळेच तर त्या सगळ्यांची नावं प्रकाशित होणाऱ्या संहितेच्या पुस्तकात छापली जावीत, यासाठी मी आग्रही होतो. तसंच त्यातून प्रकाशित संहिता ही नाट्यगृहात संपूर्ण प्रयोग पाहण्याच्या अनुभवाला सगळ्यात जवळ जाऊ शकते असं मला वाटतं. असंख्य प्रेक्षक नाट्यप्रयोग न बघताही प्रकाशित नाट्यसंहिता वाचायला घेतात, तेव्हा त्यांच्या कल्पनाशक्तीमध्ये काय काय घडामोडी होत असतील असं नाटककार या नात्यानं तुला वाटतं?

जॅक

या प्रश्नाचं उत्तर देणं अवघड आहे. शुभारंभाच्या प्रयोगापूर्वी एक दिवस मी ट्विट केलं की हा प्रयोग लोकांनी प्रत्यक्षात पाहावा हे मला जास्त आवडेल. वाचण्यापेक्षा तो पहायला हवा – गाण्याचे छापील शब्दसुद्धा शेवटी गायले जाण्यासाठीच असतात – तशाच नाट्यसंहिताही सादर करण्यासाठीच असतात. आणि आपल्याकडे तर उत्कृष्ट कलाकार आणि तंत्रज्ञ आहेत. तेव्हा खरा उपाय हाच की वाचकांनी मनात अशी कल्पना करावी की बेयोन्से सारखे श्रेष्ठ कलाकार हे नाटक सादर करतायत आणि आपल्या भावाविष्कारातून आणि अभिनयाच्या सूक्ष्म आणि प्रगल्भ छटातून माझ्या एकेका ओळीचा फडशा पाडतायेत! आपले कलाकार असामान्य आहेत ही खरीच गोष्ट आहे. रंगमंचावरची प्रत्येक हालचाल, वेशभूषा, प्रकाशयोजना, ध्वनियंत्रणा आणि दृश्यं यांचं सादरीकरण अत्युच्च गुणवत्तेचं आहे.

किंवा कदाचित मी जसं लिहीत गेलो, तसंच वाचक वाचू शकतील, अशी आशा करायला हरकत नाही. म्हणजे माझ्या एका बाजूला जो आणि दुसरीकडे जॉन तू. आणि मधे मीः प्रयत्नांची पराकाष्ठा करतोय की हॅरी पॉटरच्या कादंबऱ्यात जो भावनिक सच्चेपणा आणि इमान उतरलंय, तेच मलाही नाटकाच्या ओळीओळीतून व्यक्त करता यायला हवं. खरं आव्हान असतं ते दोन ओळींच्या मध्ये व्यक्त असणाऱ्या किंवा अव्यक्त सूचनांचं. एखादा कटाक्षसुद्धा भावना पोचवायला समर्थ असतो. किंवा पात्राच्या मनात चालणारा आंतरिक संवाद कसा कागदावर उतरवणं अशक्य असतं! तुम्ही गद्यात उतरवू शकता एखाद्याच्या भावना. आणि मग प्रत्यक्ष सादरीकरणात कलाकारांच्या चेहऱ्यावर उमटत जातात त्या स्वसंवादाचे रंग. आणि रंगमंचावर सुरेख संगीत ज्या संवेदना पोचवतं त्या तर मी शब्दात वर्णन करूच शकत नाही. तसा प्रयत्न मी केला तर प्रत्यक्ष प्रयोगाची मजाच निघून जाईल. आणि जेमी

हॅरिसनच्या आभासदृश्यांचा आणि जादुई कलेचाही पार विचका होईल. कलाकार हा सगळा नाट्याविष्कार त्यांच्या मनातच प्रकट करू शकतील का? माझ्यासारखेच एखाद्या कॅफेमध्ये बसून आपल्या पात्रासारखे वेड्यासारखे हातवारे आणि हावभाव करतील का? लोकांनी नाटक कसं वाचावं? तुला काय वाटतं?

जॉन

पात्रांच्या भावनांचा खरेखोटेपणा गद्यातून आणि मनातल्या स्वसंवादातून तू व्यक्त करू शकतोस. नेमक्या आणि समृद्ध वर्णनातून तू दृश्यात्मकतेचे तपशील उभे करू शकतोस. हे तुझं म्हणणं बरोबरच आहे. दुसरीकडे हे सगळे नाट्यघटक रंगमंचावर प्रत्यक्ष, जिवंत सादर करण्यासाठी झटणारे आपले कलाकार आणि निर्मितीक्षम तंत्रज्ञ आहेत. पण तरीसुद्धा कथानकातला प्रत्येक क्षण अस्सल वाटावा, जिवंत व्हावा, यासाठी आपल्याला प्रेक्षकवृंदाच्या सामूहिक कल्पनाशक्तीवर बऱ्याचदा अवलंबून रहावंच लागतं. थिएटरबाबत मला मनापासून उमाळा आहे, त्याचं हे एक कारण आहे. चित्रपटात संगणकाच्या मदतीनं निर्माण केलेली प्रतिमासृष्टी असते, पण आपल्या गाठीशी प्रेक्षकांच्या कल्पनाशक्तीचं पाठबळ असतं. दोन्ही गोष्टी अतिशय शक्तिशाली आहेत.

नाटक वाचताना वाचक त्याचा खेळ आपल्या मनाच्या रंगमंचावर मांडतात ही अत्यंत अद्भुत गोष्ट आहे. हेच ते आपल्या शयनगृहात आपल्या जोडीदारासोबतही करू शकतात. त्यांची ही क्षमता आणि आपल्या समोरच्या जिवंत प्रेक्षकांची कल्पनाशक्ती यांच्यांत निश्चित काहीतरी समान धागा आहे. *हॅरी पॉटर अँड द कर्सड्‌ चाइल्ड* या आपल्या निर्मितीचे प्रयोग पाहण्यात रस असलेल्या प्रत्येक प्रेक्षकापर्यंत आपल्याला पोचता यावं यासाठी आपण अतोनात मेहनत करू – मग तो प्रेक्षक लंडनच्या पॅलेस थिएटरमधला असो किंवा एखाद्या नव्या नाट्यगृहातला असो. दरम्यान या आपल्या निर्मितीखेरीज तुझ्या या नाटकाचे जे असंख्य खेळ आपल्या वाचकांच्या कल्पनेमध्ये नाटक वाचताना रंगतील, त्या साऱ्यांबद्दल माझ्या मनात कमालीची उत्सुकता दाटून राहिली आहे.

Timestamp TK

भाग एक

भाग एक

अंक पहिला

अंक पहिला प्रवेश पहिला

किंग्ज क्रॉस

लंडनमधलं एक गजबजलेलं आणि वर्दळीचं रेल्वेस्थानक. सगळे लोक कुठंतरी जाण्याच्या लगबगीत. या सगळ्या रेटारेटी आणि गर्दीतून दोन सामानानं भरलेल्या ट्रॉल्या ढकलत आणि त्यावर ठेवलेल्या दोन मोठ्या पिंजऱ्यांच्या खडखडाटात वाट काढत जेम्स पॉटर आणि अल्बस पॉटर ही दोन मुलं हे सामान ढकलत येतात. त्यांची आई जिनी त्यांच्या मागोमाग येते. सदतीस वर्षांच्या हॅरीने त्याच्या मुलीला खांद्यावर उचलून घेतलं आहे.

अल्बस

बाबा. तो सारखा तेच तेच म्हणतोय. मला चिडवतोय.

हॅरी

जेम्स, बास कर आता.

जेम्स

मी फक्त एवढंच म्हणालो की अल्बसची निवड कदाचित स्लिदरिनमधे होऊ शकते. आणि तशी शक्यता तर आहेच ना...(बाबांचा रागीट कटाक्ष चुकवत) बरं. राहिलं.

अल्बस (*आईकडे बघून*)

तुम्ही मला पत्र लिहाल ना गं आई?

जिनी

हो रे बाळा. तू म्हणालास तर अगदी रोज लिहू की.

अल्बस

नाही. रोज नको. जेम्स म्हणतो बहुतेक सगळ्यांना महिन्यातून एखादंच पत्र येतं घरून. असं नको व्हायला की...

हॅरी

गेलं वर्षभर तुझ्या भावाला आम्ही आठवड्यातून तीन तरी पत्रं लिहायचोच की.

अल्बस

काय? जेम्स!

खिदळणाऱ्या जेम्सकडे अल्बस रागानं बघतो.

जिनी

खरंच. हॉगवर्ट्सबद्दल तो जे काही सांगेल त्या सगळ्यावर तू विश्वास ठेवण्याची मुळीच गरज नाही. तुझा भाऊ आहेच चेष्टेखोर.

जेम्स

आता जाऊया का आपण?

अल्बस आपल्या आईवडिलांकडे बघतो.

जिनी

तुला आता फक्त एवढंच काम करायचंय की सरळ फलाट नऊ आणि दहा मधल्या भिंतीत चालत जायचंय.

लिली

मला इतकी मजा वाटत्येय ना.

हॅरी

थांबायचं नाही. आणि भिंतीवर आपण आदळू का म्हणून भ्यायचं नाही हे महत्त्वाचं. जर घाबरायला झालंच तर चक्क पळत जायचं.

अल्बस

तयार आहे बाबा मी.

हॅरी आणि लिली अल्बसच्या ट्रॉलीला हात देतात – जिनी जेम्सची ट्रॉली पकडते – आणि सगळे कुटुंबीय एकत्र मिळून त्या भिंतीकडे जोरात धाव घेतात.

अंक पहिला प्रवेश दुसरा

प्लॅटफॉर्म नंबर पावणेदहा

हॉगवर्ट्स एक्सप्रेस या फलाटावर उभी आहे. तिच्या दाट पांढऱ्या शुभ्र धुरामुळे वातावरण भरून गेलं आहे.

आणि गजबजलेलं सुद्धा आहे – पण कडक सुटाबुटात नित्यकर्माला निघालेल्या लोकांमुळे नव्हे, तर आपल्या लाडक्या लेकरांना निरोप देण्याच्या धांदलीत असलेल्या झगेवाल्या जादूगार आणि जादुगारिणींमुळे.

अल्बस

हाच तो.

लिली

व्वाह!

अल्बस

प्लॅटफॉर्म नंबर पावणे दहा.

लिली

कुठे गेले आपले लोक? आलेत वाटतं ते? का नाही आलेत अजून बहुतेक?

रॉन, हर्मायनी आणि त्यांची लेक रोझकडे हॅरी बोट दाखवतो. लिली त्यांच्याकडे जोरात पळत जाते.

रॉन माऽऽमा. रॉन माऽऽमा !!!

हाका मारत सुटलेल्या लिलीकडे रॉन वळून बघतो. तिला कडेवर उचलून घेतो.

रॉन

माझी सगळ्यात लाडकी पॉटर.

लिली

मामा तू मला कोणती जादू करून दाखवणारेस?

रॉन

तू विझलीज विझर्ड विझेसच्या नाकचोर हवेबद्दल ऐकलंयस का?

रोझ

आई! बाबा परत तीच फालतू जादू करतायत.

हर्मायनी

तुझ्यासाठी असेल फालतू पण त्यांच्या मते उत्कृष्ट. आणि मला विचारशील तर... दोघांच्या मधे कुठेतरी.

रॉन

थांब. मला जरा ही हवा चघळून खाऊ दे... आणि आता फक्त... माझ्या तोंडाला थोडा लसणाचा वास येईल...

तो लिलीच्या तोंडाजवळ श्वास सोडतो. लिली खिदळते.

लिली

तुझ्या तोंडाला किनई, लापशीचा वास येतोय.

रॉन

धुम धडाका. छोटुकले, आता तयारीत राहा. अजिबात वास येणार नाहीये तुला...

असं म्हणून तो तिचं नाक गायब करतो.

लिली

माझं नाक कुठे गेलं?

रॉन

गेलं ते आता!

त्याचा हात रिकामा असतो. खरंतर ही अतिशय फालतू क्लृप्ती असते. सर्वजण या फालतुगिरीचा आनंद घेतात.

लिली

मामा, तू कसला मजेशीर आहेस.

अल्बस

सगळे लोक आपल्याकडे टक लावून बघतायत.

रॉन

माझ्यामुळेच रे! मी अतिशय नामवंत आहे. माझे नाकावरचे प्रयोग तर ऐतिहासिक!

हर्मायनी

त्यात काहीतरी तथ्य आहे खरं.

हॅरी

गाडी व्यवस्थित लावता आली ना रे?

रॉन

हो आली ना. मी गाडी चालवण्याच्या मगल परीक्षेत पास झालो यावर हर्मायनीचा विश्वासच बसेना. तिला वाटत होतं की मला पास होण्यासाठी परीक्षकावर गोंधळवून टाकायचा मंत्र वापरावा लागेल की काय...

हर्मायनी

मला असलं काही एक वाटलं नाही. माझा तुझ्यावर पूर्ण विश्वास आहे.

रोझ

आणि मला पूर्ण खात्री आहे की बाबांनी त्याला गोंधळवून टाकलं असणार आहे.

रॉन

अरेच्चा!

अल्बस

बाबा...

अल्बस हॅरीचा झगा खेचतो. हॅरी त्याच्याकडे बघतो.

तुम्हाला काय वाटतं बाबा? – मी जर का – माझी निवड जर स्लिदरिनमध्ये झाली तर...

हॅरी

आणि काय वाईट होईल त्यामुळे?

अल्बस

स्लिदरिन सापांचं आणि काळ्या जादूचं हाऊस आहे... ते शूरवीर जादुगारांचं नाहीये ना.

हॅरी

अल्बस सेव्हरस, तुझं नाव आम्ही हॉगवर्ट्‌सच्या दोन प्राचार्यांवरून ठेवलंय. त्यांच्यातले एक स्लिदरिनमधेच होते आणि ते कदाचित माझ्या माहितीतले सर्वांत शूर जादूगार होते.

अल्बस

पण तरीही सांगा ना...

हॅरी

जर तुला इतका फरक पडणार असेल तर सॉर्टिंग हॅट तुझ्या मनाचा नक्की विचार करेल.

अल्बस

खरंच बाबा?

हॅरी

माझ्या बाबतीत तरी असं झालं होतं.

या आधी हॅरी असं कधीच म्हणाला नव्हता. त्याचे हे उद्गार त्याच्या अवतीभवती क्षणभर रुंजी घालतात.

हॉगवर्ट्‌स तुला घडवेल, अल्बस. माझ्यावर विश्वास ठेव, तू घाबरावंस असं काहीएक नाहीये तिथं.

जेम्स

थेस्ट्रल्सला सोडून. थेस्ट्रल्सपासून लांब रहा बरं का.

अल्बस

पण मला वाटलं ते तर अदृश्य असतात!

हॅरी

तुझ्या शिक्षकांचं ऐक अल्बस, जेम्सचं नाही, आणि लक्षात ठेव, अगदी भरपूर मज्जा कर. आता तुला रेल्वे चुकवायची नसेल तर, जा पळ पटकन.

लिली

मी रेल्वेचा पाठलागच करणार आहे.

जिनी

लिली, मागे ये सरळ.

हर्मायनी

रोझ, नेव्हिलला सांग प्रेमानं आठवण केलीय.

रोझ

आई, मी एका शिक्षकाला असं प्रेमबीम नाही हं कळवू शकत!

रोझ रेल्वेमधे जाण्यास निघते. आणि अल्बस पाठीमागे वळतो. जिनी व हॅरीला एकदा शेवटचं आलिंगन देतो आणि रोझच्या पाठोपाठ ट्रेनकडे जातो.

अल्बस

चला तर मग. अच्छा बाय.

तो ट्रेनमधे चढतो. फलाटावर शिट्टी वाजू लागते – हर्मायनी , जिनी, रॉन आणि हॅरी ट्रेनकडे बघत उभे राहतात.

जिनी

हे सगळे नीट राहातील ना रे?

हर्मायनी

हॉगवर्ट्स म्हणजे एक अफाट विश्वच आहे.

रॉन

अफाट, अचाट आहेच आणि शिवाय खाण्याची चंगळ. तिकडे परत जायला तर मी काय वाट्टेल ते मोजायला तयार आहे.

हॅरी

अजब गोष्ट आहे. अल्बसला स्लिदरिनमध्ये जाण्याची चिंता लागल्येय.

हर्मायनी

ते काहीच नाही. रोझला काळजी लागल्येय की ती पहिल्या-दुसऱ्या वर्षात क्विडीचमधला विक्रम मोडीत काढेल का आणि किती लवकरात लवकर ती O.W.L. परीक्षेला बसू शकते!

रॉन

मला तर कळतच नाही की तिच्यात एव्हढी महत्त्वाकांक्षा येते कुठून.

जिनी

आणि तुला काय वाटतंय हॅरी, समजा जर ॲल – जर तो?

रॉन

तुला माहित्येय का जिन, आम्हाला नेहमीच अशी शक्यता वाटायची की तुझी निवड स्लिदरिनमध्ये होईल.

जिनी

काही काय रे?

रॉन

खरंच अगं, फ्रेड आणि जॉर्जनी तर यावर बेटिंग घेतलं होतं...

हर्मायनी

निघूया का आपण आता? लोक बघतायत.

जिनी

लोकांचं काय. ते तर नेहमीचं झालंय, जेव्हा केव्हा तुम्ही तिघे एकत्र असता. आणि वेगळे असता तेव्हाही...लोकं बघतातच!

चौघे परत जायला निघतात. जिनी हॅरीला थांबवते.

हॅरी... त्याचं सगळं नीट होईल ना रे?

हॅरी

अर्थात. म्हणजे काय? होईलच.

अंक पहिला प्रवेश तिसरा

हॉगवर्ट्स एक्सप्रेस

अल्बस आणि रोझ ट्रेनच्या डब्यातून चालत असतात. एक पूर्णपणे घाबरलेला आणि एक उत्साहाच्या भरात.

ट्रॉलीवाली जादुगारीण ट्रॉली ढकलत येते.

ट्रॉलीवाली जादुगारीण

ट्रॉलीमधून काही हवंय का मुलांनो? भोपळ्याचा केक? चॉकलेटचा बेडूक? कॉल्ड्रन केक?

रोझ (*अल्बसचा चॉकलेट फ्रॉगबद्दलचा लोभ पाहून*)

ॲल, आपल्याला लक्ष एकाग्र केलं पाहिजे.

अल्बस

लक्ष? कशावर?

रोझ

आपण मित्र–मैत्रीण म्हणून कोणाची निवड करतो यावर. माझे आईबाबा तुझ्या बाबांना सगळ्यात पहिल्यांदा हॉगवर्ट्स एक्सप्रेसमध्येच भेटले, माहित्येय ना...

अल्बस

म्हणजे आपल्याला आयुष्यभरासाठीच्या आपल्या मित्रमैत्रिणींची निवड आत्ता या वेळी केली पाहिजे की काय? भीतीदायक आहे हे तर खूप.

रोझ

उलट हे किती मस्त आहे ना. मी आहे ग्रेन्जर–विझली, तू तर एक पॉटर आहेस– सगळ्यांनाच आपल्याशी मैत्री करावीशी वाटणार, पण आपण मात्र कोणाचीही निवड करू शकतो.

अल्बस

बरं पण मग आपण कसं ठरवायचं– कोणत्या डब्यात बसायचं ते...

रोझ

आपण सगळे डबे आधी नीट बघून घेऊया आणि मग ठरवूया.

अल्बस एका डब्याचे दार उघडतो– आत बघतो तर–पटकन रिकाम्या वाटणाऱ्या डब्यात एकटा बसलेला एक सोनेरी केसांचा मुलगा दिसतो – स्कॉर्पियस. अल्बस हसून बघतो. स्कॉर्पियसही हसून दाद देतो.

अल्बस

हाय. हा डबा...

स्कॉर्पियस

रिकामा आहे. फक्त मीच आहे.

अल्बस

छान. मग आम्ही जर – आत आलो – काही वेळासाठी – तुला चालणार असेल तर?

स्कॉर्पियस

चालेल की. हरकत नाही. हॅलो.

अल्बस

अल्बस. ॲल. मी – माझं नाव अल्बस...

स्कॉर्पियस

हॅलो स्कॉर्पियस. म्हणजे, मी स्कॉर्पियस. तू अल्बस. आणि तू कोण...

रोझचा चेहरा मिनिटागणिक निर्विकार होऊ लागतो.

रोझ

रोझ.

स्कॉर्पियस

हॅलो रोझ. माझ्याकडच्या फिझिंग व्हिझबीज खाणार का?

रोझ

मी आत्ताच ब्रेकफास्ट केलाय. थँक्स.

स्कॉर्पियस

माझ्याकडे काही शॉक–ओ–चॉक, पेपर इंम्प्स आणि थोडे जेली स्लग्ज पण आहेत. देऊ का? माझ्या आईची कल्पना – हा एवढा खाऊ द्यायची! तिचं

म्हणणं असं, 'मिठाई खाऊ मस्त, बनवू छान दोस्त' (*गाणं गाऊन चूक केल्याचं त्याला जाणवतं.*) फुटकळ कल्पना आहे बहुतेक.

अल्बस

मला आवडतील खायला थोडे... आई मला गोड खाऊच देत नाही मुळी. कशापासून सुरुवात करूया बरं?

रोझ स्कॉर्पियसच्या नकळत अल्बसला एक फटका मारते.

स्कॉर्पियस

असं करूया. मिठाईच्या प्रकारात पेपर इम्प सगळ्यात भारी असतात. पेपरमिंटच्या स्वादाचे. ते खाल्ले की कानातून धूर निघणार असं वाटतं.

अल्बस

मस्तच, मग तर मी हे खाणारच... (रोझ पुन्हा एकदा फटका मारते.) रोझ, तू मला फटके देणं बंद करशील का आता?

रोझ

मी कुठे मारलं तुला...

अल्बस

मारतीयेस तू आणि लागतंय ते मला.

स्कॉर्पियसचा चेहरा पडतो.

स्कॉर्पियस

माझ्यामुळे मारलं तिनं तुला.

अल्बस

काय?

स्कॉर्पियस

हे बघ, मी तुला नीट ओळखतो. आता तुला माझी ओळख करून द्यायला हवी.

अल्बस

म्हणजे नक्की काय म्हणायचंय तुला?

स्कॉर्पियस

तू अल्बस पॉटर आहेस. आणि ही रोझ ग्रेन्जर-विझली. आणि मी स्कॉर्पियस मॅलफॉय. माझे आई बाबा ॲस्टोरिया आणि ड्रॅको मॅलफॉय. आपल्या आईबाबांचं कधीच एकमेकांशी पटलं नाही.

रोझ

फारच साधी ओळख करून दिलीस तू तर. तुझे आईबाबा डेथ ईटर्स आहेत.

स्कॉर्पियस (*अपमान वाटून*)

बाबा होते – पण आई नव्हती.

रोझ दुर्लक्ष करते. स्कॉर्पियस तिची नाराजी ओळखून आहे.

मला माहित्येय काय अफवा पसरलीय सगळीकडे, ती एकदम खोटी आहे.

अल्बस अस्वस्थ रोझकडून निराश स्कॉर्पियसकडे बघत राहतो.

अल्बस

काय – आहे ही अफवा?

स्कॉर्पियस

अफवा अशी की माझ्या आईवडिलांना मुलं होऊ शकली नाहीत. माझे बाबा आणि आजोबा कुटुंबाला शक्तिशाली वारस मिळावा म्हणून इतके उतावीळ होते की...की त्यांनी टाइमटर्नर वापरून माझ्या आईला मागच्या काळात पाठवलं–

अल्बस

मागच्या काळात म्हणजे कुठे?

रोझ

अफवा आहे की हा व्होल्डेमॉर्टचा मुलगा आहे, अल्बस.

भयाण, अस्वस्थ शांतता पसरते.

ती कदाचित खोटीसुद्धा असेल. म्हणजे बघ ना, तुला तर नाक आहे की.

वातावरण थोडं निवळतं. स्कॉर्पियस हसतो. उदास. तरीही आभाराचा भाव आहे त्यात...

स्कॉर्पियस

हो. आणि अगदी माझ्या बाबांसारखंच आहे! माझं नाक, केस आणि माझं आडनाव पण. अर्थात ती काय फार खास गोष्ट नाहीये म्हणा. म्हणजे बाप–मुलातले वाद आमच्यातही होतात. तरीही सैतानी शहेनशहाचा (डार्क लॉर्डचा) मुलगा होण्यापेक्षा मॅलफॉय असणं कधीही परवडेल मला.

अल्बस आणि स्कॉर्पियसची नजरानजर होते...

रोझ

ठीके. तर मग आता आपण दुसरी जागा शोधूया. चल रे अल्बस.

अल्बस विचारात पडतो.

अल्बस

नको, (*रोझची नजर चुकवत*) मी इथेच ठीके. तू हो पुढे.

रोझ

अल्बस. मी थांबणार नाही तुझ्यासाठी.

अल्बस

थांबूही नकोस. मी मात्र इथेच बसणारे.

रोझ क्षणभर अल्बसकडे बघते आणि त्या डब्यातून निघून जाते.

रोझ

ठीके.

स्कॉर्पियस आणि अल्बस एकमेकांकडे बघत राहतात. शंकित. अस्वस्थ.

स्कॉर्पियस

थँक यू.

अल्बस

नाही रे. मी तुझ्यासाठी नाही– तुझ्याकडच्या खाऊसाठी थांबलोय इथे.

स्कॉर्पियस

ती फारच रागीट मुलगी आहे.

अल्बस

हो. सॉरी.

स्कॉर्पियस

नाही. मला चालतंय. तुला काय म्हणू मी, अल्बस का ॲल?

स्कॉर्पियस खुश होऊन दोन पेपर इम्प्स तोंडात टाकतो.

अल्बस (*विचार करून*)

अल्बस चालेल.

स्कॉर्पियस (*त्याच्या कानातून धूर येऊ लागतो*)

थँक यू अल्बस, माझा खाऊ खायला थांबलास म्हणून!

अल्बस (*खिदळत*)

व्वा. किती मज्जा.

अंक पहिला प्रवेश चौथा

संक्रमण प्रवेश

आणि आता आपण प्रवेश करतो समयसंक्रमणाच्या एका अशक्यकोटीतल्या एका जगात. हा प्रवेश अतिशय जादूमय आहे.

एका घटनेतून दुसऱ्या घटनेत शिरतानाचे बदल खूप गतिमान आहेत. यात वैयक्तिक प्रसंग नाहीत, पण तुकड्यातुकड्यात आहेत. त्यातून वेळ पुढे सरकत राहतो.

सुरुवातीचा प्रसंग हॉगवर्ट्सच्या मोठ्या हॉलमध्ये घडतो. सर्वजण अल्बसच्या अवतीभवती घुटमळत असतात.

पॉली चॅपमन

अल्बस पॉटर.

कार्ल जेनकिन्स

साक्षात एक पॉटर. आपल्याबरोबर.

यान फ्रेडरिक्स

त्याचे केस. त्याचे केसही हॅरी पॉटरसारखे आहेत अगदी.

रोझ

हो. आणि तो माझा आत्तेभाऊ आहे. (*सगळे तिच्याकडे वळून बघतात.*) रोझ ग्रेन्जर-विझली. सर्वांना हॅलो.

सॉर्टिंग हॅट नवीन विद्यार्थ्यांची चार हाऊसेसमध्ये विभागणी करत असते.

असं करता करता सॉर्टिंग हॅट रोझपर्यंत येऊन पोचते. आपली खेप आल्याने रोझ थोड्या काळजीत दिसते.

सॉर्टिंग हॅट

करते आहे हे काम मी शतकानुशतके
बसून सर्व विद्यार्थ्यांच्या माथी
करते सगळ्या विचारांची यादी
कारण मी आहे विख्यात सॉर्टिंग हॅट

मी निवडलंय हुशार आणि मठ्ठ लोकांना
काम केलं चोख, तोंड देत कठीण प्रसंगांना
म्हणून चढवा मला डोक्यावर, मी सांगणार
कोणत्या हाऊसमध्ये तुम्ही जाऊन बसणार
रोझ ग्रेन्जर-विझली

सॉर्टिंग हॅट रोझच्या डोक्यावर बसते.

ग्रिफिंडोर!

ग्रिफिंडोरचे विद्यार्थी जल्लोषात रोझचे स्वागत करतात.

रोझ

डम्बलडोरचा विजय असो.

बोलक्या टोपीच्या नजरेखाली रोझच्या पाठोपाठ स्कॉर्पियस निवड करून घ्यायला सरसावतो.

सॉर्टिंग हॅट

स्कॉर्पियस मॅलफॉय

सॉर्टिंग हॅट आता स्कॉर्पियसच्या डोक्यावर बसते.

स्लिदरिन!

स्कॉर्पियसला ह्याची कल्पना असल्याने स्मितहास्य करत तो मान डोलावतो. यावेळी स्लिदरिनमधून त्याचे उत्साहात स्वागत होते.

पॉली चॅपमन

अर्थातच, बाप तसा बेटा.

अल्बस चपळाईने मंचासमोर येऊन निवडीसाठी तयार होतो.

सॉर्टिंग हॅट

अल्बस पॉटर.

सॉर्टिंग हॅट अल्बसच्या डोक्यावर जाऊन बसते – या खेपेला मात्र टोपीला बराच वेळ लागतो – ती अंमळ गोंधळलेली दिसते.

स्लिदरिन!

शांतता पसरते.

धीरगंभीर शांतता. जड, चक्रावून टाकणारी आणि प्रतिकूल!

पॉली चॅपमन

स्लिदरिन?

क्रेग बावकर जुनिअर

काय? पॉटर? आणि स्लिदरिनमध्ये?

अल्बस गोंधळून बघत राहतो. स्कॉर्पियस खुश होऊन हसतो आणि त्याला जोरात हाका मारू लागतो.

स्कॉर्पियस

तू माझ्या बाजूला येऊन थांब!

अल्बस (*पुरता चक्रावलेला*)

हो. आलो.

यान फ्रेडरिक्स

ह्याचे केस एवढेही काही त्याच्या वडिलांसारखे नाहीयेत.

रोझ

अल्बस? हे तर चुकीचं आहे. असं कसं होऊ शकतं!

आणि अचानक आता हूच मॅडमचा उडण्याच्या शिकवणीचा तास सुरू आहे.

मॅडम हूच

चला चला. कशाची वाट बघताय? सगळेजण आपापल्या केरसुण्यांजवळ उभे राहा. पटपट तयार व्हा.

सर्व मुलं भराभर केरसुण्यांजवळ जाऊन आपल्या जागा पटकावतात.

आपल्या केरसुणीवर हात धरा आणि म्हणा, 'अप!'

सर्वजण

वर!

रोझ आणि यानच्या केरसुण्या भर्रकन त्यांच्या हातात येतात.

रोझ व यान

हुर्रे!

मॅडम हूच

चला मुलांनो. कामचुकारपणा नकोय. मनापासून म्हणा 'अप '.'अप '.

सर्वजण (*रोझ आणि यानला वगळून*)

अप!

सगळ्यांच्या केरसुण्या हातात झेपावतात. स्कॉर्पियसचीसुद्धा. केवळ अल्बसची केरसुणी मात्र अजूनही जमिनीवरच राहिली आहे.

सर्वजण (*रोझ, यान आणि अल्बस वगळून*)

हुर्रे!

अल्बस

अप. अप. अप.

त्याची केरसुणी मात्र काही केल्या हलत नाही. यत्किंचितही नाही. तो अविश्वास आणि निराशेने तिच्याकडे बघत राहतो. वर्गातल्या मुलांना हसू फुटतं.

पॉली चॅपमन

अरेरे. किती लाजिरवाणी गोष्ट आहे! हा आपल्या वडिलांवर मुळीच गेला नाहीये तर.

कार्ल जेनकिन्स

अल्बस पॉटर, स्लिदरिनचा स्क्विब.

मॅडम हूच

मुलांनो! हीच ती वेळ, हाच तो क्षण. व्हा स्वार आपल्या केरसुणीवर.

मंचावर सर्वत्र धूर पसरतो आणि अचानक अल्बसच्या शेजारी हॅरी प्रकट होतो. पुन्हा एकदा प्लॅटफॉर्म नंबर पावणेदहा दिसू लागतो. मधे बराच काळ लोटला आहे. अल्बस आता एका वर्षानं मोठा झालाय. (आणि हॅरीसुद्धा, पण त्याच्या दिसण्यात जास्त फरक पडलेला नाही.)

अल्बस

बाबा, मला फक्त एवढंच म्हणायचंय की – की तुम्ही माझ्यापासून थोडं लांब उभं राहात जा.

हॅरी (*आश्चर्यानं*)

दुसऱ्या वर्षातली मुलं तुम्ही, आता आपल्या बाबांशेजारी उभी देखील राहायला तयार नाहीत?

एक अतिभोचक जादूगार त्यांच्याभोवती घुटमळत असतो.

अल्बस

नाही. तसं काही नाही. एवढंच की – तुम्ही तुमच्या जागी आहात – आणि मी माझ्या जागी –

हॅरी

लोक बघतायत एव्हढंच ना. लोकांचं काय, ते बघणार. तसंही ते माझ्याकडे बघतात, तुझ्याकडे नाही.

तो अतिभोचक जादूगार काहीतरी गोष्ट स्वाक्षरी घेण्यासाठी हॅरीच्या पुढ्यात ठेवतो – आणि हॅरी त्यावर सही करून देतो.

अल्बस

लोक हॅरी पॉटर आणि त्याच्या अपयशी मुलाकडे बघतात.

हॅरी

काय म्हणायचंय नक्की तुला?

अल्बस

हॅरी पॉटर आणि त्याच्या स्लिदरिन मुलाकडे.

जेम्स तिथून आपलं सामान भर्र्कन नेत असतो.

जेम्स

स्लिदरिन सरपटी, बस कर तुझ्या कटकटी. ट्रेनमधे चढा आता.

हॅरी

जेम्स, वायफळ बडबड बंद कर.

जेम्स (*लांबवरून*)

अच्छा बाबा. भेटू परत ख्रिसमसला.

हॅरी अल्बसकडे काळजीनं बघतो.

हॅरी

ॲल–

अल्बस

मला तुम्ही अल्बसच म्हणा. ॲल नको.

हॅरी

बाकीची मुलं तुला त्रास देतात का? नाही ना? कदाचित तू आणखी काही दोस्त जमवायचा प्रयत्न करून बघ बरं – माझं म्हणशील तर हर्मायनी आणि रॉनच्या शिवाय हॉगवर्ट्समध्ये माझा बिलकुल निभाव लागला नसता. नसताच लागला.

अल्बस

पण बाबा, मला रॉन आणि हर्मायनी नकोयत. मला– मला आहे ना एक मित्र, स्कॉर्पियस. आणि मला चांगलंच ठाऊक आहे की तुम्हाला तो पसंत नाही. पण तो पुरेसा आहे मला. त्याला सोडलं तर मला अजून कोणाचीही गरज नाही.

हॅरी

हे बघ. तुझ्या आनंदातच माझा आनंद.

अल्बस

बाबा, तुम्ही मला स्टेशनवर सोडायला आला नसतात तरी चाललं असतं.

अल्बस ट्रंक उचलतो आणि चालू लागतो.

हॅरी

अरे मला मनापासून यायचं होतं…

मात्र अल्बस पुढे निघून गेला आहे. तेवढ्यात स्टेशनातल्या वर्दळीतून नीटनेटका अंगरखा घातलेला, सोनेरी केसांचा पोनी अगदी व्यवस्थित बांधलेला ड्रॅको मॅल्फॉय हॅरीच्या बाजूला हजर होतो.

ड्रॅको

हॅरी, मला तुझ्या मदतीची गरज आहे.

हॅरी

बोल.

ड्रॅको

माझ्या मुलाच्या पालकत्वाबद्दल या ज्या काही अफवा पसरल्या आहेत – त्या कमी होण्याची काहीही लक्षणं दिसत नाहीत. हॉगवर्ट्समधली इतर मुलं सतत त्याला चिडवत असतात. जर जादू मंत्रालयानं असं निवेदन प्रसृत केलं – की सगळी टाइम टर्नर यंत्रं रहस्य खात्यामधल्या लढाईत नष्ट झाली तर…

हॅरी

ड्रॅको, माझं ऐक. सध्या लोक दवंडी पिटत असतील, पण काही काळानं विसरून जातील.

ड्रॅको

माझा मुलगा पिचला जातोय यात. शिवाय – ॲस्टोरियाची तब्येत आजकाल बरी नसते – त्यामुळे स्कॉर्पियसला खूप गरज आहे आधाराची.

हॅरी

अरे पण अशा अफवांच्या नादी लागलं तर उलट त्यांना खतपाणीच मिळेल. व्होल्डेमॉर्टला मूल असल्याच्या चर्चा कित्येक वर्ष चालू आहेत. स्कॉर्पियसबद्दलची अफवा काही पहिलीच नाही. त्यामुळे तुझ्या आणि सगळ्यांच्या भल्यासाठी मंत्रालयानं यापासून दूर राहिलेलं बरं.

पदरी निराशा आल्याने ड्रॅको वैतागतो. मंच मोकळा होतो. आता रोझ व अल्बस आपल्या ट्रंका घेऊन तयार असतात.

अल्बस

ज्या सेकंदाला ट्रेन निघेल, त्या क्षणापासून तुला माझ्याशी बोलायची गरज नाही.

रोझ

माहित्येय मला. मोठ्यांसमोर तरी आपल्याला नीट वागण्याचं ढोंग करावं लागेल.

स्कॉर्पियस पळत येतो – मोठ्या आशेनं आणि त्याहूनही मोठी ट्रंक घेऊन.

स्कॉर्पियस *(आशेने)*

हॅलो रोझ.

रोझ *(रोखठोकपणे)*

बाय अल्बस.

स्कॉर्पियस *(वेड्या आशेने)*

तिचं हृदय पाघळतंय.

आणि अचानक मोठ्या हॉलमधील प्रसंग दिसतो. पुढ्यात उभ्या प्रोफेसर मॅकगॉनॅगलांचा चेहरा हर्षानं खुलून गेलेला.

प्रोफेसर मॅकगॉनॅगल

मला जाहीर करण्यास विलक्षण आनंद होतोय की ग्रिफिंडोर क्विडीच संघात *(स्वतःचा पक्षपातीपणा लक्षात येऊन)* निवड झालेली आपली नवीन धडाकेबाज चेसर आहे – रोझ ग्रेन्जर-विझली.

हॉलमधे एकच जल्लोष होतो. स्कॉर्पियसदेखील त्यात सामील होतो.

अल्बस

तू तिच्यासाठी टाळ्या वाजवतोयस? क्विडीच खेळाचा तर आपल्याला तिटकारा आहे आणि तशीही ती दुसऱ्या हाऊससाठी खेळणार आहे.

स्कॉर्पियस

अल्बस, ती तुझी मामेबहीण आहे ना?

अल्बस

तुला काय वाटलं ती माझ्यासाठी टाळ्या वाजवेल?

स्कॉर्पियस

का नाही. कमालीची हुशार आहे रे ती.

आता अचानक अल्बसभोवती विद्यार्थ्यांचा घोळका असतो. जादुई काढ्यांचा तास सुरू आहे.

पॉली चॅपमन

अल्बस पॉटर. कसा रे तू मद्दड. तू येताना जरी दिसलास तरी जिन्यावरच्या तसबिरी नाकं मुरडतात.

अल्बस स्वतःच्या काढ्याकडे वाकून बघतो.

अल्बस

आता काय घालायचंय काढ्यात? बायकॉर्नचं शिंग?

कार्ल जेनकिन्स

त्याला आणि त्या व्होल्डेमॉर्टच्या मुलाला द्या सोडून.

अल्बस

फक्त थोडंसं सॅलॅमँडरचं रक्त घातलं की झालं काम...

तसं करताच त्या जादुई काढ्यात स्फोट होतो.

स्कॉर्पियस

असू दे. हे ठीक करायला कोणती गोष्ट वापरतात? आपल्याला काय बदलायला हवं?

अल्बस

सगळंच.

यानंतर काळ आणखी पुढे सरकतो – अल्बसचे डोळे आणखी खालावलेले, चेहरा अधिकच उतरलेला. तो अजूनही आकर्षक दिसतो, मात्र तो तसं मानायला तयार नाही.

आता अल्बस पुन्हा प्लॅटफॉर्म नंबर पावणेदहावर त्याच्या वडिलांसोबत उभा आहे– त्याचे बाबा अर्थात हॅरी अजूनही त्याची (आणि स्वतःची) समजूत काढण्याच्या प्रयत्नात आहेत – की सगळं काही सुरळीत आहे. दोघांचं वय अजून एक वर्षानं वाढलं आहे.

हॅरी

तिसरं वर्ष खूप महत्त्वाचं आहे बेटा. हा तुझा हॉग्समीडचा परवानगीचा फॉर्म ठेव.

अल्बस

मला मुळीच आवडत नाही हॉग्समीड.

हॅरी

असं न बघताच तू कसं ठरवलंस?

अल्बस

मला माहित्येय. कारण तिथे सगळीकडे हॉगवर्ट्सची मुलं–मुली असणार.

अल्बस तो कागद चुरगाळून टाकतो.

हॅरी

एकदा प्रयत्न तरी करून बघ –...... – हीच तर संधी आहे हनीड्यूक्समध्ये धमाल करण्याची, तुझ्या आईच्या नकळत – नको अल्बस, असं करशील तर खबरदार.

अल्बस *(जादूची कांडी फिरवून)*

इन्सेंडिओ!

कागदाचा तो बोळा पेट घेतो.

हॅरी

कमाल आहे तुझ्या मूर्खपणाची!

अल्बस

खरंतर मला वाटलं नाही माझा मंत्र चालेल. मी कच्चा आहे त्यात.

हॅरी

ॲल–अल्बस, मी घुबडांमार्फत प्रोफेसर मॅकगॉनॅगलच्या संपर्कात असतो – त्यांच्या मते तू अलिप्त राहतोस सगळ्यांपासून – तुझं तासांना नीट लक्ष नसतं– सतत चिडचिड करतोस – तुला –

अल्बस

मी काय करावं अशी अपेक्षा आहे तुमची, बाबा? स्वतःला जादूनं लोकप्रिय बनवू? अचानक उठून दुसऱ्या हाऊसमध्ये माझी बदली करून घेऊ? गुणी आज्ञाधारक विद्यार्थी बनू? बाबा, तुम्ही एक काम करा ना, जादू करा आणि मला तुम्हाला हवं तसं बनवून मोकळे व्हा, चालेल? दोघांचंही भलं होईल. निघतो मी. ट्रेन पकडायची आहे. मित्राला शोधायचंय.

अल्बस स्वतःच्या ट्रंकेवर तंद्रीत बसलेल्या स्कॉर्पियसकडे पळत जातो.

(खुश होऊन त्याला हाक मारतो) स्कॉर्पियस...

(काळजीपोटी) स्कॉर्पियस...ठीक आहेस ना, काय झालं?

स्कॉर्पियस दाद देत नाही. अल्बस त्याच्या दोस्ताच्या मनाचा ठाव घेण्याचा प्रयत्न करतो.

तुझी आई? तिची तब्येत बिघडल्येय का?

स्कॉर्पियस

वाईटात वाईट जितकी बिघडू शकेल, तितकी खराब झाल्येय.

अल्बस स्कॉर्पियसच्या जवळ जाऊन बसतो.

अल्बस

मला वाटलं तू घुबड पाठवून पत्रानं कळवशील मला.

स्कॉर्पियस

मला सुचत नव्हतं काय लिहू ते.

अल्बस

आता मला माहीत नाही मी काय बोलू.

स्कॉर्पियस

काहीच नको.

अल्बस

मी काही मदत...

स्कॉर्पियस

दफनविधीला येशील?

अल्बस

हो. नक्की येईन.

स्कॉर्पियस

आणि असाच माझा मित्र बनून राहशील नेहमी?

अचानक सॉर्टिंग हॅट मंचाच्या मध्यात प्रकट होते. हा प्रसंग पुन्हा ग्रेट हॉलमध्ये घडतो.

सॉर्टिंग हॅट

मी उच्चारलेले शब्द ऐकून होते तुझी घबराट
मी काय नाव घेईन या विचारांनी उडतो थरकाप
स्लिदरिन का ग्रिफिंडोर
हफलपफ का रेवेनक्लॉ
भिऊ नकोस पोरी, मी जाणते माझं काम!
लिली पॉटर. ग्रिफिंडोर!

लिली

हुर्रे!

अल्बस

छान.

स्कॉर्पियस

तुला वाटत होतं की ती स्लिदरिनमधे येईल? पॉटर लोक इथं येत नसतात रे गड्या.

अल्बस

हा एक मात्र आहे.

तो घोळक्यामध्ये लपून जाण्याचा प्रयत्न करत असताना सगळी मुलं त्याच्याकडे बघून फिदीफिदी हसू लागतात. तो सगळ्यांना उद्देशून म्हणतो,

माझ्या हातात नव्हतं. माझ्या हातात नव्हतं त्याचा मुलगा होण्याचं.

अंक पहिला प्रवेश पाचवा

जादू मंत्रालय, हॅरीचे कार्यालय

हॅरीच्या अस्ताव्यस्त कार्यालयात हर्मायनी कागदपत्रांच्या ढिगाऱ्यासमोर बसली आहे. ती शांतपणे सगळा पसारा आवरत असताना आणि वाचत असतानाच घाईघाईत हॅरी आत येतो. त्याच्या गालावर खरचटून रक्त येतंय आणि हर्मायनी निरखून बघते आहे.

हर्मायनी

कसं झालं काम?

हॅरी *(हसून)*

बातमी खरी होती.

हर्मायनी

थिओडोर नॉट सापडला?

हॅरी

ताब्यात घेतला त्याला.

हर्मायनी

त्या टाइम टर्नर यंत्राचं काय केलं?

हॅरी ते यंत्र बाहेर काढतो. एक अत्यंत मोहक वस्तू चमकत असते. हर्मायनी ते बघून आश्चर्यचकित होते.

खरंखुरं आहे ना हे? चालू आहे का ते? फक्त तासभर मागे फिरवणारं यंत्र तर नाही ना? – का आणखीही वेळ मागे करू शकतं?

हॅरी

अजूनपर्यंत त्याची खात्री झाली नाहीये. मला तिथेच एकदा चाचणी करून बघायची होती पण बाकी दीडशहाण्यांच्या मनात नव्हतं.

हर्मायनी

तसंही आता ते आपल्या ताब्यात आहे.

हॅरी

तुला पक्की खात्री आहे ना की ते ठेवून घ्यायचंय?

हर्मायनी

दुसरा काय पर्याय आहे आपल्याकडे? नीट बघितलंस? माझ्याकडच्या टाइम टर्नर यंत्राहून हे अगदीच वेगळं आहे ना.

हॅरी *(निरिच्छेने)*

उघड आहे. जादुगिरीचं तंत्र आपल्या लहानपणीच्या जमान्यापेक्षा फारच पुढे गेलंय.

हर्मायनी

गालावरून रक्त येतंय.

हॅरी त्याचा चेहरा आरशात निरखून बघतो. अंगरख्याने अलगद ती जखम पुसतो.

चिंता नाही. बरी होईल जखम.

हॅरी *(हसत हसत)*

तू माझ्या ऑफिसमध्ये काय करत्येयस, हर्मायनी?

हर्मायनी

एक तर थिओडोर नॉटबद्दलची बातमी ऐकायला उत्सुक होते. आणि मग दुसरा विचार केला येऊन खात्री करावी की लक्ष देऊन सगळी कागदपत्रं तू नीट लावणार होतास. दिलेला शब्द तू पाळलास की नाही...

हॅरी

हो राहूनच गेलं ते करायचं.

हर्मायनी

हॅरी, या अंदाधुंदीत तू कसं काय काम करतोस अरे?

हॅरी जादूची छडी फिरवतो आणि सगळ्या पत्रावळ्या कागद कपटे आवरले जाऊन एक ढीग तयार होतो.

हॅरी

बघ, झालं सगळं व्यवस्थित.

हर्मायनी

तरीही दुर्लक्ष झालंच आहे तुझं. या कागदांमध्ये मला खूप मजेदार माहिती सापडल्येय... पहाडी ट्रोल्स ग्राफोर्न्सवर स्वार होऊन हंगेरीमधून चाल करत आहेत, पाठीवर पंखाचा टॅटू असलेले राक्षस ग्रीक समुद्रातून कूच करताहेत, आणि नर लांडगे तर पूर्णपणे गायब झालेत–

हॅरी

उत्तम. तिथे प्रत्यक्ष जाऊन पाहणी करायला हवी. मी एक तुकडी बनवतो त्यासाठी.

हर्मायनी

मला ठाऊक आहे हॅरी की तुला या लिखापढीचा तीव्र कंटाळा येतो...

हॅरी

पण तुला नाही येत.

हर्मायनी

मला माझ्याच कामाचा खूप व्याप आहे आधीच. हे बघ. हे काही लोक आणि राक्षस आहेत जे व्होल्डेमॉर्टला साथ देऊन मोठमोठाल्या जादुई लढाया लढले. ते काळ्या जादूचेच साथीदार. त्याचा आणि थिओडोर नॉटकडे सापडलेल्या गोष्टीचा काही संबंध असू शकतो. पण जादू कायदा अंमलबजावणी खात्याच्या प्रमुखालाच जर त्याची कागदपत्रं वाचायला वेळ होत नसेल, तर–

हॅरी

पण त्याकरता मला हे कागदपत्र वाचण्याची गरज नाहीये. मी समाजात वावरतो, त्यातून मला खबर मिळते या सगळ्याची. थिओडोर नॉटचंच बघ. मला सर्वात आधी त्याच्याकडच्या टाइम टर्नर यंत्राची माहिती मिळालेली. आणि त्यावर कारवाईसुद्धा मीच केली. त्यामुळे तू मला उगीच सल्ले देण्याची गरज नाही.

हर्मायनी हॅरीकडे बघते. – एक अवघडलेला क्षण.

हर्मायनी

एक टॉफी खाणार का? रॉनला सांगू नकोस हं.

हॅरी

विषय बदलत्येयस तू.

हर्मायनी

मुद्दामच बदलत्येय. टॉफी?

हॅरी

नाही नको. साखर बंद केलीये सध्या.

हर्मायनीचा हेतू साध्य.

असल्या गोष्टींचं चट्कन व्यसन लागतं, तुला माहीत असणारच.

हर्मायनी

मी काय सांगू? माझे आईवडील डेंटिस्ट, त्यामुळे गोड खाण्यासाठी त्यांच्याविरुद्ध बंड करणं ओघानं आलं. चाळिशीत हे सोडायचं म्हणजे जरा उशीरच झालाय खरा... *(तिच्या मित्राकडे पाहून ती हसते)* पण हे बघ, तू मात्र हा उत्तम निर्णय घेतलास. बरं, तुला उगीच सल्ले देत बसणार नाही मी, पण मला एवढंच हवंय की तू वेळोवेळी तुझ्या कागदपत्रांकडे लक्ष द्यावंस. जादूमंत्र्याकडून ही हलकीशी कोपरखळी आहे असं समज. *(हॅरीच्या कपाळावर आठ्या पडतात.)*

हॅरीला तिच्या बोलण्यातली तीव्रता जाणवते. तो मान डोलावतो.

बाकी जिनी काय म्हणत्येय? अल्बसचं कसं चाललंय?

हॅरी

एकूणच काय जेवढा सराईत मी लिखापढीत आहे तेव्हढाच एक बाप म्हणूनही, असं दिसतंय. रोझ कशी आहे? आणि ह्युगो?

हर्मायनी *(हसू फुटून)*

गंमत म्हणजे, रॉन मला नेहमी म्हणतो, मी त्याच्यापेक्षा माझा सेक्रेटरी एथिलसोबत जास्त वेळ घालवते. आपण एक तर उत्कृष्ट पालक व्हायचं किंवा मग जादू मंत्रालयाचा आदर्श अधिकारी तरी बनायचं, असा एकच पर्याय निवडायची सक्ती आहे थोडीच? हॅरी, तू आत्ता तुझ्या कुटुंबाजवळ असलं पाहिजेस. आणखी एका वर्षासाठी हॉगवर्ट्स एक्सप्रेस निघायची वेळ लवकरच होईल – तोपर्यंत त्यांच्याबरोबर भरपूर मजा करून घे – मग इकडे येऊन नव्या जोमानं ताज्या दमानं कामाला लाग आणि या काही फाईल्स डोळ्याखालून घाल.

हॅरी

तुला खरंच असं वाटतं की या सगळ्या कारकुनीतून काही निष्पन्न होईल?

हर्मायनी *(हसून)*

हो कदाचित. आणि समजा यामुळे आपल्याला काही खुलासा झालाच, तर येणाऱ्या संकटाशी लढा द्यायचा मार्गसुद्धा शोधता येईल, हॅरी. आजतागायत आपण असंच तर करत आलोय.

पुन्हा एकदा हसून ती एक टॉफी तोंडात टाकते आणि बाहेर निघून जाते. हॅरी आता एकटाच. आपलं सामानसुमान आवरून तो ऑफिसातून बाहेर पडतो, व्हरांड्यातून चालत जातो. आपल्या खांद्यांवर सगळ्या जगाचा भार पेलत असल्यासारखा.

थकला भागलेला हॅरी एका टेलिफोनपाशी जातो. ६२४४२ नंबर फिरवतो.

टेलिफोन

अलविदा, हॅरी पॉटर.

हॅरी जादू मंत्रालयापासून लांब निघून जातो.

अंक पहिला प्रवेश सहावा

हॅरी आणि जिनी पॉटरचे घर

अल्बसला झोप येत नाहीये. तो जिन्याच्या वरच्या बाजूला बसलाय. त्याला खालून काही आवाज ऐकू येतात. हॅरी दिसण्याआधी त्याचा आवाज कानावर पडतो. त्याच्या जोडीला व्हीलचेअरला जखडलेले एक म्हातारे गृहस्थ आहेत. अॅमॉस डिगरी.

हॅरी

ॲमॉस, मला समजत्येय तुमची अडचण. खरोखर कळत्येय. पण मी अगदी नुकताच घरी आलोय आणि –

ॲमॉस

मी मंत्रालयात भेट घेण्याचा प्रयत्न केलाय. तिथले लोक म्हणतात, अहो मि. डिगरी, असं करा, तुम्हाला तारीख देतो. दोन महिन्यांनी येऊन भेटा. मी वाट बघितली. खूप संयम बाळगून.

हॅरी

आणि अवेळी मध्यरात्री माझ्या घरी येऊन थडकलात – आणि तेही माझी मुलं नेमकी शाळेच्या नवीन वर्षाच्या सुरुवातीच्या तयारीत असताना – हे बरोबर नाही.

ॲमॉस

दोन महिने उलटून गेले. मला एक पत्र आलं, 'श्री. डिगरी, क्षमस्व, परंतु श्री. पॉटर यांस एका तातडीच्या कामासाठी बाहेर जावे लागल्याने तुमची भेट, थोडी पुढे ढकलावी लागणार असे दिसते. साधारण दोन महिन्यांनी तुम्हाला वेळ देण्यात येईल.' आणि हे असं सारखंच चालू आहे...तू मला टाळतोयस.

हॅरी

नक्कीच नाही. ते असं आहे की जादू कायदा अंमलबजावणी खात्याचा प्रमुख म्हणून माझ्यावर खूप जबाबदाऱ्या आहेत –

ॲमॉस

अशा अनेक गोष्टींना तू जबाबदार आहेस.

हॅरी

म्हणजे?

ॲमॉस

माझा मुलगा सेड्रिक, आठवतोय का तुला, का नाही?

हॅरी (*सेड्रिकची आठवण हॅरीकरता दुखरी नस*)

हो, आठवतो मला तुमचा मुलगा. त्याचा मृत्यू...

ॲमॉस

व्होल्डेमॉर्टला तू हवा होतास! माझा मुलगा नाही! तू मला तुझ्या तोंडानी सांगितलंयस हे. तो म्हणाला होता 'मारा त्या दुसऱ्या पोराला'. दुसरा पोरगा. माझा मुलगा, माझा सोन्यासारखा मुलगा, अनावश्यक होतं त्याचं मरण.

हॅरी

हे बघा, मि. डिगरी, तुम्हाला सेड्रिकची आठवण म्हणून एखादं स्मारक उभारायचं असेल, तर त्याबद्दल मला सहानुभूती आहे, पण –

ॲमॉस

त्याचं स्मारक? आता मला स्मारक बिरक बांधण्यात काडीचाही रस नाही – वय झालं माझं आता. मरण दिसतंय मला समोर. मी इथे आलोय ते तुला विचारायला – याचना करायला – माझ्या सेड्रिकला परत आणायला मला मदत करशील?

हॅरी त्याच्याकडे स्तिमित होऊन बघतो.

हॅरी

परत आणायला? ॲमॉस, ते शक्य नाहीये.

ॲमॉस

मंत्रालयाकडे एक टाइम टर्नर यंत्र आहे, हो ना?

हॅरी

मंत्रालयानं सगळी टाइम टर्नर यंत्रं याआधीच नष्ट केली आहेत.

ॲमॉस

इतक्या तातडीनं इथे आलोय कारण, माझ्या कानावर आलंय – की मंत्रालयानं एक बेकायदेशीर टाइम टर्नर यंत्र अलीकडेच थिओडोर नॉटकडून जप्त केलंय आणि ताब्यात ठेवलंय. तपासासाठी. मला ते फक्त एकदा वापरू दे. मला माझ्या मुलाला परत आणू द्या.

तीव्र, जीवघेणी शांतता पसरते. हॅरीसाठी हे सगळं खूप अवघड होऊन बसतं. अल्बस ऐकता ऐकता त्यांच्या आणखी जवळ सरकतो.

हॅरी

ॲमॉस, काळाशी असा खेळ? तुम्हाला ठाऊक आहे, हे शक्य नाही.

ॲमॉस

जो मुलगा जगला, त्याच्याकरता किती लोकं आपल्या जिवाला मुकली? मी फक्त त्यातल्या एकाला परत आणण्याची विनंती करतो तुला.

हॅरीला त्याचं हे बोलणं लागतं. विचारांती तो मन घट्ट करतो.

हॅरी

तुम्ही जे काही ऐकलंयत – थिओडोर नॉटबद्दल, ही एक गोष्ट आहे, काल्पनिक. त्यात काहीही तथ्य नाहीये. मला माफ करा, ॲमॉस.

डेल्फी

हॅलो.

हाक ऐकून अल्बसची गाळण उडते – जिन्यातून अल्बसकडे बघत असलेली विशी ओलांडलेली एक विक्षिप्त आणि जिद्दी तरुणी आपल्या दृष्टीस पडते.

डेल्फी

अरेच्चा. सॉरी. मला तुला दचकवायचं नव्हतं. मी सुद्धा अनेकदा जिन्यातून लोकांचं बोलणं ऐकलंय. जिन्यात बसून कानोसा घेत लोकांचं गमतीदार बोलणं ऐकण्याची मजा औरच.

अल्बस

कोण आहेस तू? कारण कसंय, हे माझं घर आहे आणि...

डेल्फी

अर्थात चोर. मी तुमच्याकडल्या सगळ्या गोष्टी लुबाडायला आल्येय. सोनंनाणं, जादूची छडी आणि तुझे चॉकलेट फ्रॉग्सपण! (*आधी ती दुष्टपणे बघते आणि मग*

तिला हसू येतं.) किंवा मी डेल्फिनी डिगरी, *(ती जिना चढून वर येते आणि त्याला हात पुढे करते.)* डेल्फी. मी त्यांना – ॲमॉस काकांना सांभाळते. – म्हणजे प्रयत्न तरी करते. *(ॲमॉसकडे बोट दाखवते.)* आणि तू?

अल्बस

(ओशाळून) मी अल्बस.

डेल्फी

अर्थातच! अल्बस पॉटर! हॅरी तुझे बाबा नाही का? किती भारी ना?

अल्बस

तसं काही नाही.

डेल्फी

अर्रर...मी चुकीच्या विषयाला हात घातला का? शाळेतही माझ्याबद्दल असंच म्हणायचे. डेल्फिनी डिगरी – अशी एकही गोष्ट नाही ज्यात तू मधे पडत नाहीस.

अल्बस

माझी पण अशीच खिल्ली उडवतात.

काही क्षण विराम. ती अल्बसकडे निरखून बघते.

ॲमॉस

डेल्फी.

ती जायला निघते आणि थांबते. अल्बसकडे वळून हसते.

डेल्फी

आपल्या हातात नाही आपण कोणाच्या घरी जन्म घ्यायचा. ॲमॉस माझे फक्त पेशंट नाहीत, ते माझे काकासुद्धा आहेत. मी अप्पर फ्लॅगलीला नोकरी धरली त्याचं हे एक कारण. पण हे सगळं आता अवघड होऊन बसलंय. भूतकाळात अडकून पडलेल्या माणसांबरोबर राहणं कठीण आहे.

ॲमॉस

डेल्फी!

अल्बस

अप्पर फ्लॅगली कुठे आलं?

डेल्फी

सेंट ओस्वाल्ड वृद्धाश्रम आहे तिथे. चक्कर मार तुला कधी जमलं तर.

ॲमॉस *(जोरात ओरडून)*

डेल्फी!

ती स्मितहास्य करत जिना उतरू लागते आणि वाटेत अडखळते. ॲमॉस आणि हॅरी बोलत असलेल्या दिवाणखान्यात जाते. अल्बसची नजर तिच्यावर रेंगाळते.

डेल्फी

काय, काका.

ॲमॉस

हे एके काळचे महान जादूगार हॅरी पॉटर, आणि आताचे जादू मंत्रालयाचे एक पाषाणहृदयी अधिकारी. मी काही तुमचा पिच्छा पुरवणार नाही. मनःशांती म्हणून काही असली तर ती तुम्हाला लाभो. डेल्फी, माझी व्हीलचेअर...

डेल्फी

हो, काका.

ॲमॉसला ती ढकलत बाहेर नेते. हॅरी हताशपणे उभा असतो. अल्बस त्याला बघताना खोल विचारात पडतो.

अंक पहिला **प्रवेश सातवा**

हॅरी आणि जिनी पॉटरचे घर, अल्बसची खोली

अल्बस त्याच्या पलंगावर बसलेला आहे. त्याच्या खोलीबाहेरच्या जगात बऱ्याच घडामोडी चालू आहेत. बाहेर गदारोळ चालू असला तरी तो मात्र स्वस्थ बसून आहे. (लांबवरून) जेम्सचा आरडाओरडा ऐकू येतो.

जिनी

जेम्स, तुझ्या केसांचा नाद सोड आणि आधी ती विस्कटलेली खोली आवर जा...

जेम्स

असा कसा नाद सोडू? गुलाबी झालेत माझे केस! ते लपवायला मला आता तो अदृश्य करणारा अंगरखा घालावा लागणार!

जेम्स खोलीच्या दाराशी येतो. त्याचे केस गुलाबी आहेत.

जिनी

असल्या क्षुल्लक कारणासाठी वापरायला नाही दिलाय तो तुला बाबांनी!

लिली

माझं जादुई काढ्यांचं पुस्तक बघितलं का कोणी?

जिनी

लिली पॉटर, उद्या शाळेला जाताना हे असलं काहीबाही घातलेलं चालणार नाही. कळलं?

लिली अल्बसच्या दारापाशी येते. तिने पाठीला परीचे फडफडणारे पंख चिकटवलेले आहेत.

लिली

मला ते फारच आवडलेत. ते छान फडफडतात.

लिली निघून जाते, तेवढ्यात हॅरी अल्बसच्या दारापाशी येतो आणि आत डोकावतो.

हॅरी

अल्बस.

दोघांत काही क्षण अस्वस्थ शांतता पसरते. आता जिनी दाराजवळ येते. ती परिस्थितीचा अंदाज घेते आणि काही वेळ तिथेच रेंगाळते.

मी फक्त तुला हॉगवर्ट्सला जाण्याआधी काही भेटवस्तू द्यायला आलोय – रॉननी हे पाठवलंय बघ...

अल्बस

अच्छा. प्रेमभावना काढा (love potion)! बरं.

हॅरी

बहुतेक रॉन मामा तुमची गंमत करतोय... माहीत नाही. लिलीला त्यानं पादणारे नोम्स पाठवलेत! जेम्सला एक कंगवा भेट मिळालाय, त्यामुळे त्याचे केस पार गुलाबी झालेत – तू ओळखून आहेसच तुझ्या मामाला.

अल्बसला द्यायच्या प्रेमभावना काढ्याची कुपी हॅरी त्याच्या पलंगावर ठेवतो.

मी पण तुझ्यासाठी... हे तुला माझ्याकडून.

हॅरी एक छोटीशी चादर त्याला दाखवतो. हॅरी त्याच्याशी जुळवून घेण्याचा प्रयत्न करत असल्याचं जिनी बघते आणि हळूच तिथून निघून जाते.

अल्बस

हे जुनं पांघरूण?

हॅरी

या वर्षी तुला काय बरं द्यावं, याचा बराच विचार केला मी. जेम्स – तो कधीपासून अदृश्य करणाऱ्या अंगरख्यासाठी मागे लागला होता. आणि लिली – मला माहीत होतं तिला फडफडणारे पंख आवडतील – पण तुला... अल्बस, तू आता चौदा वर्षांचा झालास, आणि माझी इच्छा आहे की तुला काहीतरी महत्त्वाची गोष्ट भेट द्यावी. ही चादर – माझ्या आईकडून मला मिळालेली शेवटची वस्तू आहे. एकुलती एक. मला यात लपेटून डर्सलींकडे दिलं होतं. मला वाटलं होतं

ती कायमची हरवली. पण मग– जेव्हा तुझी पेट्यूनिया मावशी – आजी वारली, तेव्हा आश्चर्य म्हणजे डडलीला तिच्या सामानात ही सापडली – त्यानं प्रेमानं मला पाठवली, आणि तेव्हापासून– जेव्हा केव्हा मला नशिबाची साथ हवीशी वाटे, तेव्हा तेव्हा मला ती सापडत असे आणि मी तिला जवळ धरायचो. मला वाटलं जर तुलाही...

अल्बस

मलाही तिला जवळ घ्यावंसं वाटेल? ठीके. मान्य आहे. बघू मला काही नशिबाची साथ मिळते का ते. तसंही गरज आहेच मला त्याची.

तो चादरीला स्पर्श करतो.

पण बाबा, राहू दे. तुम्हीच ठेवा ही तुमच्याजवळ.

हॅरी

मला वाटतंय – मी असं मानतो – पेट्यूनिया मावशीला ती मला द्यायची होती, म्हणूनच तिनं इतकी वर्ष ती सांभाळून ठेवली असणार. आणि आता माझी इच्छा आहे की माझ्याकडून तू ती ठेवून घ्यावीस. माझी आई मला फारशी माहितीच नाही – पण असं वाटलं की तिचीदेखील हीच इच्छा असती. मलाही तिच्या आठवणीत रमायला आवडेल. कदाचित आपण दोघेही...

अल्बस

बाबा, ऐका ना. मला अजून बरंच सामान भरायचं आहे आणि तुम्हालाही मंत्रालयात यथेच्छ काम आहे. तर...

हॅरी

अल्बस, मला मनापासून वाटतंय तू ही चादर ठेवून घ्यावीस.

अल्बस

आणि ठेवून काय करू मी तिचं? बाबा, एक वेळ परीचे पंख समजू शकतो, अदृश्य करणारा अंगरखा – तोही चालेल – पण ही चादर?

हॅरी काहीसा निराश होतो. आपल्या मुलाकडे बघतो, त्याच्याशी संवाद साधण्याच्या तळमळीनं.

हॅरी

तुला मदत करू मी? सामान भरायला. माझं आवडतं काम होतं ते. म्हणजे मी प्रायव्हेट ड्राईव्ह मधून हॉगवर्ट्सला जायचो तेव्हा. हॉगवर्ट्स माझं घर होतं... म्हणजे मला माहित्येय तुला फार प्रेम नाहीये शाळेबद्दल पण...

अल्बस

हो. माहित्येय ना. असेल ती जगातली सगळ्यात महान जागा तुमच्यासाठी. मावशी काकांकडून छळ झालेल्या एका बिचाऱ्या अनाथ मुलासाठी –

हॅरी

अल्बस, पुरे. नको बोलूया का त्याबद्दल –

अल्बस

डडलीसारख्या मावसभावामुळे त्रासलेल्या पोरासाठी, ज्याला हॉगवर्ट्सनी तारलं... वगैरे वगैरे... ठाऊक आहे मला.

हॅरी

अल्बस पॉटर, कशाला उगीच मला चिडवायचा प्रयत्न करतोयस?

अल्बस

तो बिचारा अनाथ मुलगा, ज्यानं आम्हा सगळ्यांना वाईटापासून वाचवलं. तमाम जादुई दुनियेतल्या लोकांच्या वतीनं म्हणतोय मी. तुम्ही दाखवलेल्या शौर्यधैर्यासाठी किती आभार मानू तुमचे? त्याकरता तुम्हाला लोटांगण घालू का पाया पडू?

हॅरी

अल्बस, बस झालं. मला कोणाकडूनही कृतज्ञतेची अपेक्षा नाहीये. तुला माहितंय ते.

अल्बस

पण आत्ता या क्षणी ऊतू जात्येय माझी कृतज्ञता. बहुतेक त्या बुरसटलेल्या चादरीनी मला ही प्रेरणा दिलेली असणार...

हॅरी

बुरसटलेली चादर?

अल्बस

काय होईल असं वाटलं होतं मग तुम्हाला? तुम्ही हे असं केल्यानं आपण मिठी मारू? मी तुमच्यावर सदैव किती प्रेम करतो ते सांगेन? काय हवंय काय तुम्हाला?

हॅरी *(संयम सुटून)*

त्याचं काय आहे ना, तुझ्या नाखुशीचं खापर नेहमी माझ्यावर फुटतं. मला कंटाळा आलाय ह्याचा. निदान तुला वडील आहेत, नशीबवान आहेस. माझ्या नशिबात तेही नव्हतं.

अल्बस

आणि त्यात नशीबवान असण्यासारखं काय आहे?

हॅरी

म्हणजे तुला मी नकोसा झालोय का?

अल्बस

तसं नाही. तुम्ही माझे बाबा नसतात तर परवडलं असतं मला.

हॅरी *(रागाने लाल झालेला)*

हो. मलाही कधी कधी वाटतं ना तू माझा मुलगा नसतास तर बरं झालं असतं.

शांतता पसरते. अल्बस होकारार्थी मान डोलावतो. काही क्षण विराम. हॅरीला त्याच्या बोलण्यातलं गांभीर्य लक्षात येतं.

नाही. मला तसं नव्हतं म्हणायचं...

अल्बस

हो, पण तुम्ही म्हणालात तसं.

हॅरी

अल्बस, तुला अगदी माहित्येय मला कसं उचकवायचं ते...

अल्बस

तुमच्या मनातलंच बोललात बाबा तुम्ही. आणि तुम्हाला दोष नाही देत मी.

भयाण निःशब्द शांतता पसरते.

मला एकटं सोडा आता.

हॅरी

अल्बस, प्लीज...

अल्बस ती चादर उचलून दूर भिरकावून देतो. तिचा धक्का लागून रॉननं दिलेला प्रेमकाढा सांडतो आणि चादर, गादीला लागतो. त्यातून धूर येतो.

अल्बस

नशीब आणि प्रेम दोन्ही नाही की माझ्यासाठी.

अल्बस खोलीतून बाहेर निघून जातो. हॅरी त्याच्या मागे जातो.

हॅरी

अल्बस. अल्बस... प्लीज ऐक माझं...

अंक पहिला प्रवेश आठवा

स्वप्न, खडकावरील झोपडी

एक मोठा दाणदाण आवाज येतो. नंतर काही तरी कोसळून पडल्याचा जोरात आवाज होतो. डडली डर्सली, पेट्यूनिया मावशी आणि व्हर्नोन काका एका दिवाणाच्या मागे लपलेत.

डडली डर्सली

आई गं, मला हे अजिबात आवडलं नाहीये.

पेट्यूनिया मावशी

हो ना, चुकलंच आपलं इथे येऊन. व्हर्नोन. व्हर्नोन. कुठेही जागा नाही आपल्याला लपायला. दीपगृह तसं काही फार लांब नाहीये इथून.

आणखी एक दणदणाट होतो.

व्हर्नोन काका

थांबा. थांबा. ते जे काही आहे, मी त्याला आत येऊ देणार नाही.

पेट्यूनिया मावशी

आपल्याला शाप मिळालाय! ह्या मुलामुळे! हा पोरटा वाईटावर आहे आपल्या! (छोट्या हॅरीकडे बघत). हे सगळं तुझ्यामुळे होतंय. जा बस जाऊन खोपच्यात.

व्हर्नोन काका त्यांची रायफल बाहेर काढतात तसा छोटुकला हॅरी गांगरून जातो.

व्हर्नोन काका

तो जो कोणी दाराबाहेर आहे, खबरदार आत आलास तर – माझ्याकडे बंदूक आहे.

तेवढ्यात एक जोरदार तडाखा ऐकू येतो. आणि झोपडीचं दार बिजागऱ्यांपासून निखळून येतं. दारामध्ये हॅग्रीड उभा असतो. आतल्या सगळ्यांवर तो नजर फिरवतो.

हॅग्रीड

मला कपभर चहा मिळेल का? फारच खडतर प्रवास करून आलोय इथवर.

डडली डर्सली

बाप रे. आहे कोण हा.

व्हर्नोन काका

मागे थांबा. मागे थांबा. माझ्या मागे ये पेट्यूनिया. माझ्या पाठी डडली. ताबडतोब या घुसखोराला हाकलून लावतो.

हॅग्रीड

घूस काय? (*तो व्हर्नोन काकांची बंदूक हातात घेतो.*) अशी बंदूक बघितली नाहीये मी बऱ्याच काळात. (*बंदुकीची नळी वाकवून तो त्याची गाठ बांधतो.*) अरेच्चा मारी. (*आणि त्याचं लक्ष विचलित होतं. त्यानं लहानग्या हॅरीला बघितलंय*) साक्षात हॅरी पॉटर!

छोटा हॅरी

हॅलो.

हॅग्रीड

मागच्या वेळी मी तुला पाहिलं, तेव्हा तू अगदी तान्हा होतास. तू बऱ्यापैकी तुझ्या बाबांसारखा दिसतोस. डोळे मात्र आईचे घेतलेस.

छोटा हॅरी

तुम्ही ओळखायचात माझ्या आईबाबांना?

हॅग्रीड

अरेच्चा. मी रीतभात विसरलोच की! तुला वाढदिवसाच्या खूप खूप शुभेच्छा. तुझ्यासाठी मी काहीतरी आणलंय बरं का.– कदाचित चुकून मी त्यावर बसलो असेन वाटेत, पण चव तरी बरी असावी.

कोटाच्या आतून तो एक दबलेला चॉकलेट केक बाहेर काढतो. हिरव्या रंगानी त्यावर 'वाढदिवसाच्या शुभेच्छा' असं लिहिलेलं असतं.

छोटा हॅरी

कोण आहात तुम्ही?

हॅग्रीड (*खिदळून*)

खरंच की. ओळख करून द्यायची राहिली. मी रूबियस हॅग्रीड. हॉगवर्ट्सचा रखवालदार आहे. (*स्वतःकडे बघत.*) बरं. चहाचं काय झालं? चहापेक्षा

जास्त कडक काही असेल तर तेही चालेल बरं का आपल्याला! आधीच सांगतो.

छोटा हॅरी

हॉग कुठे?

हॅग्रीड

हॉगवर्ट्स. म्हणा तुला माहीतच असेल सगळं हॉगवर्ट्सबद्दल.

छोटा हॅरी

ते... नाही खरं तर. सॉरी.

हॅग्रीड

सॉरी? ह्यांनी आधी सॉरी म्हटलं पाहिजे. मला वाटलंच होतं, तुला पत्रं मिळत नसतील म्हणून. पण तुला हॉगवर्ट्सबद्दल काहीच माहीत नसेल असं वाटलं नव्हतं. तुला कधी आश्चर्य नाही वाटलं की तुझे आईबाबा हे सगळं शिकले कुठून?

छोटा हॅरी

काय शिकले ते?

हॅग्रीड रागाच्या भरात व्हर्नोन काकावर चालून जातो.

हॅग्रीड

याचा अर्थ असा, की ह्या पोराला – ह्या पोराला काही म्हणजे काहीसुद्धा माहीत नाहीये? कशाचबद्दल?

व्हर्नोन काका

या पोरट्याला अजून काहीबाही सांगायला तुला परवानगी नाही.

छोटा हॅरी

काय सांगायला?

हॅग्रीड

हॅरी – एक जादूगार आहेस तू. पार सगळी जादुई दुनियाच तू बदलून टाकलीस. तमाम जादुई विश्वातला तू सगळ्यात लोकप्रिय जादूगार आहेस.

आणि त्यातच खोलीच्या मागच्या बाजूनं सगळ्यांच्या कानात घुमतीलसे शब्द ऐकू येतात. आवाज निसंशयपणे व्होल्डेमॉर्टचा...

हॅऽऽऽरी पॉटऽऽऽर...

अंक पहिला प्रवेश नववा

हॅरी आणि जिनी पॉटरचे घर, त्यांचे शयनगृह

हॅरी अचानक झोपेतून जागा होतो. त्याला धाप लागलीय.

क्षणभर थांबून तो जरा शांत होतो. आणि तेव्हाच त्याच्या कपाळात तीव्र वेदना होतात, त्याच्या व्रणामधे. त्याला काळ्या जादूचा भास होतो.

जिनी

हॅरी...

हॅरी

मी ठीक आहे आता. झोप तू.

जिनी

लुमॉस.

जादूच्या छडीच्या प्रकाशात सगळी खोली उजळते. हॅरी तिच्याकडे बघतो.

वाईट स्वप्न पडलं?

हॅरी

हो.

जिनी

कशाबद्दल?

हॅरी

म्हणजे – सुरू झालं डर्सलींपासून – आणि नंतर कुठंतरीच भरकटलं.

काही क्षण जातात. जिनी त्याच्याकडे बघून त्याच्या मनाचा ठाव घेण्याचा प्रयत्न करते.

जिनी

तुला झोपेचा काढा देऊ का?

हॅरी

नको. ठीक आहे मी. झोप तू.

जिनी

तुझं लक्षण काही ठीक दिसत नाहीये.

त्यावर हॅरी काहीच बोलत नाही.

(त्याची अस्वस्थता पाहून) ॲमॉस डिगरीची समजूत पटणं सोपं काम नाहीये ना.

हॅरी

त्याच्या रागाला मी एकवेळ तोंड देऊ शकतो गं. पण त्याची बाजू बरोबर आहे ही वस्तुस्थिती पचवणं जड जातंय मला. ॲमॉसनी त्याचा मुलगा गमावला माझ्यामुळे –

जिनी

त्याचा दोष तू स्वतःवर ओढवून घ्यावास हे नाही पटत मला –

हॅरी

आणि माझ्याकडे त्याला द्यायला काही उत्तर नाहीये. मी कोणालाही उत्तर देऊ शकत नाही म्हणा. फक्त चुकीचं बोलू मात्र शकतो.

जिनी जाणून आहे – हॅरी कशासंदर्भात किंवा कोणाविषयी बोलतोय.

जिनी

तर हे कारण आहे तुझ्या नाराजीचं? तुला जायचं नव्हतं त्याच्या खोलीत तर हॉगवर्ट्‌सला जाण्याआधीची रात्र निवडायला नको होतीस. चांगला प्रयत्न होता म्हणा तुझा. ॲलला चादर देण्याचा.

हॅरी

पण ते दिल्यावर गोष्टी फारच विकोपाला गेल्या. जिनी, मी त्याला उलटसुलट बोललो जरा...

जिनी

हो. ऐकलं मी.

हॅरी

आणि तरीही तू माझ्याशी बोलत्येयस?

जिनी

कारण मला माहित्येय, योग्य वेळ येईल, तेव्हा तू त्याची माफी मागशील. आणि सांगशील की तुला असं म्हणायचं नव्हतं. आणि रागाच्या भरात तू जे बोललास त्यामुळे काही चांगल्या गोष्टी सांगायच्या राहून गेल्या. तू त्याच्याशी मोकळेपणानं बोलायला हवंस हॅरी. त्याची तेव्हढीच माफक अपेक्षा आहे.

हॅरी

तो जर जेम्स आणि लिलीसारखा असता तर बरं झालं असतं नाही का.

जिनी *(वैतागून)*

हो, म्हणजे इतक्या स्पष्टपणेही नको.

हॅरी

नाही, म्हणजे त्यानं बदलावं अशी अपेक्षा नाही करत मी. पण मी समजू शकतो त्याला आणि...

जिनी

अल्बस वेगळा मुलगा आहे ही चांगली गोष्ट आहे. वेळप्रसंगी तो तुझ्यातल्या हॅरी पॉटरच्या आवेशाची जाणीवही करून देतो. त्याला तुझ्यातला खरा बाबा हवाय, हॅरी.

हॅरी

'सत्य ही एक सुंदर आणि तेवढीच भयंकर गोष्ट आहे. आणि म्हणून ती खूप काळजीपूर्वकपणे हाताळायला हवी.'

जिनी आश्चर्यानं त्याच्याकडे बघते.

डम्बलडोर मला म्हणालेले.

जिनी

एखाद्या मुलाला असं सांगावं म्हणजे नवलच.

हॅरी

जर तुमची धारणा असेल की जगाचं भलं व्हावं म्हणून त्या मुलाला आपले प्राण गमवावे लागणार असतील तर काही नवल नाही.

हॅरीला धाप लागते. ठसठसणाऱ्या कपाळाला हात न लावायचा तो आटोकाट प्रयत्न करतो.

जिनी

हॅरी. काय होतंय तुला?

हॅरी

काही नाही. ठीक आहे मी. माझं लक्ष आहे. मी नीट बोलेन त्याच्याशी...

जिनी

तुझा व्रण ठसठसतोय का?

हॅरी

नाही गं. मला काही होत नाहीये. ते सोड आणि जरा पडूया आता.

जिनी

हॅरी, किती वर्षं झाली असतील रे तुझा व्रण शेवटचा दुखून?

हॅरी वळून जिनीकडे पाहतो. त्याचा चेहराच सगळं काही बोलून जातो.

हॅरी

बावीस वर्षं झालीत.

अंक पहिला प्रवेश दहावा

हॉगवर्ट्स एक्सप्रेस

अल्बस ट्रेनच्या गजबजलेल्या डब्यातून वेगानं चालत असतो. लोकांचं लक्ष चुकवण्यासाठी डोकं खाली खुपसून.

रोझ

अल्बस, मी तुलाच शोधत होते...

अल्बस

मला? कशाला?

रोझ विषय कसा सुरू करायचा या गोंधळात असते.

रोझ

अल्बस, आपण चौथ्या वर्षात गेलोय. आणखी एका नवीन वर्षाची सुरुवात होत्येय. माझ्याशी पुन्हा मैत्री करशील का?

अल्बस

आपण मित्र कधीच नव्हतो.

रोझ

इतकं कडवटपणानं का बोलतोयस? मी सहा वर्षांची असताना तू माझा सगळ्यात चांगला मित्र होतास.

अल्बस

त्याला बराच काळ झाला.

तो निघून जायला लागतो तेवढ्यात ती त्याला खेचून एका डब्याच्या कप्प्यात नेते.

रोझ

तुला बातमी कळली का? मंत्रालयानं खूप मोठा छापा घातलाय काही दिवसांपूर्वी. तुझ्या बाबांनी म्हणे फार साहसी कारवाई केली.

अल्बस

मलाही माहीत नसलेल्या अशा सगळ्या गोष्टी तुला कशा काय ठाऊक असतात?

रोझ

वरकरणी, त्यांनी ज्या जादुगाराच्या घरावर छापा घातला त्याचं नाव थिओडोर नॉट. त्याच्याकडून अनेक जादू कायदे–नियम मोडणाऱ्या सगळ्या प्रकारच्या भयानक वस्तू जप्त केल्या आहेत – त्यामुळे मंत्रालयात थोडी घबराट पसरल्येय – त्यांना एक टाइम टर्नर यंत्र सापडलंय. तेही एकदम उच्च दर्जाचं.

अल्बस रोझकडे पाहतो, आत्ता कुठे सगळं बरोब्बर उलगडतं.

अल्बस

टाइम टर्नर यंत्र? माझ्या बाबांना सापडलंय?

रोझ

हळू बोल. हो. कसलं भारी ना?

अल्बस

तुला खात्री आहे ना?

रोझ

पक्की खात्री आहे.

अल्बस

असो. आता मला स्कॉर्पियसला शोधायचंय.

तो ट्रेनमधून स्कॉर्पियसला शोधत चालायला लागतो. रोझ त्याचा पाठलाग करते. अजूनही तिने आपला मुद्दा धरून ठेवला आहे.

रोझ

अल्बस!

अल्बस तिच्याकडे निर्धारानं बघतो.

अल्बस

तुला कोणी सांगितलंय माझ्याशी बोलायला?

रोझ (*तयारीत*)

असं आहे. बहुतेक तुझ्या आईनी माझ्या बाबांना कळवलं – निव्वळ तुझ्या काळजीपोटी – आणि मला असं वाटतंय की –

अल्बस

रोझ, प्लीज मला एकटं राहू दे.

स्कॉर्पियस त्याच्या नेहमीच्या कप्प्यात बसलेला आहे. आधी अल्बस आत जातो. रोझ तरीही त्याच्या पाठोपाठ येते.

स्कॉर्पियस

अल्बस! अरे हॅलो रोझ, तुला छान वास येतोय. कशाचा आहे?

रोझ

मला वास येतोय?

स्कॉर्पियस

नाही. म्हणजे मी चांगल्या अर्थानं म्हणालो. तुला मस्त ताज्या फुलांचा सुवास येतोय. आणि ताज्या – ब्रेडचा.

रोझ

अल्बस, मी आहे जवळपास, ठीके ना? तुला हवी असल्यास.

स्कॉर्पियस

मला म्हणायचं होतं, छान ब्रेड, चांगला मस्त ब्रेड! ब्रेड... आता ब्रेडमध्ये काय वाईट आहे?

मान नकारार्थी डोलवत रोझ तिथून निघून जाते.

रोझ

ब्रेडमध्ये काय वाईट आहे म्हणे!

अल्बस

मी तुला शोधत होतो सगळीकडे...

स्कॉर्पियस

आता सापडलो नं तुला मी. मी जसा काही लपलोच होतो. तुला माहित्येय ना मी नेहमी लवकर येऊन जागा पकडतो... लोकांच्या वटारलेल्या डोळ्यांपासून, चिडवण्यापासून वाचण्यासाठी. लोकांना 'व्होल्डेमॉर्टचा मुलगा' असं माझ्या बॅगवर लिहिता येऊ नये म्हणून. ते तर कधीच बंद होणार नाही. रोझला मी आवडत नाही. हो ना?

अल्बस त्याच्या दोस्ताला कडकडून मिठी मारतो. काही क्षण मिठीत राहिल्याचं स्कॉर्पियसला आश्चर्य वाटतं.

बरं बरं. अरे ए, याआधी आपण कधी एकमेकांच्या गळ्यात पडलो का? चालतं का असं?

दोन्ही मुलं दूर होतात.

अल्बस

असंच. कालचा दिवस जरा खडतर होता.

स्कॉर्पियस

का? नेमकं झालं तरी काय?

अल्बस

ते मी नंतर सांगतो तुला. आपल्याला आधी या ट्रेनमधून उतरलं पाहिजे.

दुरून शिट्यांचा आवाज ऐकू येतो. ट्रेन सुरू होते.

स्कॉर्पियस

उशीर झाला आता मित्रा. ट्रेन चालू झाली. हॉगवर्ट्सला जायला निघालीसुद्धा!

अल्बस

मग आपल्याला चालत्या ट्रेनमधून बाहेर पडलं पाहिजे.

ट्रॉलीवाली जादूगारीण

ट्रॉलीमधलं काय हवंय पोरांनो?

अल्बस खिडकी उघडतो आणि बाहेर कसं पडायचं याचा अंदाज घेतो.

स्कॉर्पियस

बरं का, आपण धावत्या जादुई ट्रेनमधे आहोत.

ट्रॉलीवाली जादूगारीण

पम्पकिन केक? कॉल्ड्रॉन केक?

स्कॉर्पियस

अल्बस सेव्हरस पॉटर. हा वेडगळपणा बस झाला.

अल्बस

पहिला प्रश्न. तुला तिरंगी जादूगार चषकाबद्दल काय माहीत आहे?

स्कॉर्पियस

व्वा! प्रश्नोत्तरांचा खेळ! तीन जादुई शाळा त्यांच्यातल्या प्रत्येकी एक अशा तीन सर्वोत्कृष्ट खेळाडूंची निवड करतात. त्यांना तीन कामगिऱ्या देऊन त्यांच्यात चषकासाठी स्पर्धा लावतात. त्याचा इथे काय संबंध?

अल्बस

तू ना एक नंबरचा पुस्तकी किडा आहेस.

स्कॉर्पियस

हो. माहित्येय मला.

अल्बस

दुसरा प्रश्न. ही तिरंगी चषक स्पर्धा गेली वीस वर्षं बंद का बरं आहे?

स्कॉर्पियस

शेवटची स्पर्धा झाली होती ती तुझे बाबा आणि एका सेड्रिक डिगरी नावाच्या मुलात – त्यांनी दोघांनी एकत्र जिंकायचं ठरवलं पण तो चषक म्हणजे एक पोर्ट की होती – ज्यामुळे ते जाऊन पोचले थेट व्होल्डेमॉर्ट पर्यंत. सेड्रिक त्यात मारला गेला. त्यानंतर तडकाफडकी ही स्पर्धा बंद करण्यात आली कायमची.

अल्बस

शाब्बास. तिसरा प्रश्न. सेड्रिकला ठार मारण्याची गरज होती? सोप्पा प्रश्न आणि सोप्पं उत्तर: गरज नव्हती. व्होल्डेमॉर्टचे शब्द होते 'मारा त्या दुसऱ्या पोराला'. दुसरा पोरगा. तो मारला गेला कारण तो फक्त माझ्या बाबांबरोबर तिथं हजर होता. आणि माझे बाबा त्याला वाचवू शकले नाहीत – पण आपण तर वाचवू शकतो ना? इतिहासात एक चूक घडली. आपण तिला दुरुस्त करणारोत. आपण टाईम टर्नर वापरू आणि त्याला परत आणू.

स्कॉर्पियस

अल्बस, काही उघड कारणांमुळे, मी काही टाईम टर्नरचा मोठा चाहता नाहीये...

अल्बस

जेव्हा ॲमॉस डिगरीनी माझ्या बाबांकडे टाईम टर्नरबद्दल विचारणा केली होती तेव्हा बाबांनी अशी कोणती चीज अस्तित्वात असल्याचंच अमान्य केलं होतं. ते एका बिचाऱ्या वयस्कर माणसाशी खोटं बोलले. ॲमॉसना फक्त त्यांचा मुलगा परत हवा होता. त्याच्यावर नितांत प्रेम होतं त्यांचं. आणि माझे बाबा असे निर्दयीपणे वागले – कारण त्यांना फरक पडत नव्हता... आजही पडत नाही. सगळेजण त्यांच्या अफाट बहादुरीचं नेहमी कौतुक करत असतात. पण

त्यांच्या हातून काही चुकाही घडल्या. खरं तर काही तर घोडचुका. त्यातली एक मोठी चूक मला ठीक करायच्येय. मला असं वाटतंय आपण सेड्रिकला वाचवायला हवं.

स्कॉर्पियस

अच्छा. मला काय वाटतंय माहित्येय? तुझ्या डोक्याचा स्क्रू पार ढिला झालाय.

अल्बस

स्कॉर्पियस, मी हे करायचं ठरवलंय. मला ते करणं भाग आहे. आणि आपल्या दोघांना माहित्येय, तू माझी साथ दिली नाहीस तर नेहमी माझी फजिती होते. चल ना माझ्याबरोबर.

अल्बस त्याच्याकडे बघून हसतो. आणि खिडकीतून वर चढून दिसेनासा होतो. स्कॉर्पियस क्षणभर थोडा संभ्रमात पडतो. थोडा नाखुषच होतो पण त्याला त्याला माहित्येय त्याला काय करायचंय – काय करावं लागणार आहे. तो वर चढतो आणि अल्बसपाठोपाठ गायब होतो.

अंक पहिला प्रवेश अकरावा

हॉगवर्ट्स एक्सप्रेसचं छत

दाही दिशातून वारा घोंघावतो आहे. सोसाट्याचा वारा सुटलाय. घाबरलेला स्कॉर्पियस आणि निर्धार केलेला अल्बस असे एक्सप्रेसच्या छतावर आहेत.

स्कॉर्पियस

बरं. आपण तर आता ट्रेनच्या छतावर येऊन पोचलोय. फारच वेग घेतलाय गाडीनं. किंचित भीतीदायक आहे रे. पण मला भारी छान वाटतंय. मला माझ्याबद्दल खूप नवीन गोष्टी जाणवल्या आहेत, काही तुझ्याबद्दलही. पण –

अल्बस

माझ्या माहितीनुसार थोड्याच वेळात आपण पुलाजवळ पोहोचू. त्यावरून उतरलो की फक्त थोडा चढ पार करून आपण सेंट ओस्वाल्ड वृद्धाश्रमापर्यंतची मजल गाठू...

स्कॉर्पियस

काय? कुठं? हे बघ दोस्ता, आयुष्यात पहिल्यांदाच बंड करून धाडस दाखवायला मलाही तुझ्याइतकीच मजा येत्येय – ट्रेनचं छत वगैरे – कमालच – पण आता हे जरा जास्तच –

स्कॉर्पियसला नेमकी नको असलेली एक व्यक्ती तिथं दिसते.

अल्बस

जर का आपला कुशनिंग मंत्र चालला नाहीच तरी पाण्यात उडी मारण्याचा निर्धोक पर्याय आहेच आपल्याकडे.

स्कॉर्पियस

अल्बस, ते विसर, ती ट्रॉलीवाली जादूगारीण.

अल्बस

काय बोलतोयस? तुला अशा प्रसंगी हादडायला सुचतंय?

स्कॉर्पियस

नाही रे. ती ट्रॉलीवाली जादूगारीण आपल्याकडेच येत्येय.

अल्बस

कसं शक्य आहे. आपण तर ट्रेनच्या वर चढलोय ना...

स्कॉर्पियस त्याला खुणावून दाखवतो, आणि त्याला ती ट्रॉलीवाली बाई अखेर दिसते. थंडपणे ती ट्रॉली ढकलत येते.

ट्रॉलीवाली जादूगारीण

काय देऊ बाळांनो? पम्पकिन केक? चॉकलेट फ्रॉग का कॉल्ड्रॉन केक?

अल्बस

अं...

ट्रॉलीवाली जादूगारीण

कोणी मला फारसं ओळखत नाही. माझ्याकडून कॉल्ड्रॉन केक विकत घेतात– पण माझ्याकडे फारसं लक्ष जात नाही कोणाचं. मला आठवतही नाही की शेवटच्या खेपेला कोणी माझं नाव विचारलं होतं.

अल्बस

काय नाव आहे आपलं?

ट्रॉलीवाली जादूगारीण

बघ. मला चट्कन आठवतही नाही. मी एवढंच सांगू शकते की जेव्हा हॉगवर्ट्स एक्सप्रेस पहिल्यांदा सुरू झाली – ओटॅलिन गॅम्बोलनं स्वतः मला ही नोकरी देऊ केली होती...

स्कॉर्पियस

ती सुरू होऊन तर एकशे नव्वद वर्षं झाली. तुम्ही एकशे नव्वद वर्षांपासून हे काम करताय?

ट्रॉलीवाली जादूगारीण

या हातांनी तब्बल साठ लाखांहून अधिक पम्पकिन केक बनवलेत. माझा हातखंडा झालाय तो. पण हे कोणीच लक्षात घेत नाही की माझे पम्पकिन केक एका वेगळ्याच गोष्टीत रूपांतरित होऊ शकतात.

ती एक पम्पकिन केक उचलते आणि एखाद्या हातबॉम्बसारखा फेकून देते. त्याचा स्फोट होतो.

आणि तुमचा विश्वासदेखील बसणार नाही की या चॉकलेट फ्रॉगचं मी काय करू शकते. कधीही. आजतागायत कधीही मी कोणाला या ट्रेनमधून मधेच उतरू दिलं नाहीये. ती शेवटपर्यंत पोहोचेस्तोवर. काही उपटसुंभांनी केले होते प्रयत्न – सिरियस ब्लॅकचंच उदाहरण घ्या, त्याचे अनुयायी अर्थात फ्रेड आणि जॉर्ज विझली. पण कोणीही यशस्वी झालं नाही. कारण ही जादुई ट्रेन आहे – त्यातून कोणी उठसूट बाहेर पडलेलं चालत नाही तिला...

ट्रॉलीवाल्या जादुगारिणीचे हात रूपांतरित होऊन अणकुचीदार टोकं बनतात. ती छद्मी हसते.

त्यामुळे गपचूप आपापल्या जागेवर जाऊन बसा बरं. हा प्रवास संपेपर्यंत.

अल्बस

स्कॉर्पियस, तुझं बरोबर होतं रे. ही ट्रेन जादुई आहे.

स्कॉर्पियस

माझ्याकडे आत्ता या क्षणी स्वतःची पाठ थोपटून घ्यायला अजिबात वेळ नाहीये.

अल्बस

आणि माझा अंदाजही बरोबर निघाला की – पुलाबद्दलचा – ते बघ खाली पाणी दिसायला लागलंय. कुशनिंग चार्म वापरायची वेळ झालीये बरं का.

स्कॉर्पियस

अल्बस, हा अतिशय चुकीचा निर्णय आहे.

अल्बस

हो का? *(तो क्षणभर कचरतो आणि दुविधेत पडण्याची वेळ निघून चालल्याचं त्याच्या लक्षात येतं.)* आधीच खूप उशीर झालाय. एक, दोन, तीन. मोलिएर!

उडी मारतानाच तो मंत्र पुटपुटतो.

स्कॉर्पियस

अल्बस... अल्बस...

अतिशय काळजीपोटी आपल्या मित्राकडे तो वाकून खाली बघतो. आणि मग जवळ चालून येणाऱ्या ट्रॉलीवाल्या जादुगारिणीकडं. तिचे केस पिंजारलेले असतात. विशेषकरून तिचे अणकुचीदार पंजे भयानक टोकेरी.

हे पहा, तुम्ही मोठ्या मजेदार दिसताय खऱ्या, पण मला माझ्या मित्रापाठोपाठ गेलं पाहिजे.

नाक दाबून, श्वास रोखून तो अल्बसच्या मागोमाग पाण्यात उडी टाकतो. तो मंत्र उच्चारतो.

मोलिएर!

अंक पहिला प्रवेश बारावा

जादू मंत्रालय, मोठी बैठक खोली

मंच जादूगार आणि जादुगारिणींनी भरून गेलाय. अनुभवी जादूगारांसारखाच त्यांचा कोलाहल आणि कलकलाट माजला आहे. त्याच्यातले काही म्हणजे, जिनी, ड्रॅको आणि रॉन. त्यांच्यासमोरच्या व्यासपीठावर हॅरी आणि हर्मायनी बसले आहेत.

हर्मायनी

ऑर्डर. ऑर्डर. मला शांतता प्रस्थापित करायला हवी. *(जादूची छडी फिरवून ती जमावाला शांत करते.)* छान. या असामान्य बैठकीला उपस्थित राहिल्याबद्दल आपणा सर्वांचे आभार. इतक्या मोठ्या संख्येनं आपण सर्वांनी हजेरी लावलीत याचा मला आनंद आहे. गेली अनेक वर्ष जादुई विश्वात लोक शांततेत आणि सुखानं नांदतायत. हॉगवर्ट्सच्या लढ्यात व्होल्डेमॉर्टला पराभूत करून आता सुमारे बावीस वर्ष लोटली. आणि सुखावह बाब म्हणजे आपली नवीन पिढी या सगळ्या वाईट गोष्टींपासून अनभिज्ञ आहे. निदान अजूनतरी. हॅरी?

हॅरी

गेले काही महिने व्होल्डेमॉर्टच्या जुन्या साथीदारांच्या काही हालचाली सुरू आहेत. आम्ही केलेल्या पाठपुराव्यानुसार ट्रोल्स युरोपमधून चाल करत आहेत. जायंट्स समुद्र ओलांडून येण्याच्या तयारीत आहेत. आणि वेअरवूल्फ्स– सांगायला त्रास होतोय की काही आठवड्यांपासून त्यांचा काहीही थांगपत्ता लागत नाहीये. आम्हाला माहीत नाही ते कुठे कूच करताहेत किंवा त्यांना कोणी फूस लावलीये. पण त्यांची काहीतरी हालचाल सुरू आहे हे नक्की – याचा काय अर्थ समजायचा ही काहीशी चिंतेची बाब आहे. म्हणूनच आम्ही चौकशी करत आहोत – कोणाला काही आढळून आले असेल, – कोणाला काही

जाणवले असेल तर कृपया आपली जादूची छडी वर धरून संबोधावे. आम्ही सर्वांचे म्हणणे लक्षात घेऊ. प्रोफेसर मॅकगॉनॅगल, बोला.

प्रोफेसर मॅकगॉनॅगल

उन्हाळी सुट्टीतून शाळा पुन्हा रुजू झाल्यावर जादुई काढे विभागातील साठ्यात काहीतरी अफरातफर झाल्याचं दिसून आलं. पण फारसे जिन्नस चोरीला गेले नसावेत. थोडीफार बूमस्लॅन्ग स्किन आणि लेसविंग फ्लाईज. निर्बंधित भागातून मात्र काही नाही. आमचा संशय पिव्ह्जवर आहे.

हर्मायनी

प्रोफेसर मॅकगॉनॅगल, धन्यवाद. आम्ही याची शहानिशा करू. *(ती खोलीभर बघते.)* अजून कोणी? ठीक आहे. सर्वांत दुर्दैवाची गोष्ट म्हणजे हॅरीचा व्रण पुन्हा दुखायला लागला आहे.

ड्रॅको

व्होल्डेमॉर्ट मेलाय. संपलाय तो.

हर्मायनी

होय ड्रॅको, व्होल्डेमॉर्ट मरण पावला. पण या काही गोष्टींचा अर्थ असा होतो की व्होल्डेमॉर्ट किंवा त्याचा काही अंश पुनरुज्जीवित झाल्याची शक्यता आहे.

जमलेल्या लोकांमध्ये खळबळ उडते.

हॅरी

याची शक्यता पडताळून पाहण्यासाठी मला काही अवघड प्रश्न विचारणं भाग आहे. तुमच्यापैकी ज्यांच्या हातावर सैतानी चिन्ह आहे... त्यांना काही वेगळी जाणीव झाली आहे का? हलकासा ठणका तरी?

ड्रॅको

पुन्हा पालथ्या घड्यावर पाणी. काय पॉटर, सैतानी चिन्ह असलेल्या लोकांच्या बाबतीत शंका घ्यायला पुन्हा सुरुवात होणार तर?

हर्मायनी

तसं नव्हे ड्रॅको. हॅरी फक्त एवढंच विचारतोय...

ड्रॅको

हे सगळं कशासाठी चाललंय येतंय का लक्षात? हॅरीला पुन्हा प्रसिद्धीच्या झोतात यायचंय. आपल्याकडे दरवर्षीच डेली प्रॉफेटमध्ये अशा बातम्या उपटत असतात –

हॅरी

यातल्या कोणत्याही अफवांसाठी मी जबाबदार नाहीये.

ड्रॅको

असं होय? म्हणजे डेली प्रॉफेटच्या अंकाची संपादक तुझी बायको नाहीये का?

जिनी संतापून त्याच्यावर चाल करून जाते.

जिनी

मी फक्त क्रीडा विभाग सांभाळते!

हर्मायनी

ड्रॅको. हॅरीनी या व्होल्डेमॉर्टच्या मुद्द्याला मंत्रालयासमोर उघडकीस आणलं आहे… आणि मी, जादूमंत्री या नात्याने –

ड्रॅको

तू आज या खुर्चीवर आहेस ते निव्वळ हॅरी पॉटरची खास मैत्रीण असल्याकारणानं.

ड्रॅकोवर चवताळून जाणाऱ्या रॉनला जिनी अडवते.

रॉन

तुझं कानफाड फोडू का रे?

ड्रॅको

मान्य करा. त्याच्या लौकिकाचा तुम्हालाही फायदाच होतो ना. आणि पुन्हा पुन्हा सगळ्यांच्या तोंडी वाहवा कशी मिळवायची त्याचा सगळ्यात उत्तम मार्ग आहेच. *(असं म्हणून तो हॅरीची नक्कल करतो.)* 'माझा व्रण दुखतोय माझा व्रण ठसठसतोय'. आणि या सगळ्यामुळे होतं काय – की काही भोचक लोकांच्या हातात कोलीत मिळतं. पितृत्वाविषयी भलत्या सलत्या अफवा उठवून माझ्या मुलाला बदनाम करायचं.

हॅरी

ड्रॅको, या सगळ्याचा स्कॉर्पियसशी काही संबंध आहे, असं कोणीही म्हणत नाहीये.

ड्रॅको

तसंही, माझ्यामते ही बैठक म्हणजे एक ढोंगच आहे. आणि मी इथून बाहेर पडतोय.

तो निघून जातो. बाकीची गर्दीही त्यामागोमाग पांगू लागते.

हर्मायनी

अंसं कसं चालेल? ही काही पद्धत नव्हे... सर्व लोकांनी परत या. आपण काही एक धोरण ठरवणं गरजेचं आहे.

अंक पहिला प्रवेश तेरावा

जादूगारांचे सेंट ओस्वाल्ड वृद्धाश्रम

गोंगाट चालू आहे. वातावरण जादूमंत्रांनी भारलेलं आहे. हा आहे सेंट ओस्वाल्ड वृद्धाश्रम, वयस्कर जादूगार आणि जादुगारिणींसाठी. आणि आपल्या कल्पनेपेक्षाही अधिक विस्मयकारक आहे.

वृद्धांच्या काठ्या, वॉकर सजीवरूपात दिसताहेत, शिवणाची लोकर मंत्रांनी विणली जाते आहे,

आणि कहर म्हणजे शुश्रुषा करणारे पुरुष टँगो नृत्य करीत आहेत. केवळ कामासाठी जादू करण्यापासून इथल्या लोकांची मुक्तता झालेली आहे. – त्याउलट हे जादूगार जादुगारिणी फक्त मौजमजा करण्यासाठी जादुई शक्तींचा वापर करतात. आणि काय लाजवाब धमाल चालू आहे त्यांची.

आपल्या आजूबाजूला न्याहाळत, आश्चर्यचकित झालेले आणि खरं म्हणजे काहीसे भेदरलेले अल्बस आणि स्कॉर्पियस प्रवेश करतात.

अल्बस आणि स्कॉर्पियस

अं.. माफ करा... ऐकता का... माफ करा. ऐका ना!

स्कॉर्पियस

कसली धमाल आहे ही जागा.

अल्बस

आपण इथे ॲमॉस डिगरींना भेटायला आलोय बरं का.

क्षणार्धात नीरव शांतता पसरते. सगळं काही अचानक स्थिर होतं. आणि काहीसं उदासवाणं.

शिवणाची लोकर

काय रे पोरांनो, तुमचं काय काम त्या रडक्या म्हातारड्याकडे?

स्मितहास्य करत डेल्फी हजर होते.

डेल्फी

अल्बस? अल्बस! तू आलास! किती छान! येना आत आणि ॲमॉस काकांना भेट!

अंक पहिला प्रवेश चौदावा

सेंट ओस्वाल्ड वृद्धाश्रम, ॲमॉस यांची खोली

ॲमॉस वैतागून अल्बस आणि स्कॉर्पियसकडे बघतो. डेल्फी तिघांनाही न्याहाळत आहे.

ॲमॉस

मी सरळ मुद्द्यावर येतो. तू आमचं संभाषण चोरून ऐकलंस, जे तू ऐकायला नको होतंस. आणि कोणाच्याही सल्ल्याविना तू ठरवून मोकळा झालास – तेही परवानगी न घेता– आणि दुसऱ्यांच्या खाजगी आयुष्यात ढवळाढवळ करायला घेतलीस?

अल्बस

कारण माझे बाबा खोटं बोलले तुमच्याशी – मला खात्री आहे– त्यांच्याकडे आहे एक टाईम टर्नर आहे.

ॲमॉस

अर्थातच. ते आहे यात शंकाच नाही. आता तुम्ही चालू लागा.

अल्बस

काय? छे छे. आम्ही तुम्हाला मदत करायला आलोय.

ॲमॉस

मदत? दोन कोवळी पोरं तुम्ही, काय मला मदत करणार?

अल्बस

माझ्या बाबांनी दाखवून दिलंय, की जादुई जगाला बदलण्यासाठी मोठं असण्याची गरज नाही.

ॲमॉस

अच्छा. म्हणजे तू पॉटर आहेस म्हणून मी तुला या सगळ्यात पडण्याची संमती देऊ? तुझ्या सुप्रसिद्ध आडनावामुळे?

अल्बस

नाही.

ॲमॉस

तुझ्यासारख्याला? जो पॉटर स्लिदरीन हाऊसमधे आहे – हो, वाचलंय मी तुझ्याबद्दल – आणि जो मुलगा एका मॅलफॉयला सोबत घेऊन आलाय. मला भेटायला. मॅलफॉय? जो व्होल्डेमॉर्टचा वारस असू शकतो? कशावरून तुझ्यावरही काळ्या जादूच्या प्रभाव नाही? याची कोण ग्वाही देणार मला?

अल्बस

पण –

ॲमॉस

तुझी माहिती उघड आहे पण तरीही खात्री केलेली असावी. तुझे वडील माझ्याशी खोटं बोलले यात शंका नाही. आता निघा. तुम्ही दोघे. आणि माझा वेळ फुकट घालवू नका.

अल्बस *(निर्धार एकवटून)*

नाही, तुम्ही माझं म्हणणं ऐकून तर घ्या. तुम्ही स्वतः म्हणालात – माझे बाबा कैक लोकांच्या मृत्यूला कारणीभूत आहेत. मला ते बदलायची संधी द्या. त्यांच्या अनेक चुकांपैकी ही एक चूक मला निस्तरू द्या. विश्वास ठेवा माझ्यावर.

ॲमॉस *(आवाज चढवून)*

ऐकलं नाहीस पोरा नीट, मी काय म्हणालो ते. तुझ्यावर भरवसा ठेवण्याचं एकही कारण नाहीये माझ्याकडे. त्यामुळे चालते व्हा इथून आत्ताच्या आत्ता. नाहीतर मला हाकलून द्यावं लागेल तुम्हाला.

धमकावण्यासाठी तो त्याची जादूची छडी उचलतो. त्याच्याकडे बघून अल्बसचं अवसान गळून पडतं. – ॲमॉसनी त्याला पुरता चेपून टाकलाय.

स्कॉर्पियस

चल ठीके मित्रा. जगात आपल्याला एक गोष्ट चांगलीच ठाऊक आहे. ती म्हणजे आपण कुठं कुठं नकोसे आहोत ते कळून चुकणे.

अल्बस मात्र माघार घेण्यास तयार नाहीये. स्कॉर्पियस त्याला हात धरून न्यायचा प्रयत्न करतो. अल्बस वळून तिथून जायला निघतो.

डेल्फी

तुम्ही त्यांच्यावर विश्वास दाखवावा असं मला निदान एक कारण दिसतंय, काका.

दोघेही जागीच थांबतात.

फक्त या मुलांनीच आपल्याला मदतीचा हात पुढे केलाय. स्वतःचा जीव धोक्यात घालून धीर एकवटून ते तयार आहेत. तुमच्या मुलाला तुमच्याजवळ परत आणायला. मला पक्की खात्री आहे. इथवर पोहोचण्यासाठी देखील त्यांनी आपला जीव पणाला लावला असणार...

ॲमॉस

आपला मुद्दा सेड्रिकविषयी आहे...

डेल्फी

आणि – तुम्हीच म्हणाला होतात ना – कोणीतरी हॉगवर्ट्‌समध्ये राहून मदत केलेली आपल्याला खूप फायद्याची आहे. नाही का?

डेल्फी ॲमॉसच्या कपाळाचं चुंबन घेते. तो तिच्याकडे बघतो, आणि मग वळून त्या मुलांकडे.

ॲमॉस

काय कारण आहे? का म्हणून तुम्ही धोका पत्करायला तयार आहात? तुमचा काय मतलब आहे त्यात?

अल्बस

मला कल्पना आहे दुय्यम वागणूक मिळणं काय असतं. तुमचा मुलगा हकनाक बळी गेला, डिगरी सर. त्याला परत आणायला आम्ही तुम्हाला मदत करू शकतो.

ॲमॉस *(अखेर भावनिक होऊन)*

माझा लेक – माझा लेक माझ्या उभ्या आयुष्यातली सगळ्यात अप्रतिम गोष्ट होती. आणि तू म्हणतोस ते खरं आहे. त्याच्यावर अन्याय झाला – घोर अन्याय – जर तुम्ही दोघं प्रामाणिक...

अल्बस

आम्ही अतिशय प्रामाणिकपणे मदत करू.

ॲमॉस

हे काम खूप जोखमीचं आहे.

अल्बस

ठाऊक आहे.

स्कॉर्पियस

नक्की माहित्येय कुठे?

ॲमॉस

डेल्फी – तुझी तयारी आहे का त्यांची साथ द्यायला?

डेल्फी

बिनदिक्कत. काका, जर तुम्हाला त्यात आनंद असेल तर.

ती अल्बसकडे बघून हसते. आणि अल्बससुद्धा.

ॲमॉस

तुम्हाला पुरतं समजलंय का? अगदी टाईम टर्नर मिळवणंदेखील जिकिरीचं काम आहे.

अल्बस

आम्ही तयार आहोत जीव धोक्यात घालायला.

स्कॉर्पियस

खरंच का?

ॲमॉस *(गंभीरपणे)*

आशा आहे तुम्ही करून दाखवाल.

अंक पहिला प्रवेश पंधरावा

हॅरी आणि जिनी यांचे घर, स्वयंपाकघर

हॅरी, रॉन, हर्मायनी आणि जिनी एकत्र बसून जेवताहेत.

हर्मायनी

मी ड्रॅकोला वारंवार निक्षून सांगितलंय – मंत्रालयाकडून कोणीही स्कॉर्पियसबद्दल अफवा पसरवत नाहीये. या बातम्या आपल्याकडून पसरवल्या जात नाहीयेत.

जिनी

मी त्याला पत्र लिहिलं होतं – ॲस्टोरियाच्या मृत्यूनंतर – काही मदत हवी असल्यास सांगायला. मला वाटलं कदाचित– स्कॉर्पियस अल्बसचा खूप घट्ट मित्र आहे – तर मग त्याला ख्रिसमसच्या सुट्टीमध्ये काही दिवस आपल्याकडे राहायला यायचं असेल किंवा... पण माझं घुबड फक्त एका ओळीचा संदेश घेऊन परत आलं: 'तुझ्या नवऱ्याला सांग. माझ्या मुलाबद्दलच्या तद्दन सगळ्या अफवांचं खंडन कर, अगदी कायमचं.'

हर्मायनी

झपाटलाय तो.

जिनी

त्याचं अगदी वाटोळं झालंय – दुःखानं.

रॉन

त्याचं दुःख मी समजू शकतो. पण जेव्हा तो हर्मायनीला जबाबदार ठरवतो... ते जाऊ दे म्हणा... *(तो हॅरीकडे बघतो)* तुम्हीही उगाच पराचा कावळा करताय, जसं मी हिला पण सतत म्हणत असतो, या सगळ्यात काही तथ्य नसेलही.

हर्मायनी

हिला?

रॉन

ट्रोल्स कदाचित मजा करायला निघाले असतील. जायंट्स कुणाच्या तरी लग्नाला. आणि अल्बसच्या काळजीपोटी तुला वाईट स्वप्नं पडत असतील. शिवाय आता वय झालंय तुझं म्हणून तो व्रण ठसठसत असेल.

हॅरी

वय झालंय? शाबास दोस्ता!

रॉन

खरंच म्हणतोय. आजकाल खाली बसतानासुद्धा कट–कट आवाज येतो पायातून. असा आवाज आणि माझे पाय – या पायांमुळे असा काही त्रास होतोय ना मला – मी एक कविताच करतो माझ्या पायाच्या यातनांवर – कदाचित तुझा व्रणही तसाच दुखत असेल.

जिनी

किती बाष्कळ बडबड करतोस रे.

रॉन

तीच तर खासियत आहे माझी. आणि त्याव्यतिरिक्त बोलायचं झालं तर माझे स्किविंग स्नाकबॉक्स. आणि माझं तुम्हा सगळ्यांवरचं प्रेम. तुझ्यावरचं सुद्धा जिनी. बारकुडे.

जिनी

रोनाल्ड विझली, नीट वागशील? नाहीतर आईला सांगेन.

रॉन

तू असं काहीही करणार नाहीयेस.

हर्मायनी

जर व्होल्डेमॉर्टचा अंश कोणत्याही स्वरूपात जिवंत असेल, तर आपल्याला तयार राहायला हवं. आणि मला भीती वाटत्येय.

जिनी

हो ना. मलाही.

रॉन

मी कोणालाही भीत नसतो. आईला सोडल्यास.

हर्मायनी

मी खरंच मनापासून बोलत्येय हॅरी. मी कॉर्नेलियस फजसारखं परिस्थिती नाकारणार नाही. मी माघार घेऊन लपवाछपवी नाही करणार. ड्रॅको मॅलफॉय त्याला कितीही विरोध करू दे. मला काडीचाही फरक पडत नाही.

रॉन

तू लोकप्रियतेखातर कधीच काम करत नाहीस. हो की नाही?

हर्मायनी रॉनकडे खाऊ का गिळू नजरेनं बघते. ती त्याला मारायला नेम धरते. पण रॉन हळूच पळ काढतो.

नेम चुकला.

जिनी रॉनला एक गुद्दा लगावते. रॉन कळवळतो.

बसला. जोरदार.

अचानक खोलीत एक घुबड येतं. खालून उडत येत हॅरीच्या ताटात एक पत्र टाकतं.

हर्मायनी

एवढ्या उशिरा कोणाचं असेल पत्र?

हॅरी पत्र उघडतो आणि आश्चर्यचकित होतो.

हॅरी

प्रोफेसर मॅकगॉनॅगलचं पत्र आलंय.

जिनी

काय लिहिलंय त्यात?

हॅरीचा चेहरा पडतो.

हॅरी

जिनी, अल्बसबद्दल आहे – अल्बस आणि स्कॉर्पियस – ते शाळेला पोहोचलेच नाहीयेत. हरवलेत दोघं!

अंक पहिला प्रवेश सोळावा

व्हाईट हॉल, तळघर

तिरक्या नजरेनं स्कॉर्पियस एका बाटलीकडे बघतो आहे. त्याच्या बाजूला अल्बस आणि डेल्फी उभे आहेत.

स्कॉर्पियस

गिळायचं का हे?

अल्बस

स्कॉर्पियस, तुला सांगायला हवं का? – अतिअभ्यासू आणि जादूकाढ्यांमधला अव्वल नंबरी – पॉलीज्यूस पिऊन काय होतं? – डेल्फीच्या चोख कामगिरीला सलाम. आपण हा काढा घेऊन रूपांतरित होऊ. आणि कुणाच्या नकळत जादू मंत्रालयात प्रवेश करू.

स्कॉर्पियस

बरं. दोन शंका, पहिली म्हणजे ते गिळताना दुखेल का?

डेल्फी

खूप – माझ्या माहितीप्रमाणं.

स्कॉर्पियस

थँक्स. बरं झालं कळलं. दुसरी शंका – तुमच्या दोघांपैकी कुणाला त्याची चव कशी असते माहित्येय का? मी ऐकलंय त्याचा वास माशासारखा येतो, आणि ते खरं निघालं तर मला उलटीच होईल. मला मासे चालत नाहीत. कधीच आवडले नव्हते. आणि यापुढेही नाही.

डेल्फी

माझं ऐक. *(खोल श्वास घेऊन ती सगळा काढा गटकावते)* याला माशांची चव नाहीये. *(ती रूपांतरित होऊ लागते. हा प्रकार त्रासदायक असतो.)* खरं म्हणजे

याची चव एकदम भन्नाट आहे, चविष्ट. थोडा त्रास होतो पण... *(जोरात ढेकर देत)* तरीही गिळून टाका. थोडासा *(ती पुन्हा ढेकर देते आणि तिचं रूपांतर हर्मायनीत होतं.)* – काहीसा रेंगाळणारा मासोळीचा वास येतोय.

अल्बस

हे तर कमाल आहे!

स्कॉर्पियस

डबल धमाल!

डेल्फी/हर्मायनी

माझा आवाजही तिच्यासारखाच येतोय. ट्रिपल धमाल!

अल्बस

बरोबर. आता माझी पाळी.

स्कॉर्पियस

नाही. अजिबात नाही. जमणारच नाही. प्यायचं तर एकत्रच. *(तो एक ओळखीचा वाटणारा गोल चष्मा हसत हसत डोळ्यांवर चढवतो.)*

अल्बस

एक. दोन. तीन.

दोघे काढ्याचा घोट घेतात.

हे तर बरं लागतंय. *(असं म्हणताना तो वेदनांनी कळवळतो)* फार बरं नाहीये म्हणायचं.

दोघेही रूपांतरित होऊ लागतात. आणि ते होताना त्यांना त्रासही होऊ लागतो.

अल्बस रॉनचं तर स्कॉर्पियस हॅरीचं रूप घेतो.

दोघं एकमेकांकडे बघतात. काही क्षण शांतता होते.

अल्बस/रॉन

हे अंमळ विचित्रच वाटतंय नाही का?

स्कॉर्पियस/हॅरी *(अतिशय नाटकीपणे – या प्रसंगाचा पुरेपूर आस्वाद घेत)*

जा आपल्या खोलीत. मुकाट्यानं चालता हो तुझ्या खोलीमध्ये. तू कमालीचा निराशाजनक आणि वाईट मुलगा आहेस.

अल्बस/रॉन *(खिदळून)*

स्कॉर्पियस...

स्कॉर्पियस/हॅरी *(त्याचा झगा खांद्यावरून उडवत)*

ही तुझीच तर कल्पना होती. – मी हॅरी आणि तू रॉन व्हायचं! मी फक्त थोडी गम्मत करत होतो...*(आणि तो एक भलीमोठी ढेकर देतो.)*

अरे, हे किती वाईट लागतंय.

अल्बस/रॉन

रॉन मामाला थोडीशी ढेरी आलीये हल्ली, पण तो ती चलाखीनं लपवतो.

डेल्फी/हर्मायनी

आपण आता निघायला हवं नाही का?

तिघे बाहेर पडून रस्त्यावर येतात. एका टेलिफोन बूथमधे शिरतात. आणि ६२४४२ नंबर फिरवतात.

टेलिफोन बूथ

नमस्कार हॅरी पॉटर. नमस्कार हर्मायनी ग्रेन्जर. नमस्कार रॉन विझली.

तिघांना हसू येतं. आणि क्षणातच टेलिफोन जमिनीत नाहीसा होतो.

अंक पहिला प्रवेश सतरावा

जादू मंत्रालय, बैठक खोली

हॅरी, हर्मायनी, जिनी आणि ड्रॅको एका छोट्या खोलीबाहेर येरझारा घालत आहेत. सगळेजण चिंताक्रांत दिसताहेत.

ड्रॅको

रेल्वेमार्ग सोडून आपण अजून कुठं शोधलं आहे का त्यांना?

हॅरी

माझ्या खात्यानं शोध घेतला होता एकदा. आणि आता परत चालू आहेच.

ड्रॅको

आणि ती ट्रॉलीवाली जादुगारीण काहीही महत्त्वाची माहिती देऊ शकत नाही का?

हर्मायनी

ट्रॉलीवाली जादुगारीण भयंकर खवळलेली आहे. ती सतत ओडलिन गॅम्बोलला तोंडघशी पाडल्याचं बरळत असते. हॉगवर्ट्स एक्सप्रेसमधल्या विक्रमी खपाबद्दल स्वतःचीच टिमकी वाजवत असते.

जिनी

कधी कुठं मगल्सनी जादुई गोष्टी दिसल्याचा दावा केलाय का?

हर्मायनी

अजून तरी नाही. मी मगल पंतप्रधानांना कल्पना देऊन ठेवलीये आणि त्यांनी दोघांची नावं बेपत्ता लोकांच्या 'मिस–पर' यादीत घातली आहेत. मिसपर एखाद्या मंत्राचं नाव वाटतं ना!

ड्रॅको

अच्छा. म्हणजे आता आपली मुलं शोधण्यासाठी मगल्सची मदत घ्यायची वेळ आलीये वाटतं आपल्यावर. आपण त्यांना हॅरीच्या व्रणाबद्दल पण बातमी दिलेली आहे काय?

हर्मायनी गरम होत चाललेलं वातावरण निवळण्याचा प्रयत्न करते.

हर्मायनी

आपण फक्त मगल्सना मदत करण्याची विनंती केल्येय. आणि कुणास ठाऊक. कदाचित याचा संबंध हॅरीच्या दुखणाऱ्या व्रणाशीही असेल. म्हणून आपण हे प्रकरण अतिशय गंभीरपणे घेतलं पाहिजे. आपले ऑरर्स काळ्या जादूशी निगडित कोणत्याही व्यक्तीचा तपास करताहेत आणि –

ड्रॅको

यात डेथ इटर्सचा हात आहे.

हर्मायनी

मला तुझ्या आत्मविश्वासाबद्दल खात्री वाटत नाही...

ड्रॅको

हा आत्मविश्वास नाहीये. मी बरोबरच बोलतोय. आजकाल काही फालतू लोक काळ्या जादूचा आधार घेत असावेत. माझा मुलगा मॅलफॉय खानदानातला आहे. कुण्या ऐऱ्यागैऱ्याची हिम्मत होईल माझ्या मुलाला हात लावायची? हे कुणा दुसऱ्याचं काम नाही.

हॅरी

त्यातूनही काही नवीन गोष्टी–

जिनी

मला ड्रॅकोचं म्हणणं पटतंय. – जर का हे अपहरण असतं – अल्बसला पळवणं समजू शकतो, पण दोघांना...

हॅरीची जिनीशी नजरानजर होते. त्याला जाणवतं. जिनीच्या म्हणण्यानुसार त्यानं ड्रॅकोला काय सांगितलं पाहिजे ते.

ड्रॅको

आणि तसंही स्कॉर्पियसचा स्वभाव स्वतःहून पुढाकार घेणाऱ्यातला नाही. दुसऱ्याच्या चालीनं वागण्याचा आहे. मी कितीतरी प्रयत्न केले होते त्याच्यात नेतृत्वगुण जोपासण्याचे. त्यामुळे हे ट्रेनमधून पळून जाणं, सगळं अल्बसचं डोकं असणार. माझी शंका आहे त्यानं स्कॉर्पियसला नेलंय तरी कुठं?

जिनी

हॅरी, ते दोघेजण पळून गेलेत. तुलाही आणि मलाही हे चांगलंच माहित्येय.

ड्रॅकोला त्या दोघांची नजरानजर झालेली दिसते. दोघांत काहीतरी इशारा झाल्याचं समजतं.

ड्रॅको

तुम्हाला माहित्येय? मग आम्हाला सांगायला अडलंय कुठं?

काही क्षण शांतता.

जे काही तुम्ही माझ्यापासून लपवताय, ते आत्ताच्या आत्ता मला कळलं पाहिजे.

हॅरी

अल्बसचं आणि माझं थोडं भांडण झालं परवा.

ड्रॅको

आणि मग...

हॅरी आधी कचरतो आणि मग निर्भीडपणे ड्रॅकोच्या नजरेत नजर मिळवतो.

हॅरी

आणि मी त्याला म्हणून गेलो की काही वेळा मला वाटतं तो माझा मुलगा नसता तर बरं झालं असतं.

पुन्हा एकदा शांतता होते. खोल प्रभावी शांतता. आणि ड्रॅको हॅरीवर जोरात चालून जातो.

ड्रॅको

माझ्या मुलाच्या केसाला जरी धक्का लागला तर बघ...

जिनी दोघांच्यामध्ये पडते.

जिनी

धमकी देऊ नकोस ड्रॅको. प्लीज असं करू नकोस.

ड्रॅको *(गुरकावून)*

माझा मुलगा बेपत्ता झालाय!

जिनी *(तेवढ्याच त्वेषानं)*

आणि माझाही!

दोघं एकमेकांकडे रोखून बघतात. सगळ्यांच्या मनातल्या खऱ्या भावना उचंबळून येतात.

ड्रॅको *(ओठ आवळून, अगदी त्याच्या वडिलांसारखे)*

तुम्हाला पैसाअडका काय हवं ते बोला... माझ्याकडे सगळं आहे... तो माझा एकुलता एक वारस आहे... आणि माझं कुटुंब.. फक्त तोच.

हर्मायनी

मंत्रालयाच्या तिजोरीत भरपूर मालमत्ता आहे. आम्हाला गरज नाही त्याची.

ड्रॅको जायला निघतो. आणि क्षणभर थांबून हॅरीकडे बघतो.

ड्रॅको

मला काही फरक पडत नाही तू पूर्वी काय पराक्रम गाजवलास, की कोणाचा जीव वाचवलास. हॅरी पॉटर, माझ्या कुटुंबाला मिळालेला शाप आहेस तू. कायमचा.

अंक पहिला प्रवेश अठरावा

जादू मंत्रालय, लॉबी

स्कॉर्पियस/हॅरी

तुझी खात्री आहे ना ती हीच खोली आहे म्हणून?

एक रक्षक तिथून चालत येतो. स्कॉर्पियस/हॅरी आणि डेल्फी/हर्मायनी नाटकाला सुरुवात करतात.

होय मंत्रीजी, मला असं वाटतंय या मुद्द्याचा मंत्रालयानं सखोल विचार करावा.

रक्षक *(अदबीनं)*

नमस्कार मंत्रिमहोदया.

डेल्फी/हर्मायनी

एकत्र बसून चर्चा करूया.

रक्षक पुढे निघून जातो, आणि ते दोघे सुटकेचा निःश्वास सोडतात.

माझ्या काकांची युक्ती होती. व्हेरिटासिरम वापरण्याची. काकांची भेट घ्यायला आलेल्या एका मंत्रालय कर्मचाऱ्याच्या पेयात नकळत टाकलं आम्ही. त्यानं सांगितलं की टाईम टर्नर जपून ठेवण्यात आलाय आणि कुठं – तर साक्षात जादूमंत्र्याच्या कार्यालयात.

ती एका दाराकडे खूण करते. अचानक त्यांना कोलाहल ऐकू येतो.

हर्मायनी *(लांबवरून)*

हॅरी... आपण याबद्दल बोललं पाहिजे...

हॅरी *(लांबवरून)*

यात काही बोलण्यासारखं नाहीये.

डेल्फी/हर्मायनी

अरे बापरे.

अल्बस/रॉन

हर्मायनी आणि बाबा.

क्षणार्धात घाबरगुंडी उडते.

स्कॉर्पियस/हॅरी

बरं बरं. लपायला जागा दिसत नाहीये. कोणाला एखादा अदृश्य होण्याचा मंत्र माहित्येय का?

डेल्फी/हर्मायनी

तिच्याच कार्यालयात शिरलो तर?

अल्बस/रॉन

पण ती स्वतःच्याच कार्यालयाकडे यायला निघाली असेल ना.

डेल्फी/हर्मायनी

दुसरी कुठलीच जागा नाहीये रे.

ती दार उघडण्याचा प्रयत्न करते. परत एकदा करते.

हर्मायनी *(लांबवरून)*

तू जर याबाबतीत माझ्याशी किंवा जिनीशी बोलला नाहीस तर...

स्कॉर्पियस/हॅरी

मागे हो. अलोहोमोरा!

तो जादूची कांडी दारावर रोखतो. खट्कन दार उघडतं. तो खुश होऊन हसतो.

अल्बस तू तिला अडवून धर. आणि हे तुलाच केलं पाहिजे.

हॅरी *(लांबवरून)*

यावर काय बोलायचंय?

अल्बस/रॉन

मी? का म्हणून?

डेल्फी/हर्मायनी

सरळ आहे. आम्ही दोघंही नाही करू शकत. त्यांचंच रूप घेतलंय ना आम्ही दोघांनी.

हर्मायनी *(लांबवरून)*

तू जे काही बोललास ते चूकच होतं – पण– याबरोबर अजूनही काही गोष्टींचा संबंध –

अल्बस/रॉन

पण मी नाही... मला नाही जमणार हे काम...

तिथे काहीशी अनागोंदी माजते आणि शेवटी अल्बस/रॉन दरवाजाच्या पुढ्यात उभा ठाकलेला सापडतो. हॅरी आणि हर्मायनी दारापाशी येऊन थबकतात.

हॅरी

हर्मायनी, तुला असलेल्या काळजीबद्दल तुझे आभार, पण याची खरंच गरज नाहीये –

हर्मायनी

रॉन?

अल्बस/रॉन

सरप्राईझ!!!

हर्मायनी

तू इथं काय करतोयस?

अल्बस/रॉन

स्वतःच्या लग्नाच्या बायकोला भेटायला कोणत्या नवऱ्याला कारण लागतं?

तो हर्मायनीचा जोरदार मुका घेतो.

हॅरी

मला...निघायला हवं.

हर्मायनी

हॅरी, माझा मुद्दा एवढाच आहे, ड्रॅको तुला जे काही बोलला – तू अल्बसला जे काही म्हणालास... मला नाही वाटत, त्यातच सदासर्वकाळ अडकून पडण्यात आपल्या कोणाचंही भलं आहे...

अल्बस/रॉन

अच्छा. तुम्ही त्याविषयी बोलताय तर. जेव्हा हॅरी म्हणालेला की कधीकधी त्याला वाटतं – मी *(चूक दुरुस्त करतो)* अल्बस त्याचा मुलगा नसता तर.

हर्मायनी

रॉन!

अल्बस/रॉन

मनात धरून बसण्यापेक्षा, मन मोकळं केलेलं केव्हाही बरंच, असं मला वाटतं...

हर्मायनी

त्याला कळेल त्याची चूक... मनातही नसलेलं आपण बऱ्याचदा बोलून जातो. तो जाणतो ते.

अल्बस/रॉन

पण कधीकधी आपण आपल्या मनातलं बोलूनही जातो पटकन. त्याचं काय?

हर्मायनी

रॉन, खरं म्हणजे, आत्ता हे सगळं बोलायची ही वेळ नाहीये.

अल्बस/रॉन

हो अर्थातच, नाही का. बाय डार्लिंग.

अल्बस/रॉन तिला जाताना बघत राहतो. या आशेवर की ती तिचं कार्यालय ओलांडून पुढे निघून जाईल. अर्थात ती असं करत नाही. दार उघडून ती आत शिरणार तोवर तो पळत जाऊन तिला दारात अडवतो. मागेपुढे करत तो तिला एकदा दोनदा नाही तर अनेकदा अडवून धरतो.

हर्मायनी

माझी वाट कशाला अडवतोयस?

अल्बस/रॉन

मी नाही अडवत आहे काहीही.

ती पुन्हा आत जाण्याचा प्रयत्न करते., तो पुन्हा तिला अडवतो.

हर्मायनी

हो तू वाट अडवतोयस माझी. रॉन, जाऊ दे ना मला माझ्या खोलीत.

ती त्याला हुलकावणी देण्याचा प्रयत्न करते.

अल्बस/रॉन

चल, अजून एक पोर पैदा करू.

हर्मायनी

काय?

अल्बस/रॉन

आणखी एक नको असेल तर, निदान सुट्टी घेऊया. मला एखादं मूल तरी हवं नाहीतर सुट्टी तरी. आणि मी हट्ट सोडणार नाहीये. आपण त्यावर नंतर बोलूया. लिकी कॉल्ड्रॉनमधे एखादी नारंगी लावूया? चल माझ्या प्रिये...

ती विचारात पडते. मग संशयानं त्याच्याकडे रोखून पाहते, पुन्हा दाराकडे बघते आणि विरघळते.

हर्मायनी

तिकडे जर मला त्यात घाणेरड्या गोळ्या सापडल्या तर गेलास तू कामातून. ठीके. तसंही आपल्याला मगल्सना सूचना द्यायची वेळ झाल्येय.

ती बाहेर पडते. हॅरी तिच्याबरोबर जातो.

अल्बस/रॉन दाराकडे वळतो. इतक्यात ती परत येते, या वेळी मात्र एकटी.

मूल नाहीतर सहल? तू ना कधी कधी काहीही बोलतोस.

अल्बस/रॉन

म्हणूनच लग्न केलंस ना माझ्याशी? माझ्या चक्रम विनोदबुद्धीवर भाळून?

ती पुन्हा निघून जाते. तो दार उघडायला लागणार तितक्यात ती परत येते. तो धाडकन दार बंद करतो.

हर्मायनी

मला माशांचा वास येतोय. मी सांगितलं होतं ना तुला फिश सँडविचपासून चार हात लांब राहायला.

अल्बस/रॉन

हो. बरोबर आहे तुझं.

ती बाहेर पडते. ती गेल्याची खात्री झाल्यावर अल्बस दार उघडतो अन् त्याचा जीव भांड्यात पडतो.

अंक पहिला प्रवेश एकोणिसावा

जादू मंत्रालय, हर्मायनीचे कार्यालय

स्कॉर्पियस/हॅरी आणि डेल्फी/हर्मायनी हर्मायनीच्या कार्यालयाच्या दाराआडून वाट बघत आहेत. तेव्हा अल्बस/रॉन दार उघडून आत येतो – आणि थकून गळफटतो.

अल्बस/रॉन

किती चमत्कारिक होतं हे सगळं.

डेल्फी/हर्मायनी

कसली भन्नाट कामगिरी केलीस तू. मस्त थोपवून धरलंस तिला.

स्कॉर्पियस/हॅरी

मला खरंच कळत नाहीये. तुला टाळी देऊ का स्वतःच्या मामीचे सतराशे साठ वेळा मुके घेतलेस म्हणून रागवू!

अल्बस/रॉन

रॉन मामा खूप प्रेमळ माणूस आहे रे. आणि मी फक्त तिचं लक्ष विचलित करण्याच्या प्रयत्नात होतो.

स्कॉर्पियस/हॅरी

शिवाय मगाशी तुझे बाबा म्हणत होते ते...

डेल्फी/हर्मायनी

मुलांनो... ती परत येईल आता – आपल्याकडे फार वेळ नाहीये.

अल्बस/रॉन *(स्कॉर्पियस/हॅरीला उद्देशून)*

तू ऐकलंस?

डेल्फी/हर्मायनी

हर्मायनीनं टाईम टर्नर कुठं बरं लपवून ठेवला असेल? *(ती खोलीवर नजर फिरवते आणि पुस्तकांची फडताळं न्याहाळते)* फडताळात शोधूया.

ते शोधकार्य सुरू करतात. स्कॉर्पियस/हॅरी त्याच्या जिवलग दोस्ताकडे काळजीनं बघतो.

स्कॉर्पियस/हॅरी

तू सांगितलं का नाहीस मला?

अल्बस/रॉन

माझ्या बाबांना वाटतं मी त्यांचा मुलगा नसतो तर बरं झालं असतं. यात काय आहे सांगण्यासारखं?

स्कॉर्पियस/हॅरी काय बोलायचं याच्या विचारात पडतो.

स्कॉर्पियस/हॅरी

मला ठाऊक आहे – व्होल्डेमॉर्ट आणि माझ्या अफवा – त्यात काही तथ्य नाही – आणि – तरीही कधीकधी मी बाबांना बघतो तेव्हा मला वाटतं – ते देखील माझ्याबद्दल असाच विचार करत असावेत की – कुठून पैदा केलं मी या मुलाला?

अल्बस/रॉन

तरीही बरेच बरे आहेत माझ्या बाबांपेक्षा. माझी पक्की खात्री आहे. त्यांचा बराचसा वेळ – ह्याला परत कसं पाठवता येईल? – याच विचारात जात असणार.

डेल्फी/हर्मायनी स्कॉर्पियस/हॅरीला फडताळाकडे खेचून नेण्याचा प्रयत्न करते.

डेल्फी/हर्मायनी

आपण आपल्या कामावर लक्ष देऊया का जरा?

स्कॉर्पियस/हॅरी

माझा एवढंच म्हणणं आहे – आपण मित्र आहोत – त्यालाही काही कारण आहे – ज्यामुळे आपण दोघं एकमेकांना भेटलो. हो की नाही? आणि हे सगळं धाडस त्याचाच भाग...

त्याचं लक्ष मांडणीवरील एका पुस्तकाकडे जातं. त्याच्या कपाळावर आठ्या पडतात.

बघितलंस या मांडणीवर कसली पुस्तकं आहेत? काही फारच गंभीर आहेत. काही निषिद्ध. काही तर शापित.

अल्बस/रॉन

नाजूक भावनिक विषयावरून स्कॉर्पियसचं लक्ष विचलित करायचं असेल, तर फक्त त्याला ग्रंथालयात न्या.

स्कॉर्पियस/हॅरी

ही सगळी प्रतिबंधित विभागातली पुस्तकं आहेत. मॅजिक मोस्ट इव्हिल, फिफ्टीन्थ सेंच्युरी फीन्ड, सॉनेट्स ऑफ अ सॉर्सरर – ही तर हॉगवर्ट्समध्ये पण निषिद्ध आहेत!

अल्बस/रॉन

शॅडोज अँड स्पिरिट्स. द नाईटशेड गाईड टू नेक्रोमॅन्सी.

डेल्फी/हर्मायनी

जबरदस्त आहेत ना ही सगळी पुस्तकं...

अल्बस/रॉन

द टू हिस्टरी ऑफ द ओपल फायर. द इम्पिरीयस कर्स अँड हाऊ टू अब्यूज इट.

स्कॉर्पियस/हॅरी

आणि हे तर बघ इकडे. बापरे बाप. सिबिल ट्रेलॉनीचं माय आईज अँड हाऊ टू सी पास्ट देम. ज्योतिषशास्त्राचं पुस्तक. हर्मायनी ग्रेन्जरचा तर हा नावडता विषय. कमाल आहे. हे बघितलं पाहिजे...

मांडणीवरून तो पुस्तक खाली काढतो. आणि ते आपसुक उघडतं. आणि बोलतंही.

पुस्तक

पहिलं आहे चौथं, एक अमंगळ खूण parked मधे आहे पण park मधे नाही, बघा निरखून.

स्कॉर्पियस/हॅरी

अरेच्चा. बडबडणारं पुस्तक. काहीतरी वेगळंच.

पुस्तक

दोन पायांवर चालणाऱ्यात कमी उजळ म्हणजे दुसरा
अंड्यांचा रोगच जणू केसाळ आणि घाणेरडा
आणि तिसरा म्हणजे दोन्ही –
चढायचा पर्वत आणि चालायची वाट.

अल्बस/रॉन

कोडं आहे हे. पुस्तक आपल्याला कोडं घालतंय.

पुस्तक

शहरातून वळा तळ्यातून पोहा.

डेल्फी/हर्मायनी

काय केलंस तू हे?

स्कॉर्पियस/हॅरी

मी, अं, मी फक्त पुस्तक उघडलं. या पृथ्वीतलावरली माझ्या उभ्या आयुष्यातली विशेषकरून भयंकर अशी काही कृती नव्हती ही.

फळीवरची पुस्तकं अल्बस/रॉनला धरतात आणि पकडून ठेवू बघतात. तो कसाबसा त्यांच्यातून आपली सुटका करून घेतो.

अल्बस/रॉन

हे काय होतं?

डेल्फी/हर्मायनी *(उत्सुकतेनं)*

तिनं यांना शस्त्रसज्ज केलंय. तिच्या सगळ्या पुस्तकांना. नक्की इथेच ठेवलेला असणार टाईम–टर्नर. कोडं सोडवलं की मिळणार आपल्याला तो.

अल्बस/रॉन

पाहिलं चौथं आहे. parked मधे आहे पण park मधे नाही,

ed – de –

स्कॉर्पियस/हॅरी

अंड्यांचा रोग म्हणजे दुसरा

कमी उजळ दोन पायांवर चालणाऱ्यात...

डेल्फी/हर्मायनी *(उत्स्फूर्तपणे)*

मेन! De – men – tors. आपल्याला डिमेंटर्सवरचं पुस्तक शोधलं पाहिजे.

ती पुस्तकांच्या कपटापाशी जाते आणि अचंबित होते. कारण ते कपाट तिला गिळण्याचा प्रयत्न करतं.

अल्बस!

अल्बस/रॉन तिच्याकडे धाव घेतो. पण त्याला उशीर होतो. ते कपाट तिला अख्खंच्याअख्खं गिळून टाकतं.

अल्बस/रॉन

डेल्फी! काय केलंय तुला?

स्कॉर्पियस/हॅरी

लक्ष दे अल्बस. ती जसं म्हणत्येय तसं कर. डिमेंटर्सवरचं पुस्तक शोध आणि सावध राहा.

अल्बस/रॉन

हे इथे आहे. डॉमिनेटिंग डिमेंटर्सः अ टू स्टोरी ऑफ अझ्काबान.

पुस्तक भर्र्कन उघडतं आणि भीतीदायकरीत्या स्कॉर्पियस/हॅरीकडं झेपावतं. तो तडाखा चुकवण्यासाठी हुलकावणी देतो. तो एका पुस्तकांच्या फळकुटावर जाऊन आदळतो. ते त्याला आत ओढून घेण्याचा प्रयत्न करतं.

पुस्तक

मी जन्मलो एका पिंजऱ्यात
पण तोडून टाकला एका फटक्यात
माझ्यातला गॉन्ट झाला जागा
रिडल सोडवून मोकळा
मोडून वाटेतला अडथळा

अल्बस/रॉन

व्होल्डेमॉर्ट.

डेल्फी पुस्तकांच्या गर्दीतून उडी मारून बाहेर पडते. ती मूळ रूपात परत येते.

डेल्फी

भरभर उरका शोधाशोध!

ती पुन्हा पुस्तकांच्या जंजाळात ओढली जाते.

अल्बस/रॉन

डेल्फी! डेल्फी!

तो तिचा हात धरून ठेवायचा प्रयत्न करतो, पण ती निसटते.

स्कॉर्पियस/हॅरी

ती पुन्हा आधीसारखी झाल्येय – बघितलंस का तू?

अल्बस/रॉन

नाही. मी तिला पुस्तकाच्या फडताळापासून इजा होऊ नये म्हणून काळजीत होतो! शोध काहीतरी. त्याच्याशी संबंधित.

त्याला एक पुस्तक सापडतं.

द हेयर ऑफ स्लिदरीन? हेच असेल का?

तो फळीवरचं पुस्तक बाहेर काढतो. ती फळी त्याला खेचू लागते. तो प्रतिकाराचा आटोकाट प्रयत्न करतो तरीही अल्बस/रॉन त्या फडताळात ओढला जातो.

स्कॉर्पियस/हॅरी

अल्बस? अल्बस!!

पण, स्कॉर्पियस/हॅरी त्याच्यापर्यंत पोहोचणार त्याआधीच अल्बस/रॉन नाहीसा होतो. क्षणभर तो थबकतो, मनात शंकांचा पूर आलेला. मग त्याला कळून चुकतं. त्याला हे काम पूर्ण करायला हवं.

अच्छा. हे नाही तर. व्होल्डेमॉर्ट. व्होल्डेमॉर्ट. व्होल्डेमॉर्ट.

तो सगळ्या मांडण्या निरखून बघतो.

मार्वोलोः द ट्रुथ, हे असणार...

तो पुस्तक खाली काढतो. ते परत मागे झेपावतं. त्यातून एक प्रकाशझोत बाहेर पडतो. आणि नेहमीपेक्षा काहीसा अधिक खोल आवाज येतो.

पुस्तक

मी म्हणजे कधीही न दिसलेला पशु–प्राणी
मी आहे तू. मी म्हणजे मीच, अकल्पित प्रतिध्वनी.
कधी राहते पुढे तर कधी येते पाठी
तुझी कायमची सोबती, बांधून जन्मभराच्या गाठी.

अल्बस पुस्तकांमधून बाहेर येतो. पुन्हा त्याच्या मूळ अवतारात.

स्कॉर्पियस/हॅरी

अल्बस...

तो अल्बसला धरून ओढण्याचा प्रयत्न करतो, पण फडताळाच्या जोरापुढे त्याचा निभाव लागत नाही.

अल्बस

नाही. सोड – तू विचार करत राहा.

पुस्तकाची मांडणी अल्बसला जोरात मागे खेचते.

स्कॉर्पियस/हॅरी

हो पण काही सुचत नाहीये... अकल्पित प्रतिध्वनी, हा काय असतो? जगात एकच गोष्ट चांगली जमते मला, ते म्हणजे विचार करणं – आणि आत्ता ते ही जमत नाहीये.

फळीवरची पुस्तकं त्याला खेचून घेतात. तो दुर्बल होतो. हा सगळा थरारच आहे.

सर्व काही स्तब्ध होतं. तिघंजणं आत अडकले आहेत. काहीच घडत नाही.

मोठा आदळल्याचा आवाज – कपाटातून पुस्तकांचा वर्षाव होतो. पुस्तकांना बाजूला सारत त्यातून स्कॉर्पियस बाहेर येतो.

स्कॉर्पियस

नाही. नको. सिबिल ट्रेलॉनी. नको!!!

तो आजूबाजूला बघतो, पुस्तकात गाडला गेलेला पण तरीही जोशात.

काहीतरी चुकतंय. अल्बस? ऐकतोयस ना माझं म्हणणं? हे सगळं च्यायला त्या टाईम टर्नरसाठी. विचार कर स्कॉर्पियस. विचार कर.

पुस्तकं पुन्हा त्याला खेचण्याचा प्रयत्न करतात पण तो स्वतःची सुटका करून घेतो.

सततचा सोबती. कधी पाठी. कधी पुढे. एक मिनिट. कसं काय सुटलं माझ्याकडून. सावली. उत्तर आहे सावली. शॅडो अँड स्पिरिट्स. तेच पुस्तक असणार...

तो मांडणीवर चढतो, ती उलट त्याच्यावर पडायचा प्रयत्न करते. प्रत्येक पावलागणिक त्याला खेचायचा प्रयत्न करते. तो पुस्तक काढून घेतो. पुस्तक बाहेर येतं आणि गडबड गोंधळ अचानक बंद होतो.

हेच आहे –

पुन्हा एक प्रचंड आवाज होतो आणि अल्बस व डेल्फी फडताळातून बाहेर येतात. आणि जमिनीवर आदळतात.

आपण जिंकलो! या पुस्तकांचं कोडं सोडवून जिंकलो!

विजयी मुद्रेनं तो हात उंचावतो. अल्बस काळजीनं डेल्फीकडे बघतो.

अल्बस

डेल्फी तू ठीक आहेस ना...?

डेल्फी

जबरदस्त. कसलं भन्नाट वाटतंय.

स्कॉर्पियसनी उराशी धरलेल्या पुस्तकावर अल्बसचं लक्ष जातं.

अल्बस

हेच का रे ते? स्कॉर्पियस? काय आहे त्या पुस्तकात?

डेल्फी

आपण उघडून बघायला हवं ना?

स्कॉर्पियस ते पुस्तक उघडतो. पुस्तकाच्या मध्यभागात दिसतो एक गोल फिरणारा टाईम टर्नर.

कमाल!

स्कॉर्पियस

आपल्याला सापडला टाईम टर्नर – वाटलंच नव्हतं आपण इथपर्यंत येऊन पोहोचू.

अल्बस

दोस्ता, तो सापडलाय ही तर पहिली पायरी झाली. पुढचं पाऊल म्हणजे सेड्रिकला वाचवणं. आत्ता कुठे सुरुवात झाल्येय आपल्या मोहिमेची.

कुजबुजाटाचं रूपांतर जल्लोषात होतं आणि मंचावर अंधार होतो.

मध्यांतर

भाग दोन

अंक दुसरा

अंक दुसरा प्रवेश पहिला

स्वप्न, प्रायव्हेट ड्राईव्ह, जिन्याखालचे कपाट

जिन्याखालच्या कपाटात झोपलेल्या छोटा हॅरी एक भयस्वप्न पाहतो आहे.

त्याला आसपास एखाद्या काळ्या दुष्टशक्तीचं अस्तित्व जाणवतं. त्यामुळे अस्वस्थ होऊन तो झोपेतच चुळबूळ करतो, कूस बदलतो.

आंट पेट्यूनिया *(रंगमंचाबाहेरून आवाज)*

हॅरी, हॅरी, ही भांडी बघ किती अस्वच्छ आहेत. लाज वाटायला हवी असली कळकट भांडी बघून. हॅरी पॉटर. उठ.

छोटा हॅरी डोळे उघडतो तेव्हा आंट पेट्यूनिया आपल्याकडे रागाने बघत्येय असं त्याला दिसतं.

छोटा हॅरी

आंट पेट्यूनिया, किती वाजले?

आंट पेट्यूनिया

भरपूर वाजलेत. आम्ही तुला आमच्या घरात ठेवून घ्यायचं जेव्हा कबूल केलं, तेव्हा आम्हाला आशा वाटली होती की तुझ्यात काहीतरी सुधारणा घडवून आणू... तुला एक शहाणासुरता माणूस बनवू. पण आता तू जो काही आहेस ते पाहिल्यानंतर आम्ही स्वतःलाच दोष द्यायला हवा, नाही का? दारुण निराशा केली आहेस तू आमची.

छोटा हॅरी

पण मी प्रयत्न करतोय.

आंट पेट्यूनिया

प्रयत्न ढीग करत असशील पण यश? ते कुठे मिळतंय? हे बघ. बघ तू धुतलेले ग्लासेस अजून किती ओशट आहेत ते. या भांड्यांवरच्या अस्वच्छ खुणा बघ.

आता लगेच ऊठ ताबडतोब, किचनमध्ये जा आणि सफाईला सुरुवात कर ताबडतोब.

हॅरी बिछान्यातून उठतो, तर त्याची पॅन्ट मागच्या बाजूला ओली झालेली दिसते.

शी शी शी... अरे देवा रे! काय केलंयस हे तू? अंथरूण ओलं केलंयस पुन्हा?

ती पलंगपोस खेचून काढते.

अजिबात चालणार नाही हा प्रकार.

छोटा हॅरी

मी... माफ कर मला... मला वाटतं मला एक भयंकर स्वप्न पडलं रात्री.

आंट पेट्यूनिया

कसला गलिच्छ मुलगा आहेस तू. फक्त जनावरं अशी मुततात कुठंही. जनावरं आणि ही असली घाणेरडी मुलं.

छोटा हॅरी

माझी आई आणि बाबा... स्वप्नात दिसले ते मला. मला वाटतं मी मृत्यू पाहिला त्यांचा...

आंट पेट्यूनिया

तुझ्या असल्या या भाकडकथांमध्ये मला बिलकुल रस नाही, कळलं ना?

छोटा हॅरी

एक माणूस काहीतरी ओरडत होता... अडकावा असंच काहीतरी... अकाब्रा अड... आणि मगं ऐकू आले सापाचे फुत्कार. माझ्या आईच्या किंचाळ्यापण ऐकल्या मी.

आंट पेट्यूनिया क्षणभर स्तब्ध होते, स्वतःला सावरते.

आंट पेट्यूनिया

त्यांचा मृत्यू जर तू खरोखरीच स्वप्नात पाहत असलास तर तुला करकचून लावलेल्या ब्रेक्सचा कर्कश्श् आवाज आणि मोटारकारची धडक झाल्याचा प्रचंड दणका एवढंच ऐकू आलं असतं. तुझे आईवडील कारच्या अपघातात वारले. तुलाही माहित्येय हे. तुझ्या आईला किंचाळायलासुद्धा अवसर मिळाला असेल, असं नाही मला वाटत. देव करो आणि याहून जास्त तपशिलात जायला नको. आता हे पलंगपोस सगळे धुवायला काढ, लगेच किचनमध्ये जा आणि मुकाट्यानं सफाईला लाग. पुन्हा हे सांगायची वेळ आणू नकोस माझ्यावर.

रागानं हात–पाय आपटत निघून जाते.

छोट्या हॅरीच्या हातात राहिली आहेत ती ओली बेडशीट्स.

स्टेजची मांडणी झटक्यात बदलते. खूप सारी झाडं दिसायला लागतात आणि हॅरीच्या स्वप्नाचे रूपरंग पूर्णपणे बदलून जातात.

अचानक झाडांमधून अल्बस तिथे येतो आणि छोट्या हॅरीकडं पाहत उभा राहतो.

आणि मग कोणीतरी त्याला जोरात खेचून घेऊन जातं. सर्पभाषेतील कुजबूज ऐकू येते. प्रेक्षागृहात सर्वत्र दुमदुमते.

तो येतोय. येतोय तो.

शब्दांच्या उच्चारावरून आवाज निश्चित ओळखता येतो. व्होल्डेमॉर्टचा आवाज...

हॅर्री पॉटर्र्र...

अंक दुसरा प्रवेश दुसरा

हॅरी आणि जिनी पॉटरचे घर, जिना

हॅरी अंधारातच झोपेतून जागा होतो. त्याचा श्वासोच्छ्वास खूप जोरात होतोय. त्याला थकवा आलाय हे उघड आहे आणि जबरदस्त भीतीही वाटतेय.

हॅरी

लुमॉस.

जिनी आत येते आणि लख्ख प्रकाश पाहून तिला आश्चर्य वाटतं.

जिनी

ठीक आहे ना सगळं?

हॅरी

झोप लागली होती मला.

जिनी

खरंय.

हॅरी

पण तू झोपली नव्हतीस. काही बातमी आहे का? कुठलं घुबड आलंय का किंवा...?

जिनी त्याच्याकडं पाहते — काहीशी थकलेली आणि घाबरलेली.

जिनी

नाही, काहीच नाही.

हॅरी

मला स्वप्न पडत होतं... मी जिन्याखाली होतो आणि मग मी त्याचा आवाज अगदी स्पष्ट ऐकला – व्होल्डेमॉर्टचा.

जिनी

व्होल्डेमॉर्ट?

हॅरी

आणि मग मी अल्बसला पाहिलं. लाल रंगाच्या कपड्यात. डर्मस्ट्रँगचा गणवेश घातला होता त्यानं.

जिनी

डर्मस्ट्रँगचे कपडे?

हॅरी विचारमग्न.

हॅरी

जिनी, मला वाटतं तो कुठंय ते कळलंय मला.

अंक दुसरा प्रवेश तिसरा

हॉगवर्ट्स, मुख्याध्यापिकांचे कार्यालय

हॅरी आणि जिनी प्रा. मॅकगॉनॅगलच्या कार्यालयात उभे आहेत.

प्राध्यापक मॅकगॉनॅगल

आणि प्रवेशबंदी असलेल्या जंगलात नेमकं कुठे, ते आपल्याला माहीत नाही, असंच ना?

हॅरी

कित्येक वर्षांत मला असं स्वप्न पडलं नव्हतं. पण अल्बस होता तिथं. माझी खात्री आहे की तोच होता तो.

जिनी

आपण ताबडतोब शोधाशोध सुरू करायला हवी.

प्राध्यापक मॅकगॉनॅगल

मी प्रा. लाँगबॉटमना सांगू शकेन तुम्हाला मदत करायला. त्यांचं झाडाझुडपांबद्दलचं ज्ञान उपयोगी पडेल... आणि...

अचानक फायरप्लेसमधून आवाज येतो. प्राध्यापक मॅकगॉनॅगल काळजीनं तिकडं पाहतात. त्यातून हर्मायनी प्रकट होते.

हर्मायनी

खरं आहे का हे? मी काय मदत करू?

प्राध्यापक मॅकगॉनॅगल

मंत्रिमहोदया? तुमचं येणं अनपेक्षित आहे.

जिनी

माझीच चूक म्हणायला हवी. डेली प्रॉफेट दैनिकाची एक तातडीची जादा आवृत्ती काढावी आणि स्वयंसेवकांची मदत मागावी असं मीच त्यांना सुचविलं.

प्राध्यापक मॅकगॉनॅगल

बरोबर आहे. अगदी योग्यच वागलीस. मला वाटतं बरेच स्वयंसेवक पुढे येतील.

रॉन धाडकन आत घुसतो. धूळ नि राखेनं माखलाय तो, फायरप्लेसमधनं अवतरल्यामुळे! त्यानं गळ्याला अडकवलेला डिनर नॅपकिन ग्रेव्हीच्या डागांसह तसाच लटकतोय!

रॉन

आधी काही महत्त्वाची चर्चा होऊन गेलीय का? काय झालं की कुठल्या फ्लूमधून प्रवास करावा हे ठरवायला जरा वेळ लागला मला. शेवटी किचनमध्ये शिरलो. *(हर्मायनी त्याच्याकडे नजर रोखून बघते, ते लक्षात येऊन तो गळ्याभोवतालचा नॅपकिन काढून टाकतो.)*

अचानक चिमणीमध्ये पुन्हा आवाज होतो आणि ड्रॅको मॉलफॉय जोरातच हजर होतो.

सगळेजण आश्चर्यचकित होऊन त्याच्यकडे बघतात. तो अंगावरची धूळ–राख झटकतो.

ड्रॅको

मिनर्व्हा, तुझ्या खोलीची जमीन खराब केल्याबद्दल माफ कर.

प्राध्यापक मॅकगॉनॅगल

इथे चिमणी लावून ठेवणं ही माझीच चूक म्हटली पाहिजे.

हॅरी

तुला पाहून खूपच आश्चर्य वाटलं ड्रॅको. माझ्या स्वप्नांवर तुझा विश्वास नाही, अशी माझी समजूत होती.

ड्रॅको

तुझ्या स्वप्नांवर नाही पण तुझ्या दैवावर मात्र विश्वास आहे माझा. जिथं महत्त्वाचं काही घडत असेल, तिथं हॅरी पॉटर असणारच. आणि मुख्य म्हणजे मला माझा मुलगा सुखरूप परत यायला हवा आहे.

जिनी

चला तर मग.. प्रवेश बंद असलेल्या जंगलात जाऊन त्या दोघांना शोधूया.

अंक दुसरा प्रवेश चौथा

प्रवेशबंदी असलेल्या जंगलाच्या सीमेवर

अल्बस आणि डेल्फी हातात जादूच्या छड्या धरून समोरासमोर उभे आहेत.

अल्बस

एक्सपेलियार्मस!

डेल्फीच्या हातातील जादूची छडी हवेत उडते.

डेल्फी

आता छान जमतंय हे तुला. चांगला तयार झालायस तू.

ती त्याच्याकडून आपली छडी परत घेते.

मधाळ आवाजात.

'अगदी मोहवून टाकणारा तरुण आहेस तू.'

अल्बस

एक्सपेलियार्मस!

तिची छडी पुन्हा उडते.

डेल्फी

हा पहा विजयी वीर!

ते दोघे हाय–फाय करतात.

अल्बस

मी मंत्रांमध्ये कधीच तरबेज नव्हतो.

स्कॉर्पियस स्टेजच्या मागे दिसतो. तो पाहतो की आपला मित्र एका मुलीशी बोलतोय... त्याला काहीअंशी ते आवडतं आणि काहीसं नाही आवडत.

डेल्फी

अरे मी सुद्धा मठ्ठच होते—– पण मग काहीतरी घडलं आणि यश मिळायला लागलं. तुझंही असंच होईल. आता मी काही थोर जादुगारीण झाले असं नाहीये. पण अल्बस पॉटर, तू मात्र चांगलाच यशस्वी जादूगार व्हायच्या मार्गावर आहेस बरं का.

अल्बस

पण मग तू मला जास्त वेळ द्यायला हवास आणि जास्त शिकवायला हवंस.

डेल्फी

अर्थातच मी तुझ्या आजूबाजूला असणारच, आणि आपण मित्र तर आहोतच, हो ना?

अल्बस

हो. हो तर. आपण नक्कीच मित्र आहोत.

डेल्फी

ग्रेट. विझ्झो!

स्कॉर्पियस

विझ्झो म्हणजे काय?

स्कॉर्पियस ठाम पावलं टाकत पुढे येतो.

अल्बस

मस्त जमला हा मंत्र मला. म्हणजे तो अगदी प्राथमिक स्वरूपाचा आहे, हे खरंय, पण तरी मला – अखेर जमलं खरं.

स्कॉर्पियस *(त्याला या संवादात सहभागी व्हायचंय, म्हणून अतिउत्साहाने म्हणतो)*

छान.. आणि मला सापडलाय आपल्या स्कूलकडे जायचा रस्ता! पण काय रे, हा सगळा प्लॅन यशस्वी होईल ना?

डेल्फी

हो!

अल्बस

अतिशय हुशारीचा प्लॅन आहे हा. सेड्रिकचा जीव वाचवायचा असेल तर त्यामागचं गुपित हेच आहे की तीन जादुगारांची स्पर्धा जिंकण्यापासून त्याला रोखायला हवं. तो जिंकला नाही तर मरणार नाही.

स्कॉर्पियस

मला कळतंय ते पण...

अल्बस

तेव्हा आपल्यासमोर पहिलं काम आहे ते म्हणजे सेड्रिक जिंकण्याची शक्यता अजिबात नाहीशी करणं. स्पर्धेतली त्याची पहिली कामगिरी आहे ती म्हणजे ड्रॅगनकडून सोनेरी अंडं मिळवणं. सेड्रिक ड्रॅगनची दिशाभूल कशी काय करणार?

डेल्फी आपला हात हवेत उभारते. अल्बस हसतो आणि तिच्याकडे बोट दाखवतो. त्या दोघांचं आता चांगलंच जुळतंय...

डिगरी

डेल्फी

– एका दगडाचं रूपांतर कुत्र्यात करून!

अल्बस

– हां मग एक्सपेलियार्मस मंत्र टाकला की तो हे करू शकणार नाही!

आता मात्र डेल्फी आणि अल्बसचं कोष्टक जुळतंय हे स्कॉर्पियसच्या मनाला भावत नाहीये.

स्कॉर्पियस

ओके, दोन मुद्दे: पहिला म्हणजे ड्रॅगन त्याला ठार मारणार नाही अशी खात्री आहे का आपली?

डेल्फी

याच्याकडे नेहमी दोन मुद्दे असतात, नाही? तर पहिल्याचं उत्तर असं की ड्रॅगन नाहीच मारणार त्याला. हॉगवर्ट्स आहे हे. कुठल्याही विजेत्याला इतका मोठा दगाफटका नाही होऊ देणार ते.

स्कॉर्पियस

ठीके, दुसरा मुद्दा – आणि हा जास्त महत्त्वाचा आहे. आपण परत जातोय खरे पण पुन्हा प्रवासाला बाहेर पडता येईल का नाही याची काहीच खात्री नाहीये. आता हे रोमांचक वाटू शकतं. कदाचित आपण एक तासभर परत जाऊ आणि मग...

डेल्फी

सॉरी स्कॉर्पियस, पण फुकट घालवायला इतका वेळ नाहीये आपल्याकडं. शाळेच्या इतक्या जवळ थांबणं हेच मुळात धोक्याचं आहे. तुम्हा दोघांना ते सगळे शोधत असतील, खात्री आहे माझी.

अल्बस

बरोबर आहे तिचं

डेल्फी

आता तुम्ही हे घालायला हवेत...

ती दोन मोठ्या कागदी पिशव्या काढते. ही दोन मुले त्यातून झगे बाहेर काढतात.

अल्बस

हे तर डर्मस्ट्रँगचे गणवेष आहेत.

डेल्फी

माझ्या काकांनी सुचवलंय हे. कसंय की तुम्ही हॉगवर्ट्सच्या गणवेशात असाल तर सहज ओळखले जाल पण तीन जादूगारांच्या स्पर्धेत इतर दोन शाळापण भाग घेतात ना – त्यामुळे तुम्ही डर्मस्ट्रँगच्या वेषात असाल तर ओळखले न जाता मागे कुठेतरी राहणं सहज शक्य आहे.

अल्बस

मस्त कल्पना! पण हे काय, तुझा झगा कुठंय?

डेल्फी

अल्बस बरं वाटलं तू हे विचारलंस म्हणून. पण मी विद्यार्थी म्हणून खपून जाईन का तरी? मला नाही वाटत. तेव्हा मी कुठंतरी थांबलेलं चांगलं. फारतर मी ड्रॅगनची प्रशिक्षक असल्याची बतावणी करीन. नाहीतरी मंत्र घालायचं काम तूच करणार आहेस.

स्कॉर्पियस तिच्याकडे आणि नंतर अल्बसकडे पाहतो.

स्कॉर्पियस

तू नकोच येऊस.

डेल्फी

काय?

स्कॉर्पियस

तुझं म्हणणं बरोबर आहे. मंत्र घालायला तर आम्हाला तुझी मदत नकोय. आणि त्यात तू जर विद्यार्थ्यांचा गणवेष घालू शकत नसशील तर तू तिथे येणं हा फारच मोठा धोका होईल. सॉरी डेल्फी, पण तू नको येऊस.

डेल्फी

अरे पण मला यायलाच हवं – माझा चुलतभाऊ आहे तो. काय अल्बस?

अल्बस

सॉरी पण मला वाटतं स्कॉर्पियसचं बरोबर आहे.

डेल्फी

क्काय?

अल्बस

आमच्याकडून काहीही गडबड होणार नाही.

डेल्फी

पण माझ्याशिवाय तुम्ही टाइम टर्नर कसा वापरू शकाल?

स्कॉर्पियस

तू शिकवलंयस आम्हाला टाइम टर्नर कसा वापरायचा ते.

आता डेल्फी चांगलीच अस्वस्थ होते.

डेल्फी

मी नाही तुम्हाला असं करू देणार!

अल्बस

हे बघ, तुझ्या काकांना तू आमच्यावर विश्वास ठेवायला सांगितलंस. आता तेच करायची तुझी वेळ आहे. शाळा जवळ आली. आम्ही इथेच तुझा निरोप घ्यायला हवा.

डेल्फी त्या दोघांकडे बघते आणि एक दीर्घ श्वास घेते. काहीतरी ठरवून मान हलवते आणि हसते.

डेल्फी

जा तर मग. पण एक लक्षात ठेवा. फार क्वचित कोणाला मिळणारी संधी आज तुम्हाला मिळालीये. आज तुम्ही इतिहास बदलून टाकणार आहात. तुम्ही काळ बदलणार आहात. पण सगळ्यात महत्त्वाचं म्हणजे आज तुम्ही एका म्हाताऱ्या बापाला त्याचा मुलगा परत मिळवून देणार आहात.

ती हसून अल्बसकडे पाहते. किंचित वाकून त्याच्या दोन्ही गालांचं हलकेच चुंबन घेते.

डेल्फी अरण्याच्या दिशेनं निघून जाते. अल्बस तिच्याकडे पाहत राहतो.

स्कॉर्पियस

तिनं माझं चुंबन नाही घेतलं – हे आलं का तुझ्या लक्षात? (अल्बसकडे पाहतो.) ठीक आहेस ना तू अल्बस? चेहऱ्याचा रंग उतरलेला दिसतोय तुझ्या. पण मजा म्हणजे गाल गुलाबी पण दिसतायत! एकाच वेळी फिकटपणा आणि गुलाबी रंगही!

अल्बस

चल कामाला लागूया.

अंक दुसरा प्रवेश पाचवा

प्रवेशबंदी असलेले जंगल

अरण्य आणखी मोठं नि घनदाट होत चाललंय. झाडांच्या दाटीतून माणसं शोधाशोध करताना दिसतायत. हरवलेल्या जादुगारांचा शोध चालू आहे. पण हळूहळू माणसं विरळ होत जातात आणि हॅरी एकटाच राहतो.

त्याला काहीतरी ऐकू येतं. तो उजवीकडे वळतो.

हॅरी

अल्बस? स्कॉर्पियस? अल्बस?

एकदम खुरांच्या टापांचा आवाज येतो. हॅरी दचकतो. आवाज कुठून आला त्याचा कानोसा घेतो. अचानक बेन प्रकाशात येतो. बेन हा एक भव्य, रुबाबदार सेन्टॉर.

बेन

हॅरी पॉटर.

हॅरी

बेन, छान वाटलं तू मला ओळखलंस म्हणून.

बेन

मोठा दिसायला लागलास.

हॅरी

वय वाढलंच आहे माझं.

बेन

पण शहाणा झालायस का? असलास तर आमच्या प्रदेशात का घुसलास?

हॅरी

हे बघ, मी नेहमीच सेन्टॉर्सना मान देत आलोय. आपण शत्रू थोडेच आहोत? हॉगवर्ट्सच्या युद्धात तुम्ही किती शूरपणे लढलात!

बेन

मी फक्त माझं कर्तव्य केलं. आणि तेही आमच्या कळपाच्या सन्मानासाठी. तुझ्यासाठी नव्हे. आणि युद्ध संपल्यानंतर या अरण्याची मालकी आमच्याकडे आली. आता आमच्या परवानगीशिवाय तुम्ही त्यात घुसखोरी केलीत, तर तुम्ही आमचे शत्रू ठरता.

हॅरी

बेन, माझा मुलगा हरवलाय. त्याला शोधायला मदतीची गरज आहे मला.

बेन

इथे आलाय तो? आमच्या अरण्यात?

हॅरी

हो.

बेन

मग तोही तुझ्याइतकाच मूर्ख दिसतोय.

हॅरी

मला मदत करशील बेन?

क्षणभर शांतता. बेन विजयी वीराच्या आविर्भावात हॅरीकडे नजर टाकतो.

बेन

मला जेवढं माहीत आहे, तेवढं सांगतो मी तुला. पण लक्षात ठेव. मी ते तुझ्या फायद्यासाठी सांगत नाहीये. माझ्या कळपाच्या भल्यासाठी सांगतोय. सेन्टॉर्सना आता पुन्हा युद्ध नकोय.

हॅरी

आम्हालाही नकोय युद्ध. काय माहित्येय तुला?

बेन

मी तुझ्या मुलाला पाहिलंय, हॅरी पॉटर. ताऱ्यांच्या हालचालीत.

हॅरी

तू त्याला ताऱ्यांमध्ये पाहिलंयस?

बेन

तो आत्ता कुठंय हे मी नाही सांगू शकणार. तुला तो कसा सापडेल, हे सुद्धा नाही सांगता येणार.

हॅरी

पण तू काहीतरी पाहिलंयस? काहीतरी दैवी योजना दिसल्येय का तुला?

बेन

तुझ्या मुलाभोवती एक काळा ढग दिसतोय. एक धोकादायक काळा ढग.

हॅरी

अल्बसभोवती?

बेन

हा काळा ढग आपल्या सगळ्यांना धोक्यात टाकू शकतो. तुला तुझा मुलगा सापडेल, हॅरी पॉटर. पण कधीतरी तू त्याला कायमचा गमावून बसशील, असं वाटतं.

बेन घोड्याच्या खिंकाळण्यासारखा आवाज करतो आणि मग दमदार टापा टाकत निघून जातो. गोंधळून गेलेला हॅरी एकटा मागे उरतो. पण तो दुप्पट जोमानं शोधकार्य सुरू करतो.

हॅरी

अल्बस! अल्बस!

अंक दुसरा प्रवेश सहावा

प्रवेशबंदी असलेल्या जंगलाच्या सीमारेषेवर

स्कॉर्पियस आणि अल्बस एका कोपऱ्यात वळताना दिसतात.

तिथे झाडी थोडी विरळ झाल्यामुळे फटीतून अत्यंत तेजस्वी प्रकाश दिसतोय.

स्कॉर्पियस

आणि ते बघ...

समोरचं दृश्य पाहून अल्बस आवंढा गिळतो.

अल्बस

हॉगवर्ट्स. आपण आजपर्यंत या बाजूनं कधीच नव्हतं पाहिलं हे दृश्य.

स्कॉर्पियस

अजूनही अंगावर रोमांच येतात ना? तुझ्या अंगावर?

झाडीतल्या फटीतून हॉगवर्ट्स स्कूलचं भव्य आणि विलोभनीय दर्शन घडतं. भरीव आणि सुबक इमारती व मनोरे दिसतात.

पहिल्यांदा मी हॉगवर्ट्सबद्दल ऐकलं, तेव्हापासूनच मी तिथं जायला उतावीळ झालो होतो. माझ्या बाबांना स्कूल खूप नव्हतं आवडलं, हे माहितीय मला. पण जेवढं काही वर्णन त्यांनी सांगितलं, त्यावरून मी ठरवलं दहाव्या वर्षांपासून दैनिक प्रॉफेट रोज सकाळी वाचायचा. या धास्तीनं की हॉगवर्ट्सवर काही मोठं संकट तर ओढवलं नसेल ना? माझी तिथं जायची संधी तर हुकणार नाही ना?

अल्बस

आणि मग तू तिथं पोचलास आणि ती जागा फारच भयंकर निघाली ना?

स्कॉर्पियस

माझ्यापुरतं तरी असं नाही म्हणता येणार.

अल्बस आपल्या मित्राकडे बघतो. काहीसा धक्का बसून.

मला एकच गोष्ट करायची होती. हॉगवर्ट्‌समध्ये जायचं आणि धम्माल कल्ला करायचा एखाद्या जिवलग मित्राबरोबर. हॅरी पॉटरनं केलं तसंच. आणि मला जोडीदार मिळाला तो त्याचा मुलगा! हे नशीब वेड लावेल असंच नाही का?

अल्बस

मी तर काही माझ्या बाबांसारखा नाहीये.

स्कॉर्पियस

त्यांच्यापेक्षा खूप चांगला आहेस. माझा सगळ्यात जिवलग दोस्त आहेस तू अल्बस. आणि आपण आत्ता हे जे काही करतोय ना तो कसला विलक्षण कल्ला आहे. तुफान मजा येतीय मला... पण हेही कबूल करायला हवं की मी थोडासा घाबरलोय पण...

अल्बस स्कॉर्पियसकडे बघतो आणि स्मित करतो.

अल्बस

तूसुद्धा माझा सगळ्यात जवळचा मित्र आहेस. आणि काळजी सोड. मला या चालू गोष्टींबद्दल शुभ संकेत मिळतोय.

लांबून रॉनचा आवाज ऐकू येतो आणि तो जवळ येतोय हे कळतं.

रॉन

अल्बस? अल्बस!

अल्बस त्या हाकांच्या दिशेनं भिऊन बघतो.

अल्बस

पण आता आपल्याला लगेच निघायला हवं.

अल्बस स्कॉर्पियसकडून टाइम टर्नर घेतो. त्यावरची बटणं दाबतो. टाइम टर्नर थरथरायला लागतो आणि अचानक स्फोट झाल्यासारख्या वादळी हालचाली सुरू होतात. त्यांच्याबरोबर स्टेजसुद्धा बदलायला लागतं. दोघेही मुलगे तिकडे बघतात.

प्रकाशाचा एक राक्षसी प्रचंड झोत... कानठळ्या बसवणारा आवाज.

आणि काळ थांबतो. जणू कूस बदलतो, क्षणभर विचार करतो आणि मग सावकाशपणे मागे जायला लागतो.

आणि मग काळ मागे जायचा वेग वाढत जातो.

अंक दुसरा प्रवेश सातवा

तिरंगी चषक जादूगार स्पर्धा, प्रवेशबंदी असलेल्या जंगलाची सरहद्द, १९९४

क्षणार्धात आसमंतात नानाविध आवाजांचा जणू स्फोटच होतो. अल्बस आणि स्कॉर्पियस गर्दीत सामावून जातात.

तितक्याच अचानकपणे जगातला सर्वश्रेष्ठ 'शोमन' (हे त्याचेच शब्द, आमचे नव्हेत!) स्टेजवर अवतरतो. आपला आवाज सगळ्यांपर्यंत पोचवायला त्याच्याकडे सोनोरस मंत्र आहे. आणि तो प्रचंड खुशीत आहे, हे उघडच दिसतंय.

ल्युडो बॅगमन

सभ्य स्त्रीपुरुषहो, मुलांनो आणि मुलींनो, मी तुमच्यासाठी घेऊन आलोय, जगातील एकमेव, विलक्षण आणि सर्वश्रेष्ठ अशी तिरंगी चषक जादूगार स्पर्धा!

टाळ्या आणि चिअर्सचा तुफानी कडकडाट होतो.

तुम्ही हॉगवर्ट्सचे आहात का? तर आता चिअर करा.

प्रचंड चिअर्स.

तुम्ही डर्मस्ट्रँगचे असाल तर आता चिअर करा.

पुन्हा मोठा जल्लोष होतो.

आणि आता उठवा आवाज जर तुम्ही असाल तर बॉबॅटनचे.

हा आवाज काहीसा मंद उठतो.

आपले फ्रेंच मित्र थोडे कमी उत्साहात तर नाहीत ना?

स्कॉर्पियस *(स्मितहास्य करतो)*

जमलंय हे छान. हा तर ल्युडो बॅगमन.

ल्युडो बॅगमन

आणि हे कोण पहा. सभ्य स्त्री–पुरुषहो, मुलांनो आणि मुलींनो, आता मी तुमच्यासमोर सादर करणारेय ते आपण सगळ्यांनी इथं जमायचं कारण असलेले चॅम्पियन्स! हा पहा डर्मस्ट्रँगचा प्रतिनिधी: काय भुवया, काय त्याचा नूर, काय उमदा मुलगा! केरसुणीवर करण्यालायक एकही ट्रिक आज तो हातची सोडणार नाहीये. हा आहे विक्टोर 'क्रेझी' क्रम...

स्कॉर्पियस आणि अल्बस *(आता ते डर्मस्ट्रँगच्या विद्यार्थ्यांच्या भूमिकेत खरंच शिरायला लागलेत)*

क्रेझी क्रम, तुझ्यातच दम, क्रेझी क्रम, तुझ्यातच दम...

ल्युडो बॅगमन

आता बोबॅटन अॅकेडमीकडून विजेती आहे फ्लर डेलाकोर!

माफक टाळ्या पडतात.

आणि हॉगवर्ट्सकडून एक नव्हे तर दोन विद्यार्थी! पहिल्याचं नाव घेतलं की आपले पाय लागतील लटपटायला...तो आहे सेड्रिक 'डेलिशस' डिगरी!

गर्दी बेभान होते.

आणि आता हा दुसरा. तुम्ही त्याला जगला तगलेला म्हणून ओळखता. मी ओळखतो त्याला ते सतत सगळ्यांना विस्मयचकित करणारा छोकरा म्हणून...

अल्बस

माझे बाबा...!

ल्युडो बॅगमन

होय, हा आहे हॅरी 'प्लकी' पॉटर!

पुन्हा टाळ्या–चिअर्स. विशेषत: गर्दीच्या एका कडेला उभ्या असणाऱ्या आणि जरा नर्व्हस दिसणाऱ्या एका मुलीकडून. ही छोटी हर्मायनी. (रोझची भूमिका करणारी अभिनेत्रीच ही भूमिकाही निभावते.) एक लक्षात येण्यासारखी बाब म्हणजे सेड्रिकपेक्षा हॅरीला थोडा कमीच प्रतिसाद मिळाला.

आणि आता... शांत रहा सगळेजण. पहिली कामगिरी! सोनेरी अंडं उचलून आणायचंय... ते कुणाच्या घरट्यातून? स्त्री पुरुषहो, मुलामुलींनो, ऐका... ड्रॅगन्स! आणि ड्रॅगन्सचा मार्गदर्शक असणार आहे चार्ल्स विझली.

आणखी जल्लोष होतो.

छोटी हर्मायनी

हे पहा, तुम्ही माझ्या इतक्या जवळ उभे राहणारच असाल तर निदान माझ्या अंगावर एवढे सगळे निःश्वास तरी सोडू नका.

स्कॉर्पियस

रोझ? तू इकडे काय करत्येयस?

छोटी हर्मायनी

रोझ? कोण रोझ? आणि तुमचा बोलण्याचा ढंग हा असा का बदललाय?

अल्बस *(चुकीच्या पद्धतीनं बोलत)*

सॉरी हर्मायनी. त्याचा गोंधळ उडालाय जरा...

छोटी हर्मायनी

तुम्हाला माझं नाव कसं माहीत झालं?

ल्युडो बॅगमन

आणि आता मुळीच वेळ न दवडता आपण बोलवू या आपल्या पहिल्या चॅम्पियनला. तो सामना करणारेय स्विडिश शॉर्ट–स्नाऊट ड्रॅगनचा. मी सादर करतोय सेड्रिक डिगरी!

एका ड्रॅगनच्या आरोळीमुळे छोट्या हर्मायनीचं लक्ष विचलित होतं. तेवढ्यात अल्बस आपली छडी तयार ठेवतो.

आणि हा डिगरी रंगमंचावर. तयार झालाय तो पुरता. किंचित भ्यायलेला पण तरी तयार. तो ड्रॅगनला कधी इकडून चुकवतोय तर कधी तिकडून. मधनंच आडोशाला लपतो, तेव्हा सगळ्या तरुणींची हृदयं घायाळ होतात... त्या एका आवाजात ओरडतायत ड्रॅगनमहाशय, आमच्या डिगरीला काही इजा करू नका!

स्कॉर्पियस काळजीत पडलेला दिसतो.

स्कॉर्पियस

अल्बस, काहीतरी गडबड आहे. हा टाइम टर्नर... हा थरकापतोय...

ठोके पडायला सुरुवात होते... अखंड वाजणारे आणि धोकादायक वाटणारे टिकटॉक ठोके. उघडच ते टाइम टर्नरमधून येतायत.

ल्युडो बॅगमन

आणि सेड्रिक कधी डावीकडे झुकतो तर कधी उजवीकडे झेपावतो. आता त्यानं ही त्याची जादूची छडी सज्ज केली... या तरुण शूर आणि देखण्या जादुगाराच्या मनात आता काय डावपेच असेल बरं?

अल्बस *(आपली छडी रोखून)*

एक्सपेलियार्मस!

सेड्रिकची छडी उडून अल्बसच्या हातात येऊन पडते.

ल्युडो बॅगमन

अरेच्या... बाप रे हे काय घडतंय? ही काळ्या जादूची करामत की आणखी काहीतरी भलतंच? सेड्रिक डिगरी आता निःशस्त्र झालाय...

स्कॉर्पियस

अल्बस, मला वाटतं टाइम टर्नरचं काहीतरी हुकलंय...

टाइम टर्नरची टिकटिक आणखीनच वाढते.

ल्युडो बॅगमन

डिगर्सची वाट लागणारसं दिसतंय. त्याची ही कामगिरी तर इथेच खलास झाल्यात जमा आहे. त्याच्यासाठी हाच कदाचित स्पर्धेचा शेवट ठरेल!

स्कॉर्पियस अल्बसला पकडतो.

टिकटॉक ठोक्यांचा आवाज आता कळसाला पोचलाय आणि एकदम लखलखाट होतो. आणि काळ बदलतो. पुन्हा चालू वर्तमानात प्रवेश. अल्बस वेदनांनी विव्हळतोय.

स्कॉर्पियस

अल्बस, तुला कितपत लागलंय? तू ठीक आहेस अल्बस?

अल्बस

नक्की काय झालं?

स्कॉर्पियस

अरे काहीतरी मर्यादा घातलेली असणार – म्हणजे टाइम टर्नरची काहीतरी कालमर्यादा ठरवलेली असावी...

अल्बस

आपल्यामुळे गडबड झाल्येय का काही? आपण काहीतरी बदलून ठेवलं असं वाटतंय का तुला?

अचानक स्टेजवर धाड पडते. हॅरी, रॉन (आता तो एका बाजूला भांग पडतो आणि त्याचा पेहरावही जास्त सभ्य–सौम्य आहे) जिनी आणि ड्रॅको अवतरतात. स्कॉर्पियस चटकन सगळ्यांना बघतो आणि टाइम टर्नर

पुन्हा आपल्या खिशात सरकवतो. अल्बस त्याच्याकडे कोऱ्या, नकळत्या चेहऱ्यानं बघतो. त्याला खूप वेदना होतायत हे उघड आहे.

रॉन

मी म्हटलं नव्हतं तुम्हाला मी पाहिलं त्यांना म्हणून...

स्कॉर्पियस

माझ्या मते आपण काहीतरी शोधून काढायच्या बेतात आहोत.

अल्बस

हॅलो डॅड, काही बिनसलंय का?

हॅरी त्याच्याकडे अविश्वासाच्या नजरेनं पाहतो.

हॅरी

हो, तसं म्हणता येईल खरं.

अल्बस जमिनीवर कोसळतो. हॅरी आणि जिनी सावरायला धावतात.

अंक दुसरा प्रवेश आठवा

हॉगवर्ट्स, रूग्णालय विभाग

रुग्णालयातल्या एका खाटेवर अल्बस झोपलाय. चिंताक्रांत हॅरी त्याच्या शेजारी बसलाय. त्यांच्या डोक्यांच्या वरच्या बाजूला एका दयाळू माणसाचं चित्र आहे. ही व्यक्ती चेहऱ्यावरून इतरांची काळजी करणारी दिसते. हॅरी व अल्बस दोघांवरही तिचं नीट लक्ष असावं. हॅरी डोळे चोळतो, उठतो, खोलीत एक फेरी घालतो. पाठ ताणतो.

आणि मग त्याची नजर चित्रावर पडते. चित्रातील व्यक्ती व हॅरी, दोघेही दचकतात.

हॅरी

प्रोफेसर डम्बलडोर.

डम्बलडोर

गुड इव्हनिंग हॅरी.

हॅरी

तुम्ही न दिसल्यानं मला चुकल्यासारखं वाटत होतं. अलीकडे जेव्हा मी मुख्याध्यापिकांच्या दालनात गेलो, तेव्हा तुमच्या चित्राची चौकट रिकामीच दिसायची.

डम्बलडोर

अरे मी म्हटलं अधूनमधून आपल्या इतर तैलचित्रांमध्येही डोकावून हजेरी लावावी! *(अल्बसकडे नजर टाकतात.)* ठीक होईल ना रे तो?

हॅरी

गेले चोवीस तास तो शुद्धीवर नाहीये. अर्थात त्याचं मुख्य कारण म्हणजे पॉम्फ्रे मॅडमना त्याचा हात नीट सेट करायचाय. त्यांच्या मते हा फारच विचित्र प्रकार

आहे... जणू काही हे फ्रॅक्चर वीसएक वर्षांपूर्वी झालं असावं आणि त्या वेळी हात अत्यंत चुकीच्या दिशेनं सेट होऊ दिला असावा. पण तो ठीक होईलसं म्हणतायत त्या.

डम्बलडोर

आपल्या मुलाच्या वेदना डोळ्यांनी पाहणं फार अवघड असेल, नाही?

हॅरी एकदा डम्बलडोरकडे आणि मग अल्बसकडे बघतो.

हॅरी

मी अल्बसचं नाव तुमच्यावरून ठेवलं, याबद्दल तुमची प्रतिक्रिया मी कधी विचारली नाही, नाही?

डम्बलडोर

हॅरी, स्पष्टच बोलायचं तर त्या छोट्याश्या जिवावर तू फार मोठा भार टाकल्यासारखं झालंय हे.

हॅरी

मला मदत हवीय तुमची. सल्ला हवाय. बेन म्हणतो की अल्बसला धोका आहे. माझ्या मुलाच्या रक्षणासाठी मी काय करू, डम्बलडोर?

डम्बलडोर

कमालीच्या धोक्यात असलेल्या मुलाचं रक्षण कसं करावं, हे विचारायला सगळे सोडून माझी निवड केलीस तू? तरुणांचा असा बचाव नाही करता येत. वेदना अपरिहार्य असतात.

हॅरी

मग मी काय उभा राहून बघत बसायचं?

डम्बलडोर

नाही. आयुष्याला कसं तोंड द्यावं, हे तू त्याला शिकवायचंस.

हॅरी

पण कसं? तो माझं काही ऐकून घेईल, तर ना.

डम्बलडोर

कदाचित तू त्याला जास्त चांगल्या प्रकारे समजावून द्यायची तो वाट बघत असेल.

हे पचवण्याच्या प्रयत्नात हॅरीच्या कपाळावर आठ्या पडतात.

(अधिक सहानुभूतीनं) चित्र म्हणून काही वरदान आणि काही शाप असतात. लोक बोलतात, ते ऐकू येतं. शाळेत, मंत्रालयात मी ऐकतो लोक काय बोलतात ते.

हॅरी

मग काय कुचाळक्या करतात लोक मी आणि माझा मुलगा यांच्याबद्दल?

डम्बलडोर

कुचाळक्या नाहीत, काळजीनं बोलतात. म्हणतात की तुम्हाला दोघांनाही संघर्ष करावा लागतोय. म्हणतात की तो हाताळायला अवघड आहे. तुझ्यावर रागावलेला आहे. माझी अशी धारणा झाल्येय की त्याच्याबद्दलच्या मायेनं तुला आंधळं केलंय.

हॅरी

आंधळं?

डम्बलडोर

हॅरी, तो नेमका कसा आहे, ते तू पाहायला हवंस. कुठली गोष्ट त्याला घायाळ करत्येय ते तू शोधायला हवंस.

हॅरी

पण तो जसा आहे तसा मला दिसत नाहीये का? काय जखमी करतंय माझ्या मुलाला? *(विचार करतो)* कोण जखमी करतंय, असं?

अल्बस *(झोपेतच बरळतो...)*

बाबा...

हॅरी

हा जो काळा ढग आम्हा दोघांवर झाकोळ आणतोय, तो कुणीतरी आहे ना? एखादा निर्जीव घटक नाहीये ना तो?

डम्बलडोर

अरे बाबा, माझ्या मताला आता कितपत महत्त्व असणार? मी तर निव्वळ एक चित्र आहे... रंग आणि स्मृती. आणि मला तर कधीच मूलबाळ नव्हतं.

हॅरी

पण मला तुमचा सल्ला हवाय.

अल्बस

बाबा?

हॅरी अल्बसकडे बघतो आणि परत डम्बलडोरकडे. पण एव्हाना डम्बलडोर चित्रातून निघून गेले आहेत.

हॅरी

अरे? कुठे गेलात तुम्ही?

अल्बस

आपण...हॉस्पिटल विभागात आहोत का?

हॅरी आता अल्बसकडे पूर्ण लक्ष देतो.

हॅरी *(गोंधळलेला)*

हो बेटा. आणि तुला... ठीक होशील तू. मॅडम पॉम्फ्रेना लक्षात येईना की बरं होण्यासाठी तुला नेमकं काय द्यावं? मग त्या म्हणाल्या की भरपूर चॉकलेट खाल्लेलं बरं राहील. खरं तर मी खाऊ का थोडं? मला तुला काहीतरी सांगायचंय. आणि ते तुला आवडण्यासारखं नाहीये, असं मला वाटतंय.

अल्बस वडिलांकडे बघतो. यावर काय बोलणार? तो गप्प राहायचं ठरवतो.

अल्बस

माझी काही हरकत नाही.

हॅरी थोडं चॉकलेट घेतो. एक मोठा तुकडा तोडून घेतो. अल्बस काहीसा गोंधळून वडिलांकडे पाहतोय.

बरं वाटलं?

हॅरी

खूपच

चॉकलेट मुलापुढे करतो. अल्बस एक तुकडा घेतो. बापलेक दोघेही चॉकलेट चघळतात.

हा हात कसा आहे आता?

अल्बस हात उलटासुलटा फिरवून बघतो.

अल्बस

छान आहे की.

हॅरी *(अगदी मृदूपणे)*

कुठे गेला होतास तू अल्बस? आमची काय अवस्था झाली, ते तुला सांगणंसुद्धा अवघड आहे. तुझी आई तर काळजीनं आजारीच पडली...

अल्बस नजर उचलून बघतो. एक नंबरचा थापाड्या.

अल्बस

आम्ही ठरवलं शाळेत जायचंच नाही. एक नवीन सुरुवात करायची – मगल्सच्या जगात – पण आपली चूक होत्येयसं लक्षात आलं. आम्ही हॉगवर्ट्सकडे परत येत होतो, तेव्हा तुम्हाला सापडलो.

हॅरी

पण डर्मस्ट्रँगच्या गणवेषात?

अल्बस

ते गणवेषाचं असं झालं की... तो प्रकार म्हणजे... पुरेसा विचारच नाही केला.

हॅरी

आणि तू सगळ्यापासून पळायचं ठरवलंस, ते का? माझ्यामुळे? मी जे काही बोललो त्यामुळे?

अल्बस

माहीत नाही. हॉगवर्ट्सचं असं आहे की जेव्हा तुम्ही त्याच्या चौकटीत बसत नसता, तेव्हा तुमच्यासाठी तिथलं वास्तव्य बिलकूल सुखाचं होत नाही.

हॅरी

आणि स्कॉर्पियसनं तुला भरीला घातलं का निघून जायला?

हॅरी अल्बसकडे निरखून बघतो– जणू काही तो त्याच्याभोवतीचं तेजोवलय शोधत असावा. विचार गढून जातो.

हॅरी

स्कॉर्पियस मॅल्फॉयपासून तू दूर राहायची निकड वाटते मला.

अल्बस

काय? स्कॉर्पियस?

हॅरी

मुळात तुमची दोस्ती झालीच कशी, हे मला समजत नाही. पण झाली ती. निदान आता तरी माझं म्हणणं असंय की–

अल्बस

माझा जिवलग मित्र? माझा एकुलता एक मित्र?

हॅरी

धोकादायक आहे तो.

अल्बस

स्कॉर्पियस? धोकादायक? तुम्ही भेटलाय का त्याला? डॅड, तो व्होल्डेमॉर्टचा मुलगा आहे, असं खरंच जर तुम्हाला वाटत असेल...

हॅरी

तो कोण आहे ते मला माहीत नाही. तू त्याच्यापासून दूर रहायला हवंस, एवढंच मला माहित्येय. बेननी मला सांगितलं–

अल्बस

कोण बेन?

हॅरी

भविष्यकथनाचं उत्कृष्ट कौशल्य असलेला एक सेन्टॉर. त्यानं सांगितलं की तुझ्याभोवती एक काळा ढग जमा झालाय आणि –

अल्बस

काळा ढग?

हॅरी

आणि काळ्या जादूचं पुनरुज्जीवन होतंय, असं समजायला माझ्याकडे पुरेसा आधार आहे. तुला त्यापासून वाचवायला हवं मी. काळ्या जादूपासून आणि स्कॉर्पियसपासूनही.

अल्बस क्षणभर चाचपडतो, पण मग त्याचा चेहरा निश्चयी होतो.

अल्बस

आणि मी त्याच्यापासून दूर व्हायचं नाकारलं तर?

हॅरी मुलाकडे पाहतो आणि झटकन काहीएक विचार करतो.

हॅरी

एक नकाशा आहे. आपल्या आयुष्याचं जे फारसं काही बरं करू शकत नाहीत, त्यांच्यासाठी तो वापरला जायचा. आता आम्ही त्याचा उपयोग तुझ्यावर कायमस्वरूपी नजर ठेवण्यासाठी करणार आहोत. प्रा. मॅकगॉनॅगल तुझ्या प्रत्येक हालचालीवर लक्ष ठेवतील. तुम्ही दोघे एकत्र दिसलात की त्या उडत आल्याच म्हणून समज. हॉगवर्ट्स सोडून जायचा प्रयत्न तुम्ही केलात, की त्या हजर. तू तुझ्या वर्गात नियमित हजर रहायचं आहेस. स्कॉर्पियस सोबत तू अभ्यास शेअर करणार नाहीयेस. आणि मधल्या वेळात तू ग्रिफिन्डॉरच्या कॉमन रूममध्ये थांबत जा.

अल्बस

तुम्ही मला ग्रिफिन्डॉरमध्ये जायला भाग पाडू शकत नाही. मी स्लिदरिन आहे.

हॅरी

अल्बस, उगीच नखरे अन् बहाणे नकोत. तू कुठल्या हाऊसमध्ये आहेस, ते तू जाणतोस. प्रा. मॅकगॉनॅगलनी तुला स्कॉर्पियसच्या संगतीत पकडलं तर, मी तुझ्यावर असा मंत्र घालीन की माझे डोळे आणि कान तुझ्या प्रत्येक हालचालींचा, प्रत्येक संभाषणाचा मागोवा घेत राहतील. आणि या दरम्यान त्याच्या नेमक्या वंशावळीचा तपास करायचं काम माझ्या विभागातर्फे सुरू होईल.

अल्बस *(रडायला लागतो)*

पण बाबा, तुम्ही असं नाही करू... हे मुळीच...

हॅरी

तुला मी आवडत नाही, याचा अर्थ मी बाप म्हणून तुझ्यासाठी योग्य नाही, असं मी दीर्घकाळ मानून घेत राहिलो. आता कुठे माझ्या हे नीट लक्षात येतंय की मी तुला आवडत नसलो, तरी काही हरकत नाही. मुद्दा हा आहे की तू माझं म्हणणं ऐकायला हवं आहेस, कारण मी तुझा बाप आहे आणि मला तुझ्यापेक्षा जास्त कळतं. मला माफ कर अल्बस, पण हे करायलाच हवं.

अंक दुसरा प्रवेश नववा

हॉगवर्ट्स, जिने

अल्बस हॅरीच्या पाठोपाठ स्टेजवर चालत येतो.

अल्बस

आणि मी पळून गेलो तर? जाईनच मी पळून.

हॅरी

अल्बस, तुझ्या बिछान्यावर परत जा.

अल्बस

मी पुन्हा पळून जाईन

हॅरी

नाही. नाही जाणारेस तू.

अल्बस

मी जाईन. आणि यावेळी रॉन मला शोधून काढू शकणारच नाही, याची काळजी घेईन.

रॉन

माझं नाव घेतलं का कुणी आत्ता?

रॉन एका जिन्यावरून उतरुन प्रवेश करतो. त्यानं आपल्या केसांचा भांग जास्तच ठळकपणे डावीकडे पडलाय. त्याचा झगाही बऱ्यापैकी आखूड झालाय आणि कपड्यांचा एकूण नूर प्रेक्षणीय आहे!

अल्बस

रॉन मामा! धन्यवाद डम्बलडोर. तुझे विनोद या क्षणी इतके हवेहवेसे वाटतायत की काय सांगू...

रॉन गोंधळतो. त्याच्या कपाळावर आठ्या येतात.

रॉन

विनोद? मला नाही येत विनोदबिनोद...

अल्बस

काहीही क्काय? तुझं तर आख्खं दुकान आहे जोक्सचं.

रॉन *(आता तो अगदी टोकाचा गोंधळलाय)*

जोक्सचं दुकान? काही काय? पण काही असो, तुम्ही मला सापडलात याचा खूप आनंद झालाय मला...खरं तर मी काहीतरी गोडधोडच आणणार होतो. पण... अं... कसंय की पद्मा माझ्यापेक्षा खूप खोल विचार करते. आणि तिचं मत आहे की शाळेत उपयोगी पडेल अशी वस्तू द्यावी. म्हणून आम्ही अशा पिसांच्या लेखण्या आणल्या.. बघा—बघा ह्या एकदा. काय मस्त आहेत.

अल्बस

पद्मा कोण?

हॅरी अल्बसकडे कपाळाला आठ्या घालून पाहतो.

हॅरी

तुझी मामी.

अल्बस

पद्मा नावाची मामी आहे मला?

रॉन (हॅरीला)

काय रे, तो कन्फाउन्डस मंत्र याच्या अगदी डोक्यातच गेलाय का? (अल्बसला) माझी बायको पद्मा. आठवत्येय? अरे बोलताना चेहरा अगदी तुमच्या जवळ आणायची सवय आहे तिला. किंचित मिन्टचा वास येतो तिच्या अंगाला. *(वाकून)* पद्मा म्हणजे पंजूची आई रे. *(हॅरीकडे वळून)* त्यामुळेच तर आलोय मी इथं. पंजू पुन्हा अडचणीत सापडलाय. मी तर त्याला सज्जड दम देणारं पत्रच पाठवणार होतो, पण पद्माचा आग्रह पडला की मी स्वतःच जायला हवं. कारण काय ते माहीत नाही, पण तो माझ्याकडे पाहून फक्त हसतो.

अल्बस

पण तुझं लग्न तर हर्मायनीशी झालंय ना...

रॉनला याचा काही उलगडत होत नाही.

रॉन

हर्मायनी? नाही! नाहीच म्हणजे! छे छे छे...

हॅरी

अरे, अल्बस तर हेसुद्धा विसरून गेलाय की त्याची निवड ग्रिफिन्डॉरमध्ये झाली होती. बहुधा सोयिस्करपणे.

रॉन

हो रे मित्रा... सॉरी पण तू ग्रिफिन्डॉरमध्येच आहेस

अल्बस

पण मी आणि ग्रिफिन्डॉरमध्ये? कसं शक्य आहे हे?

रॉन

अरे तूच तर सॉर्टिंग हॅटचं मन वाळवलंस. तुला नाही आठवत? पंजूनं तुझ्याशी पैज मारली की तुझ्या जगण्यावर बेतलं तरी तू ग्रिफिन्डॉरमध्ये जाऊ शकणार नाहीस. तेव्हा मग त्याचा नक्षा उतरवायचा म्हणून तू ग्रिफिन्डॉर निवडलंस. आणि मी तरी तुला मुळीच चूक ठरवणार नाही. पंजूच्या थोबाडावरचं हसू पुसून टाकावं असं कधी ना कधी तरी प्रत्येकालाच वाटत असेल नाही का? *(एकदम घाबरतो)* मी असं काही बोललो पंजूबद्दल हे पद्माला प्लीज सांगू नका हं कोणी.

अल्बस

कोण पंजू?

रॉन आणि हॅरी अल्बसकडे नजर रोखून बघत राहतात.

रॉन

तुझ्यायला, येडा झालायस का रे तू? जाऊ दे. आता मला जायला हवं. नाहीतर मलाच एखादं धमकावणीचं पत्र यायचं.

रॉन निघताना अडखळतो. कालपर्यंत रॉन जसा होता, त्यापेक्षा आता इतका पूर्णपणे बदललाय...

अल्बस

पण या सगळ्याचा काही अर्थच लागत नाहीये...

हॅरी

अल्बस, तू हे जे काही सोंग करतोयस ना, ह्यात मुळीच दम नाहीये. मी माझा निर्णय बदलणार नाहीये.

अल्बस

डॅड, तुमच्यासमोर दोन पर्याय आहेत. एकतर मला घेऊन चला–

हॅरी

नाही अल्बस. दोन पर्याय आहेत, ते तुझ्यासमोर. एक तर मी सांगतोय तसं कर, नाही तर गंभीर– खूप गंभीर परिणाम भोगायला तयार रहा. समजतंय का तुला मी काय म्हणतोय ते?

स्कॉर्पियस जिन्याच्या उरलेल्या अर्ध्या भागात येऊन उभा राहतो. अल्बसला पाहून त्याला आनंद होतो.

स्कॉर्पियस

अल्बस? तू ठीक आहेस. मस्त!

हॅरी ठामपणे, निर्णायकपणे पावलं टाकत स्कॉर्पियसला ओलांडून पुढे जातो.

हॅरी

तो पूर्णपणे बरा झालाय. आणि आता निघतोय आम्ही.

अल्बस स्कॉर्पियसकडे नजर टाकतो. अंतःकरण तुटतंय त्याचं. पण तो वडिलांच्या पाठोपाठ चालू लागतो–स्कॉर्पियसच्या घायाळ नजरेकडे दुर्लक्ष करून.

स्कॉर्पियस

चिडलायस का तू माझ्यावर? काय झालंय नक्की?

अल्बस थांबतो आणि स्कॉर्पियसकडे वळतो.

अल्बस

यश मिळालं का काही? आपण योजलं ते पार पडलं?

स्कॉर्पियस

नाही, पण अल्बस –?

हॅरी

अल्बस, तू ही जी काही बाष्कळ बकवास करतोयस ना, ती थांबव आता ताबडतोब. तुला हा माझा अखेरचा इशारा आहे.

एकीकडे वडील आणि दुसरीकडे मित्र. अल्बसच्या काळजाची ओढाताण होत्येय.

अल्बस

मी नाही निभावू शकत हे... ठीके?

स्कॉर्पियस

काय करू शकत नाहीयेस?

अल्बस

एवढंच समज की एकमेकांपासून दूर राहण्यातच आपलं भलं आहे. ठीकाय?

स्कॉर्पियस दूर जाणाऱ्या अल्बसकडे दुःखभरानं पहात राहतो.

अंक दुसरा प्रवेश दहावा

हॉगवर्ट्स, मुख्याध्यापिकांचे कार्यालय

प्राध्यापक मॅकगॉनॅगल अतिशय नाराज दिसतायत. हॅरीच्या चेहऱ्यावरून त्याच्या मनात काही ठाम निश्चय असावा असं वाटतं. जिनी मात्र आपण यापैकी नेमकं काय असावं या संभ्रमात दिसते.

प्राध्यापक मॅकगॉनॅगल

मरॉडर्स मॅपचा नेमका उद्देश काय असावा हे माझ्या नीटसं लक्षात येत नाहीये.

हॅरी

तुम्हाला ते दोघे कधीही एकत्र दिसले तर शक्य तेवढ्या चटकन त्यांना गाठा आणि एकमेकांपासून वेगळे करा.

प्राध्यापक मॅकगॉनॅगल

हॅरी, हा निर्णय योग्य आहे अशी तुझी खात्री आहे का? सेन्टॉर्सच्या शहाणपणाबद्दल शंका घेणं हे मलाही बिलकूल पटणार नाही. पण बेन हा अतिशय तापट सेन्टॉर आहे... आणि आपलं उद्दिष्ट साध्य करण्यासाठी तो नक्षत्रांच्या संदेशात फेरफार करणारच नाही, असं सांगता येत नाही.

हॅरी

माझा विश्वास आहे बेनवर. अल्बसनं स्कॉर्पियसपासून दूरच राहायला हवं. त्याच्या भल्यासाठी आणि इतरांच्याही.

जिनी

मला वाटतं हॅरीला असं म्हणायचंय...

हॅरी *(अतिशय ठामपणे)*

मला काय म्हणायचंय हे प्रोफेसरना नीट कळलंय.

जिनी हॅरीकडे पाहते. हॅरी आपल्याशी असं बोलला याचं आश्चर्य वाटलंय तिला.

प्राध्यापक मॅकगॉनॅगल

देशातल्या महान जादूगार आणि जादुगारिणींनी अल्बसला तपासलंय. कुणालाही त्याच्यात चेटूक किंवा शापाचा अंशही आढळलेला नाही.

हॅरी

आणि डम्बलडोर – ते म्हणाले –

प्राध्यापक मॅकगॉनॅगल

काय?

हॅरी

त्यांचं चित्र. आम्ही बोललो. त्यांनी सांगितलेल्या काही गोष्टींत निश्चितच तथ्य आहे.

प्राध्यापक मॅकगॉनॅगल

हॅरी, डम्बलडोर हयात नाहीत. आणि मी पूर्वीही तुला सांगितलं आहे की चित्रांमध्ये मूळ व्यक्तीचा निम्मासुद्धा अंश शिल्लक नसतो.

हॅरी

ते म्हणाले की मी पुत्रप्रेमामुळे आंधळा झालो आहे.

प्राध्यापक मॅकगॉनॅगल

पूर्वीच्या मुख्याध्यापकांची तैलचित्रं ही एक आठवण फक्त असते. मी निर्णय घेते तेव्हा काहीवेळा आधार म्हणून त्यांचा उपयोग होऊ शकतो. पण मी हे पद स्वीकारलं तेव्हाच मला असा सल्ला मिळाला होता की तैलचित्र म्हणजे ती व्यक्ती असा गैरसमज करून घेता कामा नये. तूसुद्धा हेच धोरण ठेवलंस तर फायदा होईल.

हॅरी

पण त्यांचं म्हणणं बरोबर होतं. आता कळतंय मला ते.

प्राध्यापक मॅकगॉनॅगल

हॅरी तुझ्यावर साहजिकच खूप दबाव आलाय. अल्बस हरवणं, नंतरची शोधाशोध, तुझा व्रण पुन्हा दुखणं आणि त्याचा संभाव्य अर्थ या सगळ्याचं दडपण... पण माझ्यावर विश्वास ठेव की तू चुकतोयस.

हॅरी

अल्बसला मी पूर्वीही आवडत नव्हतो. कदाचित यापुढेही आवडणार नाही. पण तो सुरक्षित तर राहील! मिनर्व्हा – तुमच्याबद्दल मला अतिशय आदर आहे, पण तरीही हे खरंच आहे की तुम्हाला मुलं नाहीयेत–

जिनी

काय हे हॅरी!

हॅरी

तुम्हाला नाही हे समजणार.

प्राध्यापक मॅकगॉनॅगल *(मनातून जबर दुखावलेल्या)*

मला आशा आहे की शिक्षकाच्या पेशामध्ये संपूर्ण आयुष्य घालवल्यानंतर मुलांना –

हॅरी

या नकाशावरून तुम्हाला माझा मुलगा कोणत्या वेळी कुठं आहे हे समजेल. तुम्ही तो वापरावा अशी माझी अपेक्षा आहे. आणि तुम्ही त्याचा उपयोग करत नाही असं दिसलं तर या शाळेवर जी जास्तीत जास्त कडक कारवाई करता येईल, तेवढी मी करीन – त्यासाठी मंत्रालयाची संपूर्ण ताकद उपयोगात आणीन – लक्षात आलं?

प्राध्यापक मॅकगॉनॅगल *(या जहरी हल्ल्यानं त्या गोंधळून गेल्या आहेत)*

व्यवस्थित समजलं.

जिनी हॅरीकडे बघते. त्याला काय झालंय हेच तिच्या लक्षात येत नाही. पण तो मागे वळून पाहत नाही.

अंक दुसरा प्रवेश अकरावा

हॉगवर्ट्स, काळ्या जादूपासून बचावाचा तास

अल्बस वर्गात प्रवेश करतो. देहबोली काहीशी अनिश्चित.

हर्मायनी

अरे वा! ट्रेनमधून गायब झालेले महाशय अखेरीस वर्गात आले तर.

अल्बस

हर्मायनी?

तो कमालीचा चकित होतो. वर्गात शिक्षकाच्या जागी हर्मायनी उभी आहे.

हर्मायनी

पॉटर, माझं नाव प्रोफेसर ग्रेंजर आहे, हे लक्षात ठेव.

अल्बस

पण तुम्ही इथे काय करताय?

हर्मायनी

शिकवतेय. माझ्या पापांचं क्षालन म्हणून. तू इथे काय करतोयस? शिकण्यासाठी आलायस अशी आशा करते मी?

अल्बस

पण तू... तुम्ही... तर जादू मंत्री आहात.

हर्मायनी

पॉटर, तुला पुन्हा तशीच स्वप्नं पडतायत का? आज आपण पेट्रोनस मंत्रांचा अभ्यास करणार आहोत.

अल्बस *(आश्चर्यचकित)*

तुम्ही आमच्या काळ्या जादूपासून बचाव शिकवणाऱ्या शिक्षिका आहात?

वर्गात हास्याचे फवारे उडतात.

हर्मायनी

माझ्या शांतपणाला मर्यादा आहेत बरं का! या मूर्खपणाबद्दल ग्रिफिंडोरला दहा गुणांचा दंड.

पॉली चॅपमन *(उभी राहून, आक्रमकपणे)*

असं करू नका मॅम, तो मुद्दाम करतोय हे. सगळ्यांना माहित्येय की त्याला ग्रिफिंडोरचा तिरस्कार वाटतो.

हर्मायनी

पॉली चॅपमन, हे प्रकरण आणखी चिघळू नये असं वाटत असेल तर लगेच खाली बस. *(पॉली मोठा सुस्कारा सोडते आणि बसते.)* आणि अल्बस जा तिच्याशेजारी बस आणि हा वाद संपवून टाक.

अल्बस

पण तुम्ही एवढ्या दुष्ट नाही आहात.

हर्मायनी

ठीक आहे, अल्बस पॉटरला मी किती खत्रूड आहे हे पटावं यासाठी ग्रिफिंडोरला वीस गुणांचा दंड करत्येय मी.

यान फ्रेड्रिक्स

अल्बस आता तू ताबडतोब खाली बसला नाहीस तर...

अल्बस खाली बसतो.

अल्बस

मी एवढं तरी म्हणू शकतो का –

हर्मायनी

काहीही बोलू नकोस. पॉटर चूप बस, नाहीतर तुझी जी काही तुटपुंजी लोकप्रियता इथे आहे, तीही गमावून बसशील. आता पेट्रोनस म्हणजे काय हे मला कोण सांगेल? नाही? कोणीही नाही? खरंच तुम्ही सगळे इतके ढ विद्यार्थी आहात ना...

हर्मायनी मंद हसते. ती खरोखरीच दुष्टपणा करत्येय, हे त्या हास्यातून उघड दिसतं.

अल्बस

नाही. हा सगळा काय वेडेपणा चाललाय. रोझ कुठाय? तू किती विक्षिप्त वागत्येयस हे तीच सांगेल तुला.

हर्मायनी

कोण रोझ? तुझी अदृश्य मैत्रीण?

अल्बस

रोझ ग्रेंजर – वीझली! तुझी मुलगी! *(त्याच्या लक्षात येतं)* अर्थात रॉनचं आणि तुझं लग्नच झालेलं नसल्यामुळे रोझ –

वर्गात खिदळण्याचे आवाज.

हर्मायनी

तुझी हिम्मतच कशी झाली? ग्रिफिंडोरला पन्नास गुणांचा दंड. आणि लक्षात ठेवा, पुन्हा जर का कोणी मला अडथळा आणला तर थेट शंभर गुणांचा दंड होईल.

ती संपूर्ण वर्गावरून नजर फिरवते. कोणाच्याही चेहऱ्याचा एक स्नायूसुद्धा आता हलत नाही.

छान. पेट्रोनस हा एक जादूचा मंत्र आहे. तुमच्या मनातल्या सगळ्या अत्यंत सकारात्मक भावनांचा तो आविष्कार आहे. त्याचं दृश्य स्वरूप एखाद्या प्राण्याचं असतं आणि त्याच्याविषयी तुम्हाला अतिशय मनापासून जवळीक वाटते. तुम्ही पेट्रोनसला आवाहन करून जागवण्यात यशस्वी झालात तर सगळ्या जगापासून तुम्ही स्वतःचं संरक्षण करू शकता. मला वाटतं की आपल्या इथल्या काहींच्या बाबतीत याची अतिशय गरज आहे. आणि कधीतरी नव्हे तर तातडीची निकड आहे.

अंक दुसरा प्रवेश बारावा

हॉगवर्ट्सचे जिने

अल्बस एका जिन्यावरून चालून येतो. आसपास नजर टाकतो.

त्याला काहीच दिसत नाही. बाहेर जायला निघतो. जिने नृत्यासारख्या हालचाली करताना दिसतात.

स्कॉर्पियस त्याच्यामागोमाग प्रवेश करतो. आपण अल्बसला पाहिलंय असं त्याला वाटतं, पण अल्बस तर प्रत्यक्षात तिथे नाही.

जिने तर इकडे तिकडे हलतायत. शेवटी तो जमिनीवर मटकन बसतो.

मॅडम हूच प्रवेश करतात आणि जिना चढतात. स्कॉर्पियसला उठण्याची खूण करतात.

तो उठतो पण पुन्हा घरंगळतो. तो कमालीचा एकटा पडला आहे हे स्पष्ट दिसतं.

अल्बस येतो आणि एक जिना चढतो.

स्कॉर्पियस प्रवेश करतो आणि दुसरा जिना चढतो.

दोन्ही जिने भेटतात. दोघे मुलगे एकमेकांकडे बघतात.

हताश दिसतात, पण आशाही चेहऱ्यावर दिसते.

मग अल्बस नजर दुसरीकडे वळवतो. आणि तो क्षण तुटतो– आणि त्यासोबतच बहुधा मैत्रीही तुटते.

आता जिनेही एकमेकांपासून दूर जातात. ते दोघे पुन्हा एकमेकांकडे नजर टाकतात. एकाच्या डोळ्यात अपराधीपणाची भावना आहे – तर दुसऱ्याच्या डोळ्यात वेदना – दोघांच्याही मनात काठोकाठ दुःख भरलंय.

अंक दुसरा **प्रवेश तेरावा**

जिनी आणि हॅरी पॉटरचे घर, किचन

जिनी आणि हॅरी एकमेकांकडे बघतात काहीसं काळजीनं. आपल्यात एक वाद होणं अटळ आहे, याची दोघांनाही जाणीव आहे.

हॅरी

हाच निर्णय योग्य आहे.

जिनी

तुझ्या सुरावरून तुझी खात्री पटली आहे असं वाटतंय खरं.

हॅरी

त्याच्याशी प्रामाणिकपणे वागावं असं तू मला सांगितलंस खरं, पण माझ्या लक्षात आलं की खरं तर मी स्वतःशी प्रामाणिक राहून वागणं जास्त आवश्यक आहे. माझं अंतःकरण मला जे सांगतंय, त्यावर मी जास्त विश्वास ठेवायला हवा...

जिनी

हॅरी, आजपर्यंत होऊन गेलेल्या इतर कोणत्याही जादुगारांपेक्षा तुझं मन जास्त मोठं आहे, याची मला खात्री आहे. पण त्यानं तुला असं वागायला सांगितलं, यावर विश्वास ठेवणं कठीण आहे.

दारावर टकटक होते.

दरवाजानं वाचवलं!

ती बाहेर जाते.

क्षणभरानंतर ड्रॅको प्रवेश करतो. तो संतापानं पेटलाय, पण त्यानं तो चांगला लपवलाय.

ड्रॅको

मला जास्त वेळ थांबता येणार नाही. आणि जास्त वेळाची गरजही नाही.

हॅरी

माझी काही मदत होण्यासारखी आहे का?

ड्रॅको

मला तुझ्याशी वैर ओढवून घ्यायची इच्छा नाही पण माझा मुलगा रडतोय. त्याचा बाप म्हणून मी विचारायला आलोय की दोन जिवलग मित्रांची तू अशी ताटातूट का करतोयस?

हॅरी

मी त्यांना अलग केलेलं नाहीये.

ड्रॅको

तू शाळेचं वेळापत्रकसुद्धा बदललंयस. तू शिक्षकांना आणि अल्बसलाही धमकावलंयस. का?

हॅरी ड्रॅकोकडे रोखून पाहतो आणि मग पाठ फिरवतो.

हॅरी

मला माझ्या मुलाचं रक्षण करायला हवं.

ड्रॅको

स्कॉर्पियसपासून?

हॅरी

माझ्या मुलाच्या भोवती एक अंधाराचं आच्छादन असल्याचं मला बेननं सांगितलंय.

ड्रॅको

तुला काय म्हणायचंय पॉटर?

हॅरी मोहरा फिरवतो आणि थेट ड्रॅकोच्या नजरेला नजर भिडवतो.

हॅरी

तो तुझाच मुलगा आहे अशी तुझी पक्की खात्री आहे का ड्रॅको?

क्षणभर स्मशानशांतता.

ड्रॅको

हे शब्द ताबडतोब मागे घे... आत्ताच्या आत्ता.

पण हॅरी शब्द मागे घेत नाही. त्यामुळे ड्रॅको आपली जादूची छडी बाहेर काढतो.

हॅरी

मला नाही वाटत तुला असं काही करायचंय.

ड्रॅको

आहे मला खुमखुमी!

हॅरी

ड्रॅको तुला इजा करायची माझी इच्छा नाही.

ड्रॅको

अरे वा, पण मला मात्र तुला जरूर दुखापत करायचीय.

दोघे आमनेसामने येतात आणि छड्या परजतात.

ड्रॅको आणि हॅरी

एक्सपेलियार्मस!

त्यांच्या छड्या हातातून निसटतात आणि मग परत हातात येतात.

ड्रॅको

इनकार्सिरस!

ड्रॅकोच्या छडीतून स्फोट होतो पण हॅरी तो चुकवतो.

हॅरी

टॅरान्टालेग्रा!

ड्रॅको उडी मारून स्वतःला वाचवतो.

हॅरी

ड्रॅको तू चांगला सराव करून आलायस...!

ड्रॅको

पण तुझी सवय मात्र चांगलीच मोडलेली दिसतीय पॉटर. डेन्सॉजिओ!

हॅरी बाजूला होऊन मारा चुकवतो.

हॅरी

रिक्टुझेम्प्रा!

ड्रॅको एक खुर्ची फेकून स्फोट अडवतो.

ड्रॅको

फ्लिपेन्डो!

हॅरी हवेत उडून कोलांट्या खातो. ड्रॅको हसतो.

म्हातारबुवा सांभाळा स्वतःला.

हॅरी

आपण एकाच वयाचे आहोत ड्रॅको.

ड्रॅको

पण मी माझ्याच वयाचा दिसतो.

हॅरी

ब्रॅकियाविन्डो!

ड्रॅको घट्ट आवळून बांधला जातो.

ड्रॅको

बस्स, एवढीच आहे का तुझी करामत? इमॅन्सिपेअर!

ड्रॅको स्वतःची सुटका करून घेतो.

लेव्हीकॉर्पस!

हॅरीला चपळाईने उडी मारून बचाव करावा लागतो.

मोबिलीकॉर्पस! वा खूपच गम्मत येत्येय यात...

ड्रॅको हॅरीला टेबलावर खाली–वर आदळवतो. हॅरी गडगडत सुटका करून घेत असतानाच ड्रॅको टेबलावर उडी मारतो आणि आपली छडी परजतो. पण तेवढ्यातच हॅरी मंत्र टाकतो.

हॅरी

ऑब्सक्युरो!

ड्रॅको आंधळा होतो पण अगदी क्षणभरच. लगेच तो दृष्टी परत मिळवतो. दोघे पुन्हा समोरासमोर उभे ठाकतात– हॅरी ड्रॅकोवर खुर्ची फेकतो. ड्रॅको खाली वाकून आघात चुकवतो आणि आपली छडी उगारून खुर्चीचा वेग कमी करतो.

जिनी

फक्त तीन मिनिटं झाली मी या खोलीतून बाहेर गेल्याला.

किचनमध्ये झालेला सावळा गोंधळ नीट पाहते. खुर्च्या हवेत लटकतायत. आपली छडी वापरून ती त्यांना जमिनीवर परत आणते.

(शक्य तेवढ्या कोरड्या आवाजात) इथे आत्ता नेमकं काय घडलं?

अंक दुसरा प्रवेश चौदावा

हॉगवर्ट्‌सचे जिने

दुःखी स्कॉर्पियस एका जिन्यावरून जड पावलांनी उतरत येतो.

दुसऱ्या बाजूनं डेल्फी हळूच प्रवेश करते.

डेल्फी

आता नियमाप्रमाणे बघायचं तर मी यायला नको.

स्कॉर्पियस

डेल्फी?

डेल्फी

खरं म्हणजे मी आपली सगळी योजनाच धोक्यात घालत्येय असंही म्हणता येईल तांत्रिकदृष्ट्या... पण ते खरं नाही... तुम्हाला ठाऊकच आहे की धोके पत्करणं हा काही माझा मूळ स्वभाव नाही. हॉगवर्ट्‌समध्ये मी कधीच आलेली नाही. इथली सुरक्षाव्यवस्था फारच ढिसाळ आहे, नाही? आणि कितीतरी तैलचित्रं आहेत. आणि जाण्यायेण्याचे रस्ते. आणि भुतंसुद्धा! खांद्यावर मुंडकंच नसलेल्या एका विचित्र भुतानं मला सांगितलं तुम्ही कुठं भेटाल ते... विश्वास बसतो यावर?

स्कॉर्पियस

तू हॉगवर्ट्‌समध्ये कधीच आली नव्हतीस?

डेल्फी

अरे लहानपणी बरीच वर्षं मी आजारी होते. इतर मुलं जाऊ शकली शाळेत– मी नाही जाऊ शकले.

स्कॉर्पियस

इतकी आजारी होतीस तू? माफ कर, मला हे माहीत नव्हतं.

डेल्फी

मी या गोष्टीची कधीच जाहिरात करत नाही. आपण एखाद्या शोकांतिकेची नायिका म्हणून ओळखलं जावं, असं नाही वाटत मला.

स्कॉर्पियसच्या मनावर ही गोष्ट ठसते. तो काहीतरी बोलायला जाणार तेवढ्यात डेल्फी चपळपणे आडोशाला लपते. एक विद्यार्थी चालत येतो. तो खूप पुढे जाईपर्यंत स्कॉर्पियस जणू काही घडलंच नाही असं दाखवतो.

गेला का तो?

स्कॉर्पियस

डेल्फी, तू इथे असणं खूपच धोक्याचं ठरू शकेल–

डेल्फी

असं आहे की कोणीतरी याबाबत काहीतरी करायलाच हवं ना?

स्कॉर्पियस

डेल्फी कशालाच यश नाही आलं... टाईम टर्नरचा वापरही अपयशी ठरला.

डेल्फी

माहित्येय मला. अल्बसने घुबडाबरोबर चिठ्ठी पाठवली मला. इतिहास बदलला, पण पुरेसा नाही. सेड्रिक अजूनही मेलेलाच आहे. खरं सांगायचं तर पहिल्या कामगिरीत अपयश आल्यामुळे दुसरी जिंकून दाखवायचीच, असा त्याचा पक्का निश्चय झालाय.

स्कॉर्पियस

इकडे रॉन आणि हर्मायनी एकदम काहीच्या काहीच उलटेपालटे झालेत – का ते काही मला उलगडत नाही.

डेल्फी

त्यामुळेच तर सेड्रिकला थांबून राहायला हवं. सगळ्या गोष्टींचा इतका गोंधळ उडालाय... तू टाइम टर्नर स्वतःकडे ठेवलास, हे योग्यच केलंस स्कॉर्पियस. पण मला असं म्हणायचं होतं की तुम्हा दोघांच्या बाबतीत कोणीतरी काहीतरी दुरुस्ती करायला हवी.

स्कॉर्पियस

ओ... हो.

डेल्फी

तुम्ही जिवाभावाचे मित्र आहात. तो प्रत्येक पत्र पाठवतो घुबडाबरोबर, त्यात तुझं अस्तित्व दिसत नाही. तो उद्ध्वस्त होतोय हे नक्कीच.

स्कॉर्पियस

त्याला डोकं ठेवून रडायला तुझ्या खांद्याचा आधार मिळालाय, असं दिसतंय. आतापर्यंत किती घुबडं पाठवली त्यानं तुझ्याकडं?

डेल्फी मंद हसते.

सॉरी... म्हणजे मला तसं म्हणायचं नव्हतं– एवढंच की हे सगळं काय चाललंय, हेच मला कळत नाही. मी त्याला भेटायचा, त्याच्याशी बोलायचा खूप प्रयत्न केला. पण प्रत्येकवेळी तो निसटून जातो.

डेल्फी

हे बघ, तुझ्या वयाची मी होते तेव्हा मला कोणीच जवळचा मित्र नव्हता. माझी गरज होती ती. अगदी कमालीची गरज. तुमच्यापेक्षाही लहान होते, तेव्हा तर मी चक्क एक काल्पनिक मित्र शोधून काढला होता. पण –

स्कॉर्पियस

माझीसुद्धा होती तशी एक. नाव फ्लरी. पण गॉबस्टोन्सच्या नेमक्या नियमावरून आमचे टोकाचे मतभेद झाले.

डेल्फी

अल्बसला तुझी गरज आहे स्कॉर्पियस. आणि ही एक विलक्षण गोष्ट आहे.

स्कॉर्पियस

काय करायला हवंय मी त्याला?

डेल्फी

हीच तर विचित्र गोष्ट आहे ना मैत्रीबद्दलची? त्याला काय हवंय हे तुम्हाला ठाऊक नसतं. कशाची तरी त्याला निकड आहे, एवढंच माहीत असतं. शोधून काढ स्कॉर्पियस. तुम्हा दोघांचं अस्तित्व एकमेकांत गुंफलं गेलंय.

अंक दुसरा प्रवेश पंधरावा

हॅरी आणि जिनी पॉटरचे घर, किचन

हॅरी आणि ड्रॅको दोन टोकांना बसले आहेत. जिनी त्यांच्यामध्ये उभी आहे.

ड्रॅको

जिनी तुझं किचन खराब केल्याबद्दल माफ कर.

जिनी

अरे ते माझं किचन नाहीच. स्वयंपाक बराचसा हॅरीच करतो.

शांतता पसरते.

ड्रॅको *(त्याला हे पचवायला कठीण जातंय)*

मी त्याच्याशीही काही बोलू शकत नाही. स्कॉर्पियसशी. विशेषतः ॲस्टोरिया गेल्यापासून. तिच्या मृत्यूमुळे त्याच्यावर किती आघात झालाय यावरही आमचा संवाद नाही होऊ शकत. कितीही निकराचा प्रयत्न केला तरी मला त्याच्यापर्यंत पोचताच येत नाही. तुम्ही अल्बसशी बोलू शकत नाही आणि मी स्कॉर्पियसशी. त्याचे हे सगळे परिणाम भोगतोय आपण. माझा मुलगा दुष्ट नाहीये. एखाद्या उग्र सेन्टॉरचा शब्द तुला किती महत्त्वाचा वाटतो, तो वाटू दे. पण शेवटी मैत्रीची ताकद तुलाही ठाऊक आहे.

हॅरी

ड्रॅको तुला काहीही वाटलं तरी –

ड्रॅको

तुझ्या विझली आणि ग्रेंजरशी असलेल्या दोस्तीबद्दल मला कायम हेवा वाटायचा. मलाही मित्र होते–

जिनी

क्रॅबी आणि गॉयल

ड्रॅको

दोन बावळट ज्यांना केरसुणीची दोन टोकं कुठली हेसुद्धा नीट समजायचं नाही. तुम्ही तिघे मात्र चांगलेच चमकत होतात. एकमेकांना आवडत होतात. धमाल करत होतात. दुसऱ्या कशाहीपेक्षा या घट्ट मैत्रीचा मत्सर मला जास्त वाटायचा.

जिनी

हेवा तर मलाही वाटायचा.

हॅरी आश्चर्यानं जिनीकडे बघतो.

हॅरी

मला त्याचं रक्षण करायलाच हवं.

ड्रॅको

माझ्या वडिलांचीही समजूत ते माझं रक्षण करतायत अशी होती. बहुसंख्य लोक म्हणतात की आईवडिलांची भूमिका निभावणं ही जगातली सगळ्यात अवघड गोष्ट असते. चुकतात ते. मोठे होत जाणं हेच सगळ्यात कठीण असतं. मोठे झाल्यानंतर ती प्रक्रिया किती खडतर होती, हे आपण विसरून जातो.

या शब्दांचा आपल्यावर परिणाम होऊ देणं टाळायचा हॅरी पुष्कळ प्रयत्न करतो. तरीही ते शब्द त्याच्याभोवती निनादत राहतात.

ड्रॅको

मला वाटतं की कुठल्या न कुठल्या टप्प्यावर आपल्याला निवड करावी लागते. आपण कुठल्या प्रकारचा माणूस बनणार आहोत याची. आणि मी सांगतो तुला त्या वेळी तुम्हाला गरज असते ती पालकांची किंवा मित्रांची. पण तोपर्यंत जर तुम्ही आपल्या पालकांचा तिरस्कार करायला शिकला असाल, आणि तुम्हाला मित्रही नसतील, तर मग तुम्ही एकटे पडता. आणि एकटेपणा फार भयंकर असतो. मी असा एकाकी होतो. त्या एकटेपणानंच मला अंधारलेल्या जगात पाठवलं. खूप दीर्घकाळ. टॉम रिडल हाही अतिशय एकाकी मुलगा होता. तुला हे कदाचित समजणार नाही हॅरी, पण मला समजतं. आणि मला वाटतं जिनीलाही कळतं.

जिनी

खरं बोलतोय तो.

हॅरी जिनीकडे नजर टाकतो.

ड्रॅको

टॉम रिडल त्याच्या त्या अंधारलेल्या जगातून बाहेर पडूच शकला नाही आणि त्यामुळे टॉम रिडल लॉर्ड व्होल्डेमॉर्ट बनला. बेननं अल्बसवर एक काळा ढग पहिला, तो कदाचित अल्बसचा एकाकीपणा असेल. त्याचं दुःख असेल. त्याचा तिरस्कार असेल. त्या मुलाला तुम्ही गमावलंत तर पश्चाताप कराल. कदाचित तोही नंतर पस्तावेल. कारण त्याला तुमची गरज आहे, आणि स्कॉर्पियसचीही आहे.

हॅरी ड्रॅकोकडे पाहतो, विचारात पडतो.

तो बोलायला तोंड उघडतो पण पुन्हा विचारात बुडतो.

जिनी

हॅरी, फ्लू पावडर तू आणणार की मी आणू?

अंक दुसरा प्रवेश सोळावा

हॉगवर्ट्स, ग्रंथालय

स्कॉर्पियस ग्रंथालयात येतो. इकडेतिकडे पाहतो. त्याला अल्बस दिसतो. अल्बसला तो दिसतो.

स्कॉर्पियस

हाय...

अल्बस

स्कॉर्पियस, मी नाही...

स्कॉर्पियस

माहित्येय मला. तू आता ग्रिफिन्डोरमध्ये आहेस. तुला आता मला भेटायची इच्छा नाही. पण तरी मी आलोय खरा इथं. आणि बोलतोय तुझ्याशी.

अल्बस

ठीक आहे, पण मी नाही बोलू शकत...

स्कॉर्पियस

बोलावं लागेल तुला. जे जे घडलं ते सगळं असं सहजपणे धुडकावून लावता येईलसं वाटतं तुला? भोवतालचं जग केवढं बदलून गेलंय आणि चक्रावलंय. कल्पना आहे का तुला?

अल्बस

माहित्येय मला सगळं. रॉन विचित्र वागतोय. हर्मायनी प्राध्यापक झालीय. चुकीचं घडतंय सगळं पण –

स्कॉर्पियस

आणि रोझ तर अस्तित्वातच नाही.

अल्बस

तेही माहित्येय. हे बघ, मला सगळ्याच गोष्टींचा अर्थ लागतो, असं नाहीये. पण तू इथे असायला नकोस, हे नक्की.

स्कॉर्पियस

आपण जे काही केलं त्यामुळे रोझ जन्मालाच आली नाही. तिरंगी चषक स्पर्धेनंतरच्या यूल बॉलबद्दल सांगितलं ते आठवतंय तुला? स्पर्धेत उतरलेल्या चौघाही विजेत्यांनी नृत्यासाठी जोडीदार निवडले. तुझ्या वडिलांनी पार्वती पाटीलची निवड केली, तर व्हिक्टर क्रमनं–

अल्बस

हर्मायनी. मग रॉन मत्सरानं जळफळला आणि वेड्यासारखा वागला...

स्कॉर्पियस

फक्त तो नाही. मला त्यांच्याबद्दल लिहिलेली रिटा स्कीटरची पुस्तकं सापडली. आणि ती खूप वेगळी आहेत... रॉन बॉलला गेला तो हर्मायनीसोबत.

अल्बस

काय?

पॉली चॅपमन

श्शशू...

स्कॉर्पियस पॉलीकडे पाहतो आणि आवाजाची पट्टी कमी करतो.

स्कॉर्पियस

दोस्त म्हणून गेले ते आणि दोस्त म्हणूनच एकमेकांसोबत नाचले. छान वाटलं. मग त्यानं पद्मा पाटीलसोबत नृत्य केलं. आणि ते जास्त रंगलं. मग ते दोघं डेट करायला लागले. रॉन थोडाथोडा बदलायला लागला. पुढे त्यांनी लग्न केलं. दरम्यान हर्मायनी...

अल्बस

वेडी झाली?

स्कॉर्पियस

हर्मायनी त्या बॉलला व्हिक्टर क्रमसोबत जाणार होती. पण ती गेली नाही. का ठाऊक आहे? तिला संशय आला की तिला डर्मस्ट्रँगचे जे दोन विद्यार्थी सेड्रिकच्या पहिल्या कामगिरीआधी भेटले, त्यांचा हात सेड्रिकच्या हातून त्याची छडी हिरावून घेण्यामागे असावा. व्हिक्टरच्या आदेशावरून आपण सेड्रिकची

छडी हिसकावून त्याची पहिली कामगिरी निष्फळ केली, अशी तिची धारणा झाली...

अल्बस

ओहो कमाल आहे.

स्कॉर्पियस

आणि क्रम या सगळ्यामध्ये कुठेच न आल्यामुळे रॉनला त्याचा मत्सर वाटायचा प्रश्नच आला नाही. हा मत्सर फार महत्त्वाचा घटक होता. तो नसल्यानं रॉन आणि हर्मायनी फक्त चांगले मित्र राहिले, पण प्रेमात पडलेच नाहीत – त्यांचं लग्नही झालं नाही – साहजिक रोझचा जन्मच झाला नाही.

अल्बस मनातल्या मनात झटकन हिशेब करतो.

अल्बस

म्हणजे त्यामुळेच माझे डॅड इतके – ते पण बदलले का?

स्कॉर्पियस

माझी खात्री आहे की तुझे डॅड बदलले नाहीयेत. ते आधी जादूच्या कायद्याच्या अंमलबजावणी विभागाचे प्रमुख होते आणि अजूनही आहेत. त्यांचं जिनीशी लग्न झालं. त्यांना तीन मुलं आहेत.

अल्बस

मग ते इतके का–

खोलीच्या मागच्या बाजूनं एक ग्रंथपाल प्रवेश करतात.

स्कॉर्पियस

अल्बस, तू नीट ऐकलंस का माझं म्हणणं? हे प्रकरण तू आणि तुझे डॅड यांच्या संबंधांपेक्षा खूप व्यापक आहे. प्रोफेसर क्रोकरचा कायदा काय सांगतो? कुणालाही मागच्या काळात जायचं असेल तर त्याला काहीतरी मर्यादा आहेत. टाइम ट्रॅव्हलर आणि तो काळ या दोघांचंही गंभीर नुकसान न होता फक्त पाच तास मागे जाता येतं. आणि आपण तर कित्येक वर्षं मागे गेलो. अशा वेळी छोट्याशा बदलाचेसुद्धा पडसाद उमटणारच. आणि आपण जे केलं त्याचे परिणाम खूपच अनिष्ट झाले आहेत. आपण जे केलं त्यामुळे रोझचा जन्मच झाला नाही. रोझ...!

ग्रंथपाल

श्श्श्शश्श!

अल्बस पटकन विचार करतो.

अल्बस

ठीक आहे मग आपण परत मागे जाऊ आणि जे चुकलं त्याच्यात दुरूस्त्या करू. सेड्रिक आणि रोझ दोघांनाही परत आणू.

स्कॉर्पियस

...चुकीचं उत्तर.

अल्बस

तुझ्याकडे अजूनही तो टाइम टर्नर आहे ना? कुणाला सापडला नाही ना तो?

स्कॉर्पियस तो आपल्या खिशातून बाहेर काढतो.

स्कॉर्पियस

हो आहे पण...

अल्बस त्याच्या हातातून तो हिसकावून घेतो.

नको अल्बस. परिस्थिती अजून किती बिघडेल हे समजत नाहीये का तुला?

स्कॉर्पियस टाइम टर्नर परत मिळवायचा प्रयत्न करतो. अल्बस त्याला मागे ढकलतो. दोघांची झटापट सुरू होते.

अल्बस

चुकलेल्या गोष्टी दुरुस्त करायलाच हव्यात स्कॉर्पियस. सेड्रिकला वाचवणं आणि रोझला परत आणणं याची गरज संपलेली नाही. आपण जास्त दक्षतेनं काम करूया. प्रा. क्रोकर काहीही म्हणोत, माझ्यावर विश्वास ठेव, आपल्या दोघांवर विश्वास ठेव. यावेळी आपण सगळं काही बरोबर करू.

स्कॉर्पियस

नाही, मला नाही तसं वाटत. अल्बस तो परत दे! दे मला परत!

अल्बस

नाही देणार. खूप महत्त्वाचं आहे हे.

स्कॉर्पियस

हो महत्त्वाचं आहे आपल्यासाठी. पण या कामात आपण तरबेज नाही आहोत. आपण चूक करू.

अल्बस

कोण म्हणतं आपण चुकू?

स्कॉर्पियस

मी म्हणतो. कारण आपण चुकतच आलो आहोत. विचका करून ठेवतो आपण. आपण हरतो. आपण अस्सल पराभूत आहोत. संपूर्ण पराभूत. तुला अजून समजलं नाहीये का हे?

दोघांच्या झटापटीत अल्बस जिंकतो आणि स्कॉर्पियसला जमिनीवर दाबून धरतो.

अल्बस

असं आहे की तू भेटण्याआधी मी पराभूत नव्हतो.

स्कॉर्पियस

अल्बस तुला तुझ्या वडिलांना जे काही सिद्ध करून दाखवायचं आहे, त्याचा हा रस्ता नव्हे.

अल्बस

मला माझ्या डॅडना काहीही सिद्ध करून दाखवायचं नाहीये. मला रोझला वाचवायचंय आणि त्यासाठी सेड्रिकला वाचवायचंय. आणि कुणाला ठाऊक, तू माझे पाय मागे ओढले नाहीस तर मी हे नक्कीच साध्य करू शकेन.

स्कॉर्पियस

माझ्याशिवाय? अरे बिच्चारा अल्बस पॉटर. हीच फीत तुझ्या खांद्यावर लटकत्येय रे: बिच्चारा अल्बस पॉटर. किती दुःखाची गोष्ट.

अल्बस

काय बडबडतोयस तू?

स्कॉर्पियस (*भावनांचा स्फोट*)

गळ्याशपथ सांगतोय, ऐक. लोक तुझ्याकडे लक्ष देतात कारण सगळ्या जादूच्या विश्वाला ज्यांनी वाचवलं ते सुप्रसिद्ध हॅरी पॉटर तुझे वडील आहेत. आणि लोक माझ्याकडे बघतात कारण त्यांना वाटतं की माझे वडील म्हणजे व्होल्डेमॉर्ट. व्हो–ल्डे–मॉ–र्ट!

अल्बस

एक शब्दसुद्धा–

स्कॉर्पियस

या सगळ्याचा खरा अर्थ पोचतोय का तुझ्या मेंदूपर्यंत? तू प्रयत्न तरी केलायस का हे सगळं समजून घ्यायचा? नाही. कारण तुझ्या नाकाच्या शेंड्यापलीकडचं जग दिसतच नाही तुला. तुझे वडील आणि तू यांच्या दरम्यान जो काही मूर्खपणा

चाललाय, तो सोडून दुसरं काही समजतच नाही तुला. अरे ते नेहमीच हॅरी पॉटर राहणार हे तुला कळत नाही का? आणि तू नेहमीच त्यांचा मुलगा राहणार. आता हे तुला पचवायला जड असेल आणि भले शाळेतील इतर मुलं खोडसाळ असतील, पण हे सगळं स्वीकारायला शिकलं पाहिजे तुला. कारण नाहीतर याच्यापेक्षाही वाईट गोष्टी पुष्कळ आहेत आसपास. ओके?

एक ठोका वाजतो.

काळ बदलतोय हे लक्षात आलं त्याक्षणी माझं मन उसळून उठलं. त्या एका क्षणी मला वाटलं की कदाचित माझी आई आजारी पडलेलीच नसेल. कदाचित तिचा मृत्यू झालाच नसेल. पण तसं नाहीये. तिचा मृत्यू हेच सत्य आहे. आणि मी अजूनही ओळखला जातोय तो व्होल्डेमॉर्टचा मुलगा म्हणूनच – आई हयात नसलेला. आणि मी अशा एका मुलाला सहानुभूती दाखवतोय ज्याला परत काही द्यायचं असतं हे माहीतच नाही. तेव्हा मी जर तुझं आयुष्य उद्ध्वस्त केलं असेल तर माफ कर. पण माझं आयुष्य बरबाद करायची संधी तुला नाही मिळणार. कारण ते अगोदरच उद्ध्वस्त झालेलं आहे. त्यात तू काही सुधारणा करू शकला नाहीस. कारण तू एक नालायक मित्र आहेस– कमालीचा नालायक.

अल्बस हे शब्द पचवतो. आपल्या मित्राचं आपण काय नुकसान केलंय हे त्याला जाणवतं.

प्राध्यापक मॅकगॉनॅगल *(रंगमंचाच्या बाहेरून)*

अल्बस? अल्बस पॉटर. स्कॉर्पियस मॅल्फॉय. तुम्ही आहात का इकडं?– आणि एकत्र? मला नाही हे चालणार.

अल्बस स्कॉर्पियसकडे पाहतो आणि आपल्या बॅगमधून एक झगा बाहेर काढतो.

अल्बस

तातडीनं लपायला हवं आपल्याला. काय?

स्कॉर्पियस

काय?

अल्बस

स्कॉर्पियस, माझ्याकडे पहा.

स्कॉर्पियस

हा तर अदृश्य करणारा झगा आहे ना? आणि जेम्सचा आहे ना तो?

अल्बस

त्यांनी आपल्याला शोधून काढलं तर त्या आपली कायमची ताटातूट करतील. प्लीज. काही गोष्टी मला नसतील कळल्या, पण आता प्लीज चल.

प्राध्यापक मॅकगॉनॅगल *(बाहेरूनच, दोघांना शक्य तेवढी संधी द्यायचा प्रयत्न करतात)*

मी तुमच्या खोलीत येत्येय बरं का आता.

प्राध्यापक मॅकगॉनॅगल खोलीत येतात. त्याच्या हातात मरॉडर्स मॅप आहे. दोघेही मुलगे झग्यात लपून अदृश्य होतात. त्या आसपास पाहतात, निराश होतात.

आता गेले कुठे हे? मला मुळात हा सगळा प्रकार पसंत नाही आणि आता मीच फसवली जात्येय.

विचार करतात. पुन्हा नकाशाकडे पाहतात. ते दोघे कुठे असतील ते स्थान शोधतात. संपूर्ण खोलीभर शोधक नजरेनं पाहतात. ही मुलं झग्यात लपून इकडेतिकडे फिरतात, त्यामुळे काही वस्तूही हालताना दिसतात. त्यांची दिशा लक्षात घेऊन त्या त्यांचा रस्ता रोखायचा प्रयत्न करतात. पण ते त्यांना हुलकावणी देतात.

एक पुस्तक खाली पडतं त्यावरून मुलं काय करतायेत आणि कशाचा आसरा घेतायत हे मॅकगॉनॅगलच्या लक्षात येतं. अच्छा वडिलांचा अदृश्य झगा...

त्या पुन्हा नकाशाकडं बघतात आणि मुलांच्या हालचालीच्या दिशेला पाहतात. विचार करतात. स्वतःशीच हसतात.

ठीक आहे, मला तुम्ही दिसलाच नाहीत तर मी तरी काय करणार?

त्या निघून जातात. दोघं मुलं झगा काढून टाकतात. क्षणभर अगदी शांत बसतात.

अल्बस

हो हा झगा जेम्सकडून ढापला मी. त्याची वस्तू चोरणं अगदीच सोप्पं आहे. ज्या दिवशी त्याला त्याची पहिली केरसुणी मिळाली, ती तारीख वापरली की त्याची ट्रंक उघडता येते. दादागिरी करणाऱ्यांचा ससेमिरा चुकविण्यासाठी हा झगा खूपच उपयोगी पडतो असं लक्षात आलं माझ्या.

स्कॉर्पियस मान हलवतो.

तुझ्या आईच्या मृत्यूबद्दल मला खरंच वाईट वाटतं. आपण तिच्याबद्दल कधीच फारसं बोललो नाही ना? पण तिच्या आणि तुझ्याबाबतीत हे जे काही मूर्खासारखं घडलं, त्याबद्दल मनापासून वाईट वाटतं मला, हे तुला सांगायलाच हवं.

स्कॉर्पियस

थँक्स.

अल्बस

माझ्याभोवती हा जो अशुभ प्रभाव आहे, तो तूच आहेस, असं माझे बाबा म्हणाले. त्यांचं म्हणणं असं – आत्ता कळलंच ते आपल्याला – की मी तुझ्यापासून दूर रहायला हवं. आणि मी नाही राहिलो तर ते काहीतरी –

स्कॉर्पियस

मी व्होल्डेमॉर्टचा मुलगा आहे ही अफवा खरीच आहे असंच तुझ्या वडिलांना वाटतं ना?

अल्बस *(मानेनं होकार देतो)*

त्यांचा विभाग आता याचा तपास करतोय.

स्कॉर्पियस

छान. करू देत शोधाशोध. काही वेळा – काही वेळा मलाही असं वाटायला लागतं – कोण जाणे कदाचित खरंही असेल ते.

अल्बस

नाही. ते खरं नाहीये. आणि मी तुला सांगतो का ते. एकतर एखादा दयाळू मुलगा जन्माला घालायची व्होल्डेमॉर्टची पात्रताच नाही असं मला वाटतं. आणि स्कॉर्पियस तू तर अतिशय दयाळू आहेस. अगदी निखालस अंतर्बाह्य दयाळू! माझी अगदी पक्की खात्री आहे की व्होल्डेमॉर्टला तुझ्यासारखं मूल होणं शक्यच नाही.

एक ठोका वाजतो. स्कॉर्पियस हे शब्द ऐकून भावुक झाला आहे.

स्कॉर्पियस

चांगलं बोललास – बरं वाटलं हे ऐकून.

अल्बस

खरं तर हे सगळं मी कितीतरी आधी बोलायला हवं होतं. हेसुद्धा सांगायला हवं की तू माझे पाय मागे खेचले नाहीस – तसं करणं तुझ्या स्वभावात नाही – उलट तू मला जास्त कणखर बनवतोस – त्यामुळेच तर डॅडनी आपल्या दोघांना सक्तीनं वेगळं केलं, तेव्हा तुझ्याशिवाय –

स्कॉर्पियस

माझ्या आयुष्यातही तू नसशील तर काही मजा नाही वाटत.

अल्बस

आणि हे बघ, मी हॅरी पॉटरचा मुलगा आहे हे मला ठाऊक आहेच. माझ्या मेंदूत त्यामुळे मी काही गोंधळ होऊ देणार नाही. मला हेही कळतं की तुझ्यापेक्षा माझं आयुष्य बरंच चांगलं आहे आणि माझे वडील आणि मी तुलनेनं जास्त नशीबवान आहोत आणि –

स्कॉर्पियस *(त्याचं बोलणं मध्ये तोडून)*

अल्बस, तू क्षमा मागतोयस वगैरे हे सगळं छान आहे, पण पुनः एकदा तू माझ्याबद्दल बोलण्याऐवजी स्वतःबद्दलच बोलायला लागलायस. तेव्हा पाहिजे तर हे सगळं इथेच सोडून देऊ.

अल्बस हसतो आणि हात पुढे करतो.

अल्बस

आहोत ना मग आपण मित्र?

स्कॉर्पियस

कायमच.

स्कॉर्पियस हात मिळवायला पुढे करतो, अल्बस त्याला आपल्या मिठीत ओढून घेतो.

दुसऱ्यांदा करतोयस हे तू.

दोघे मुलगे मिठीतून वेगळे होतात आणि हसतात.

अल्बस

पण आज आपली ही वादावादी झाली, ते बरं झालं. त्यातून मला एक खरंच उत्तम कल्पना मिळालीय.

स्कॉर्पियस

कशाबद्दल?

अल्बस

स्पर्धेतील दुसरी कामगिरी. आणि मानखंडना.

स्कॉर्पियस

अजूनही तू काळ ओलांडून मागे जायच्या गोष्टी करतोयस? तेच तेच बोलतोय आपण असं नाही वाटत?

अल्बस

बरोबर बोलतोयस तू. आपण अपयशी आहोत. हरण्यात तरबेज आहोत आपण. त्यामुळे आपण आता उपयोग केला पाहिजे तो आपल्या ज्ञानाचा. आपल्या शक्तीचा. पराभूतांना, पराभूत व्हायलाच शिकवलं जातं. आणि पराभूतांना धडा शिकवायचा केवळ एकच मार्ग आहे – आणि आपल्याला तो इतर कुणापेक्षाही चांगलाच माहीत्येय – पाणउतारा. आपल्याला त्याचा अपमान करावा लागणार. त्यामुळे दुसऱ्या कामगिरीत आपण नेमकं हेच करायचंय.

स्कॉर्पियस विचार करतो – बराच वेळ – आणि नंतर हसतो.

स्कॉर्पियस

छान वाटतंय मला तुझं हे धोरण.

अल्बस

खात्री आहे माझी.

स्कॉर्पियस

मस्त दिसेल ना हा प्रकार? सेड्रिकला वाचवायला त्याचा अपमान करायचा. छान कल्पना. आणि रोझ?

अल्बस

तो विषय मी जरा राखून ठेवतो, तुला आश्चर्याचा एक सुंदर धक्का द्यायला म्हणून. आता हे मी तुझ्याशिवाय करू शकतो. पण मला तू बरोबर असायला हवायस. आपण दोघांनी मिळून हे करावं, चुकलेल्या गोष्टी सुधाराव्यात असं मला वाटतं. तेव्हा मग... येशील का तू?

स्कॉर्पियस

पण जरा क्षणभर विचार कर. अरे दुसरी कामगिरी तर तळ्यामध्ये पार करावी लागते ना, म्हणजे त्या वेळी केली होती. आणि तुला तर शाळेची इमारत सोडून बाहेर जायलाच बंदी आहे.

अल्बस हसतो.

अल्बस

हो बरोबर आहे. त्यामुळे आता आपल्याला पहिल्या मजल्यावरची मुलींची बाथरूम शोधायला हवी.

अंक दुसरा प्रवेश सतरावा

हॉगवर्ट्स, जिने

रॉन जिना उतरून खाली येतोय, थकलेला दिसतोय, पण मग त्याला हर्मायनी दिसते आणि त्याचा चेहरा उजळतो.

रॉन

प्रोफेसर ग्रेंजर.

हर्मायनी त्याच्याकडे पाहते, तिचंही हृदय उचंबळून येतं (अर्थात ती हे कबूल करणार नाही).

हर्मायनी

रॉन. इथं काय करतोयस तू?

रॉन

काय झालं, काढे तयार करायच्या वर्गात पंजू जरा अडचणीत सापडला. म्हणजे बढाई मारण्याच्या नादात दोन कुठल्यातरी चुकीच्या वस्तूंचं मिश्रण केलंय त्यानं. परिणाम असा झाला की आता त्याला भुवया शिल्लकच नाहीत आणि चांगल्या भरघोस मिशा मात्र फुटल्यायत. आता हे काय त्याला शोभून दिसणार आहे? तसं तर मला यायचं नव्हतं. पण पद्माचं असं म्हणणं की हे दाढीमिशा वाढणं वगैरे समस्या मुलाच्या वडिलांनीच हाताळायला हव्यात. तू तुझ्या केसांचं काहीतरी विशेष केलंयस का?

हर्मायनी

मला वाटतं बहुतेक मी ते नीट विंचरले असतील.

रॉन

तसं असेल तर फार शोभून दिसतायत तुला ते.

हर्मायनी रॉनकडे काहीशा विचित्र नजरेनं पाहते.

हर्मायनी

रॉन माझ्याकडे असं टक लावून पाहणं थांबव बरं का.

रॉन *(आत्मविश्वास गोळा करायच्या प्रयत्नात)*

तुला सांगायचं म्हणजे हॅरीचा मुलगा अल्बस काल मला म्हणाला की तुझं आणि माझं लग्न झालंय असं त्याला वाटलं... *(खो खो हसतो)* तद्दन मूर्खपणा ना?

हर्मायनी

अगदीच हास्यास्पद.

रॉन

आपल्याला एक मुलगी झाली असंही त्याला वाटलं. हे तर आणखीनच चमत्कारिक नाही का?

दोघे डोळ्यात डोळे घालून बघतात. हर्मायनी पहिल्यांदा नजर फिरवते.

हर्मायनी

विक्षिप्तपणाचा कळस आहे हा.

रॉन

नेमकं हेच म्हणायचंय मला. आपण फक्त मित्र आहोत नाही का?

हर्मायनी

काही शंकाच नाही. निव्वळ मित्र.

रॉन

केवळ मित्र. मित्र हा शब्द गंमतीशीरच आहे. पण तितकासा नाही. खरं तर एक साधासा शब्द. मित्र. मित्र. गंमतीदार मित्र. तू आहेस माझी गंमतीदार मैत्रीण, माझी हर्मायनी. नाही नाही तसं नाही **माझी** नव्हे. तुला माहीतच आहे– माझी हर्मायनी नाहीसच तू. पण...

हर्मायनी

माहित्येय मला.

क्षणभर स्तब्धता. दोघेही इंचभरसुद्धा हलत नाहीत. हालचालींपेक्षा जास्त महत्त्वाच्या खूप गोष्टी आहेत वातावरणात. मग रॉन घसा खाकरतो.

रॉन

बरं आता गेलं पाहिजे मला पंजूची समस्या सोडवायला. मिशा राखायच्या छानशा युक्त्या शिकवायलाच हव्यात त्याला.

तो चालायला लागतो, मग वळतो, आणि पुन्हा हर्मायनीकडे कटाक्ष टाकतो. तीही त्याच्याकडेच बघत्येय. तो वेगात निघतो.

तुझे केस खरंच फारच शोभून दिसतायत तुला.

अंक दुसरा प्रवेश अठरावा

हॉगवर्ट्स, मुख्याध्यापिकांचे कार्यालय

प्राध्यापक मॅकगॉनॅगल रंगमंचावर एकट्याच आहेत. हातातल्या नकाशाकडे बघतात. कपाळावर आठ्या येतात. आपली छडी त्या नकाशावर टेकवतात. आपण एक चांगला निर्णय घेतल्याच्या समाधानानं स्वतःशीच स्मित करतात.

प्राध्यापक मॅकगॉनॅगल

मिस्चिफ मॅनेज्ड.

एक मोठ्ठा आवाज होतो.

संपूर्ण रंगमंच हादरताना दिसतो.

फायरप्लेस मधून प्रथम जिनी प्रवेश करते आणि नंतर हॅरी.

जिनी

प्रोफेसर याहून अधिक प्रतिष्ठेचं काही असू शकेल असं मी तरी म्हणणार नाही.

प्राध्यापक मॅकगॉनॅगल

पॉटर. परत आलात तुम्ही? आणि आता मात्र तुम्ही माझ्या गालिच्याचा पूर्ण सत्यानाश केलायत.

हॅरी

मला माझ्या मुलाला शोधायलाच हवं. खरं म्हणजे आपण शोधायला हवं त्याला.

प्राध्यापक मॅकगॉनॅगल

हॅरी, मी नीट विचार केलाय आणि ठरवलंय की मी यात सहभागी होऊ शकत नाही. तुला काय धमक्या द्यायच्या ते दे, पण मी –

हॅरी

मिनर्व्हा, मी इथं आलोय ते शांतपणे बोलायला, लढायला नव्हे. मी तुमच्याशी त्या वेळी जसा बोललो, तसं बोलायला नको होतं.

प्राध्यापक मॅकगॉनॅगल

मी एवढंच म्हणेन की कुणाच्या मैत्रीमध्ये हस्तक्षेप करायची माझी इच्छा नाही. आणि मला वाटतं की –

हॅरी

मी तुमची माफी मागायला हवीय आणि अल्बसलाही सॉरी म्हणायला हवंय. मला ही संधी द्याल का तुम्ही?

त्या दोघांच्या मागे ड्रॅको अवतरतो.

प्राध्यापक मॅकगॉनॅगल

ड्रॅको?

ड्रॅको

त्याला त्याच्या मुलाला भेटायचंय आणि मला माझ्या मुलाला.

हॅरी

मी पुन्हा सांगतो – मला शांतता हवीय– युद्ध नकोय.

प्राध्यापक मॅकगॉनॅगल त्याच्या चेहऱ्याचं नीट निरीक्षण करतात. त्यांना जी प्रामाणिक तळमळ अपेक्षित आहे, ती त्याच्या चेहऱ्यावर दिसते. मग तो नकाशा त्या आपल्या खिशातून बाहेर काढतात आणि उघडतात.

प्राध्यापक मॅकगॉनॅगल

हं, शांततेच्या प्रयत्नात भाग घ्यायला नक्कीच आवडेल मला.

आपली छडी त्या नकाशावर टेकवतात. सुस्कारा सोडतात.

आय सॉलेम्ली स्वेअर दॅट आय ॲम अप टू नो गुड.

नकाशावर हालचाल दिसू लागते. तो प्रकाशानं उजळतो.

हं... एकत्रच आहेत ते दोघे.

ड्रॅको

आणि तेसुद्धा पहिल्या मजल्यावरच्या मुलींच्या स्वच्छतागृहात. आता तिथं काय करायला कडमडले असतील दोघेजण?

अंक दुसरा प्रवेश एकोणिसावा

हॉगवर्ट्स, मुलींचे स्वच्छतागृह

स्कॉर्पियस आणि अल्बस एका बाथरूममध्ये प्रवेश करतात. तिच्या मध्यभागी एक भलं मोठ्ठं सिंक आहे. अगदी व्हिक्टोरियन काळातलं.

स्कॉर्पियस

हे बघ, मला हे नीट समजून घेऊ दे. आपली योजना आहे एन्गोर्जमेंट.

अल्बस

हो. स्कॉर्पियस, तो साबण तू घेऊ शकलास तर...

स्कॉर्पियस सिंकमधून साबण शोधून काढतो.

एन्गोर्जिओ!

तो त्याची छडी हवेत परजतो आणि आग निर्माण करतो. साबण त्याच्या मूळ आकारापेक्षा चारपट वाढतो.

स्कॉर्पियस

फारच छान! या विस्तारानं मी चांगलाच प्रभावित झालो आहे असं समज!

अल्बस

दुसरी कामगिरी ही सरोवरातली कामगिरी होती. काहीतरी चोरीला गेलं होतं, ते त्यांना परत मिळवणं आवश्यक होतं. आणि ती गोष्ट म्हणजे –

स्कॉर्पियस

– प्रेमाची माणसं.

अल्बस

सरोवर पोहून पलीकडं जायला सेड्रिकनं बबल–हेड–चार्मचा उपयोग केला. आता आपण एवढंच करायचं की त्याच्यापाठोपाठ जाऊन त्याच्यावर एन्गोर्जमेंट मंत्र घालायचा. म्हणजे त्याचा आकार खूपच वाढेल. टाइम टर्नर आपल्याला

जास्त वेळ देत नाही, त्यामुळे आपण हे काम अगदी झटपट करायला हवं. त्याच्या डोक्याचा आकार खूप वाढला की त्याला सरोवरातून बाहेर पडावंच लागेल. त्यामुळे तो या कामगिरीपासून आणि स्पर्धेतून दूर फेकला जाईल...

स्कॉर्पियस

पण आपण सरोवरात जाणार कसे हे तू मला अजून सांगितलंच नाहीस...

एवढ्यात सिंकमधून पाण्याचा एक खूप मोठा प्रवाह उसळी मारून बाहेर येतो आणि त्यापाठोपाठ अवतीर्ण होते खूप भिजलेली मोनिंग मर्टल.

मोनिंग मर्टल

वॉव. छान वाटलं. पूर्वी मला हे आवडायचं नाही. पण तुम्ही माझ्या वयाचे व्हाल ना, तेव्हा जे वाट्याला येईल ते स्वीकार...

स्कॉर्पियस

अर्थातच – मोनिंग मर्टल, तू कमालीची बुद्धिमान आहेस...

मोनिंग मर्टल स्कॉर्पियसवर धावून जाते.

मोनिंग मर्टल

काय म्हणालास आत्ता तू मला? कण्हणारी? मी कण्हते का? आत्ता कण्हत्येय का मी? काय रे? मी कण्हत्येय का?

स्कॉर्पियस

नाही.

मोनिंग मर्टल

माझं नाव काय?

स्कॉर्पियस

मर्टल.

मोनिंग मर्टल

अगदी बरोबर – मर्टल. मर्टल एलिझाबेथ वॉरन – किती सुंदर नाव – माझं नाव. कण्हणारी असं म्हणायची काहीच गरज नाही.

मोनिंग मर्टल *(ती खिदळते)*

खूप काळ लोटला माझ्या बाथरूममध्ये मुलगे आल्याला. खरं तर हे मुळीच बरोबर नाही... पण तरीसुद्धा पॉटर कुटुंबाबद्दल माझ्या मनात नेहमीच एक हळवी जागा असते. आणि एका मॅल्फॉयलासुद्धा मी थोडीफार मदत केली आहे. आता बोला, तुमच्या या जोडगोळीला काय मदत हव्येय?

अल्बस

मर्टल, तू तिथं होतीस – त्या सरोवरात. तसं लिहून ठेवलेलं आहे. या सगळ्या नळांमधून काहीतरी रस्ता निघत असला पाहिजे.

मोनिंग मर्टल

मी तर सगळीकडेच फिरून आलेली आहे. तुमच्या मनात नेमकं कुठलं ठिकाण आहे?

अल्बस

दुसरी कामगिरी. सरोवरामधली. तिरंगी जादूगार स्पर्धा. पंचवीस वर्षांपूर्वी. हॅरी आणि सेड्रिक.

मोनिंग मर्टल

तो इतका देखणा मुलगा मरून गेला ही किती शरमेची गोष्ट आहे ना.. म्हणजे तुझे वडील दिसायला चांगले नव्हते असं नाही – पण सेड्रिक डिगरीची गोष्टच वेगळी – त्याच्याविषयीच्या प्रीतीचे आलाप आळवताना याच बाथरूममध्ये मी किती मुलींना पाहिलंय... ती संख्या मोजली तर तुम्ही आश्चर्यानं थक्क व्हाल... आणि तो गेल्यानंतर अश्रू ढाळतानाही पाहिलंय मी त्यांना.

अल्बस

मर्टल, आम्हाला त्याच तलावात जायचंय. आम्हाला मदत कर.

मोनिंग मर्टल

मागच्या काळात जायला मी मदत करू शकेन अशी समजूत तर नाही ना तुमची?

अल्बस

एक गुपित सांगितलं तर तुझ्यापाशीच ठेवशील?

मोनिंग मर्टल

मला फार आवडतात अशी रहस्यं. मी कोणालाही नाही सांगणार. अगदी माझ्या अंतःकरणाशपथ. शपथ मोडली तर मरणच. किंवा भुतांच्या बाबतीत काय होत असेल ते. माहित्येय तुम्हाला.

अल्बस स्कॉर्पियसकडे पाहून मानेनं होकार देतो तेव्हा तो टाइम टर्नर दाखवतो.

अल्बस

आमचे आम्ही जाऊ शकतो मागच्या काळात. तू फक्त आम्हाला या भल्यामोठ्या नळातून जायचा रस्ता दाखव. आम्ही सेड्रिक डिगरीला वाचवणार आहोत.

मोनिंग मर्टल *(हसत)*

अरे व्वा, मजाच वाटत्येय ऐकायला.

अल्बस

आणि आम्हाला खूप घाई आहे.

मोनिंग मर्टल

हेच आहे ते सिंक. यातला रस्ता थेट सरोवरात जातो. आता हे करण्यात सगळे लहान मोठे नियम मोडले जातात हे खरं आहे, पण ही शाळा नेहमीच जुनाट आणि काळाच्या मागे राहिली आहे. चला मारा उडी आणि वेगवेगळ्या नळातून थेट पोचाल तुम्ही.

अल्बस सिंकमध्ये उतरतो, आणि अंगरखा काढून बाहेर टाकतो. स्कॉर्पियस तसंच करतो.

अल्बस स्कॉर्पियसला हिरवी पानं असलेली एक पिशवी देतो.

अल्बस

काही तुला आणि काही मला.

स्कॉर्पियस

गिलीवीड? आपण गिलीवीडचं काय करणार आहोत? पाण्याखाली श्वास घेता यावा म्हणून?

अल्बस

माझ्या वडिलांनी असंच केलं होतं. आता तयार आहेस का तू?

स्कॉर्पियस

लक्षात ठेव या वेळी आपल्याला घड्याळाचं भान न ठेवणं परवडणार नाही...

अल्बस

फक्त पाच मिनिटं. तेवढाच वेळ पुरणार आहे आपल्याला, वर्तमानकाळात परत यायला.

स्कॉर्पियस

हे सगळं नीट पार पडेल अशी खात्री आहे ना तुझी?

अल्बस

सगळं काही एकदम छान होणार आहे. तयार आहेस?

अल्बस थोडं गिलीवीड घेतो आणि पाण्यात नाहीसा होतो.

स्कॉर्पियस

अल्बस – अल्बस नको –

तो वर पाहतो. आता तो आणि मर्टल दोघेच आहेत तिथं.

मोनिंग मर्टल

मला तर धाडसी मुलं आवडतात.

स्कॉर्पियस *(थोडासा घाबरलेला आणि अगदी किंचित धीर धरून)*

मग मी पण आहे पूर्ण तयार. होऊ दे काय व्हायचं ते.

गिलीवीड घेऊन सिंकच्या तळात नाहीसा होतो.

रंगमंचावर फक्त मोनिंग मर्टल रहाते. एक राक्षसी प्रकाशझोत आणि कानठळ्या बसवणारा आवाज आणि काळ थांबतो. मग तो जणू कूस बदलतो, थोडासा विचार करतो आणि मागच्या घटनांकडे धाव घेतो...

दोघे मुलगे केव्हाच नाहीसे झाले आहेत.

हॅरी धावतच येतो. त्याचा चेहरा विस्कटलेला. त्याच्या पाठोपाठ ड्रॅको जिनी आणि प्राध्यापक मॅकगॉनॅगल.

हॅरी

अल्बस... अल्बस...

जिनी

निघून गेलाय तो.

दोघाही मुलांचे अंगरखे त्यांना तिथल्या जमिनीवर दिसतात.

प्राध्यापक मॅकगॉनॅगल *(नकाशाची मदत घेतात)*

अदृश्य झालाय तो. नाही, तो हॉगवर्ट्सच्या मैदानाखालनं प्रवास करतोय. नाही नाही... आता पुन्हा अदृश्य.

ड्रॅको

पण तो हे करतोय कसं?

मोनिंग मर्टल

तो एक छानशी छोटीशी वस्तू वापरतोय.

हॅरी

मर्टल?

मोनिंग मर्टल

अरेच्चा तुम्ही पकडलंतच की मला. खरंतर मी लपून बसायचा इतका प्रयत्न केला. हॅलो हॅरी. हॅलो ड्रॅको. पुन्हा वाईट्ट भांडखोर मुलगे झालायत का तुम्ही?

हॅरी

कुठली वस्तू वापरतोय तो?

मोनिंग मर्टल

मला वाटतं की ते आहे एक गुपित. पण तुझ्यापासून मला कधीच काही लपवता आलं नाही हॅरी. वय वाढलं तरी तू आणखीनच देखणा कसा काय दिसायला लागलायस?

हॅरी

माझ्या मुलाचा जीव धोक्यात आहे. मला मदत हवीय तुझी, मर्टल. काय करतायत ते?

मोनिंग मर्टल

एका देखण्या मुलाला वाचवायच्या प्रयत्नात आहे तो. कुणी सेड्रिक डिगरी म्हणे.

हा काय प्रकार झालाय ते हॅरीच्या ताबडतोब लक्षात येतं आणि त्याला कमालीचं भय वाटतं.

प्राध्यापक मॅकगॉनॅगल

पण सेड्रिक कित्येक वर्षांपूर्वीच वारला...

मोनिंग मर्टल

पण ती वस्तुस्थिती आपण बदलू शकू अशी पक्की खात्री वाटत होती त्याला. त्याचा आत्मविश्वास अगदी तुझ्यासारखाच आहे हॅरी.

हॅरी

ॲमॉस डिगरी बरोबर माझं जे बोलणं झालं ते अल्बसनं ऐकलं...आता प्रश्न हाच की जादू मंत्रालयाचा टाइम टर्नर त्याच्याकडे असेल? नाही, अशक्य आहे हे.

प्राध्यापक मॅकगॉनॅगल

मंत्रालयाकडे टाइम टर्नर आहे? मला तर वाटलं की ते सगळे नष्ट केले होते?

मोनिंग मर्टल

सगळेजणच खूप खोडकर झालेत नाही?

ड्रॅको

अरे हा सगळा काय प्रकार चाललाय, हे कुणीतरी नीट सांगेल का मला?

हॅरी

अल्बस आणि स्कॉर्पियस अदृश्य आणि प्रकट होत नाहीयेत – ते प्रवास करतायेत – मागच्या काळात जायला निघालेत.

अंक दुसरा प्रवेश विसावा

तिरंगी चषक जादूगार स्पर्धा, सरोवर, १९९५

ल्युडो बॅगमन

सभ्य स्त्री पुरुषहो, मुलांनो आणि मुलींनो, मी तुमच्यासाठी घेऊन आलोय जगातली एकमेव, अप्रतिम आणि सर्वश्रेष्ठ अशी तिरंगी जादू चषक स्पर्धा! तुम्ही हॉगवर्ट्‌सचे असलात तर मला प्रतिसाद द्या.

खूप मोठा जल्लोष होतो.

आणि आता अल्बस आणि स्कॉर्पियस सरोवरातून पोहत येतायत. अतिशय दिमाखदारपणे पाणी कापत येतात.

तुम्ही डर्मस्ट्रँगचे असाल – तर आता करा जल्लोष.

मोठ्या आवाजाचा धमाका.

आणि तुम्ही बोबॅटन्सचे असाल तर आता करा जल्लोष.

आता आवाज येतो तो खूपसा मंदच पण पूर्वीपेक्षा बरा.

हां, आपले फ्रेंच मित्र आता भरात येतायत.

आणि इकडे स्पर्धक तर सुसाट सुटलेत... व्हिक्टर एखादा शार्क असावा असंच वाटतंय. फ्लॉर उठून दिसतीये, हुशार हॅरी गिलीवीड वापरतोय, नेहमीच हुशारी दाखवतो तो – आणि सेड्रिक – मित्रहो त्याला पाहून तर डोळ्याचं पारणं फिटेल तुमच्या. सरोवर ओलांडून जाण्यासाठी सेड्रिक बबल चार्म वापरतोय.

सेड्रिक डिगरी पोहत जवळ येताना दिसतो. त्याच्या डोक्यावर एक फुगा आहे. अल्बस आणि स्कॉर्पियस एकदमच आपापल्या छड्या उचलतात आणि पाण्यातून त्याच्यावर एन्गोर्जमेंट चार्म मारतात.

तो वळतो आणि गोंधळून जाऊन त्यांच्याकडे बघतो. पण तो मंत्र त्याला लागतोच. त्याच्या भोवतालचं पाणी सोनेरी रंगात चमकायला लागतं.

आणि मग सेड्रिकचा आकार वाढायला लागतो – आणखी वाढतो – पुष्कळ वाढतो.

तो स्वतःकडे आणि भोवताली पाहतो. आता त्याची मती गुंग झाली आहे अगदी पूर्णपणे. आणि मग या दोघा मुलांना सेड्रिक असाहाय्यपणे पाण्यातून वर पृष्ठभागावर येताना दिसतो.

अरे देवा... पण हे काय... सेड्रिक डिगरी पाण्यातून बाहेर पडतोय आणि असं दिसतंय की स्पर्धेतूनही तो बाहेर पडणार. अरेरे, सभ्य स्त्री पुरुषहो आपल्याला स्पर्धेचा विजेता कळलेला नाही, पण पराभूत कोण ते मात्र कळलंय. सेड्रिक डिगरीचं रूपांतर आता एका फुग्यात होतंय आणि हा फुगा हवेत उडायला लागलाय. काय हे दृश्य मित्रहो... या कामगिरीतून आणि स्पर्धेतून तो उडून जातोय – अरे बापरे हा प्रकार आणखी क्रूर बनतोय.. सेड्रिकच्या आसपास फटाके उडतायत आणि त्यात अक्षरं दिसतायत – 'रॉनचं हर्मायनीवर प्रेम आहे' – आणि प्रेक्षकांना ते चक्क आवडतंय – सभ्य स्त्री पुरुषहो, सेड्रिकच्या चेहऱ्यावरचे भाव तर पहा. खरंच पाहावं असं हे दुःखद दृश्य आहे. एक शोकांतिकाच आहे ही. ही त्याची संपूर्ण मानहानी आहे, दुसरा शब्दच नाही यासाठी.

अल्बस खदखदून हसतो आणि पाण्यातच स्कॉर्पियसला हाय फाईव्ह देतो.

अल्बस खूण करतो आणि स्कॉर्पियसचा होकार. ते वरच्या काठाकडे पोहायला लागतात. इकडे सेड्रिक वर येतो तेव्हा लोक हसायला लागतात आणि सगळं काही बदलून जातं.

जग अंधारून जातं. खरंतर ते पूर्णपणे काळाकुट्ट दिसायला लागतं.

मग तेवढ्यात एक प्रकाशझोत उजळतो. एक मोठा धमाका. आणि टाइम टर्नर लगेचच थांबतो. आणि आपण वर्तमानकाळात परत येतो.

स्कॉर्पियस अचानक पाण्यावर येतो त्याच्या चेहऱ्यावर विजयाचा आनंद.

स्कॉर्पियस

वूऽऽऽ हूऽऽऽ!

तो आजूबाजूला बघतो. चकित. अल्बस कुठं आहे? तरी तो हात हवेत उभारतो.

जिंकलो आपण!

क्षणभर वाट पाहतो.

अल्बस?

अल्बस तरीही पाण्याबाहेर येत नाही. स्कॉर्पियस पाण्यात शोधायचा प्रयत्न करतो. विचार करतो. बुडी मारतो.

पुन्हा पाण्याबाहेर येतो. आता मात्र तो पुरता भेदरलाय. पुन्हा इकडे तिकडे पाहतो. मोठ्यानं हाक मारतो.

अल्बस... अल्बस... अल्बस.

सर्पभाषेत कुजबुज ऐकू येते. ती प्रेक्षकातही पसरते. तो येतोय. तो येतोय. तो येतोय.

डोलोरस अम्ब्रिज

स्कॉर्पियस मॅल्फॉय. पाण्याबाहेर ये. ताबडतोब.

ती त्याला खेचून पाण्याबाहेर काढते.

स्कॉर्पियस

मिस, मला मदत करा. प्लीज मिस.

डोलोरस अम्ब्रिज

मिस? मी प्रोफेसर अम्ब्रिज आहे. तुझ्या शाळेची मुख्याध्यापिका. मिस वगैरे काही नाही.

स्कॉर्पियस

तुम्ही मुख्याध्यापिका आहात? पण मी...

डोलोरस अम्ब्रिज

मीच मुख्याध्यापिका आहे आणि तुझं कुटुंब किती महत्त्वाचं का असेना – तुला यात पडायचं काहीही कारण नाहीये.

स्कॉर्पियस

या सरोवरात एक मुलगा आहे. त्याच्यासाठी मदत मागवायला हवी. मी माझ्या मित्राला शोधतोय मिस. प्रोफेसर. हेडमास्टर. हॉगवर्ट्सचाच एक विद्यार्थी. मी अल्बस पॉटरला शोधतोय.

डोलोरस अम्ब्रिज

पॉटर? अल्बस पॉटर? असला कुणीही विद्यार्थी नाहीये. खरं म्हणजे गेल्या कित्येक वर्षात हॉगवर्ट्समध्ये पॉटर आडनावाचा कुणीही विद्यार्थी शिकलेला नाही. आणि पूर्वी जो एक होता, तोही चांगला निघाला नाही. हॅरी पॉटर. त्याच्या आत्म्याला शांती मिळो असंसुद्धा म्हणणार नाही मी. त्याचा आत्मा चिरंतन निराशेत बुडालेला चांगला. एक नंबरचा उपद्रवी होता तो.

स्कॉर्पियस

हॅरी पॉटर मेला?

अचानक प्रेक्षागृहातून वाऱ्याचा श्वासोच्छ्वास जाणवायला लागतो. लोकांभोवती काही काळे झगे दिसायला लागतात. मग काळ्या आकृत्या. ते डिमेंटर्स होतात.

प्रेक्षागृहात डिमेंटर्स उडायला लागतात. भयानक काळ्या आकृत्या. जणू मृत्यूच्या शक्तीच्या काळ्या सावल्या. त्यांना घाबरूनच राहावं लागतं. त्या दालनातलं सगळं चैतन्यच ते शोषून घेतात.

वारा चालू आहे. नक्कीच हा नरक आहे. आणि मग प्रथम दालनाच्या मागून आणि नंतर सगळीकडून कुजबुजणारे स्वर ऐकू येतात. भेदरून टाकणाऱ्या ओळखीच्या सुरातले शब्द. व्होल्डेमॉर्टचा आवाज...

हॅर्री पॉटर्र्.

हॅरीचं भयस्वप्न प्रत्यक्षात उतरलं आहे.

डोलोरस अम्ब्रिज

काहीतरी भलतंसलतं तर गिळलं नाहीयेस ना तू? आमचं लक्ष नसताना मडब्लड बनलायस की काय? हॅरी पॉटर वीस वर्षांपूर्वीच मेला. हॉगवर्ट्स स्कूलमध्ये बंड झालं होतं, ते फसलं, त्यात मेला तो. डम्बलडोरच्या दहशतवादी सैनिकांपैकी एक होता तो. हॉगवर्ट्सच्या युद्धात आम्ही शौर्यानं लढून त्यांची सत्ता उलथवून टाकली. आता चल पुढे. तू काय खेळ खेळतोयस ते माहीत नाही मला. पण तू डिमेंटर्सना नाराज करतोयस आणि व्होल्डेमॉर्ट दिनाची वाट लावतोयस.

सर्पभाषेतील कुजबुज वाढत जाते. कर्कश. कानठळ्या बसवणारी. आणि रंगमंचावर अवतरतात महाप्रचंड फलक. त्यावर सर्पांच्या आकृत्या.

ते सगळं पाहून स्कॉर्पियस भयचकित जाला आहे.

स्कॉर्पियस

व्होल्डेमॉर्ट दिन?

पूर्ण अंधार होतो.

भाग एक समाप्त

भाग दोन

भाग दोन

अंक तिसरा

अंक तिसरा प्रवेश पहिला

हॉगवर्ट्स, मुख्याध्यापिकांचे कार्यालय

आता आपण शिरतो फेरबदल झालेल्या एका कालविश्वात. हे जग अंधारमय भासतं. खोलीतील जमिनीवर राखेचा थर पसरलेला आहे – त्यामुळे अनिश्चितता आणि दहशतीचं सावट आलेलं. रंगभूमीवरील देखावा – पार्श्वसंगीत आणि त्यापेक्षाही मंचावरील रंगसंगतीमुळे वातावरणनिर्मिती होते. हॅरी मरण पावला आहे. व्होल्डेमॉर्ट जिवंत होतो आणि त्याची सत्ता येते. सगळं काही अयोग्य घडत आहे.

स्कॉर्पियस डोलोरस अम्ब्रिजच्या कार्यालयात प्रवेश करतो. त्याचे कपडे अधिक गडद रंगाचे दिसतात, अंगरखा जास्त काळपट. त्याच्या चेहऱ्यावर उदासीनता दाटली आहे. आजूबाजूच्या सर्व भयानक परिस्थितीची त्याला पुरेपूर जाणीव आहे आणि तो सतत स्वतःला सांभाळून आणि सावध राहतो.

डोलोरस अम्ब्रिज

स्कॉर्पियस. धन्यवाद मला भेटायला आल्याबद्दल.

स्कॉर्पियस

होय हेडमिस्ट्रेस.

डोलोरस अम्ब्रिज

स्कॉर्पियस. खूप दिवसांपासून माझ्या मनात विचार घोळतोय. तुझ्यात हेड बॉय होण्याची क्षमता आहे, तुला कल्पना असेलच. प्युअर ब्लडेड आहेस तू, नैसर्गिक नेतृत्वगुण, कमालीचा चपळ...

स्कॉर्पियस

चपळ?

डोलोरस अम्ब्रिज

नम्रपणा पुरे झाला तुझा स्कॉर्पियस. मी पाहिलंय तुला क्विडिचच्या मैदानात. तू स्निच पकडला नाहीस असं क्वचितच घडलं असेल. तू खूप अमूल्य विद्यार्थी आहेस. आम्हा शिक्षकांकरिता. खासकरून माझ्या दृष्टीनं. ऑगरीला पाठवायच्या अहवालात तुझ्या कामाची मी नेहमीच प्रशंसा करत आले आहे. आपण मिळून करत असलेलं काम, अभद्र अपवित्र विद्यार्थ्यांना हाकलून देण्याचं. शाळेला सुरक्षित आणि पवित्र वास्तू बनवण्याचं.

स्कॉर्पियस

होय का?

दुरून किंचाळ्यांचा आवाज येतो. स्कॉर्पियस त्या दिशेनं कानोसा घेतो. मनात दाटून आलेल्या विचारांना आवर घालतो. त्यानं स्वतःला सावरलं पाहिजे आणि तो सावरणारच.

डोलोरस अम्ब्रिज

पण गेले तीन एक दिवस झाले. व्होल्डेमॉर्ट दिनाला तू मला त्या तळ्यात सापडल्यापासून, तुझं वागणं... वरचेवर विचित्र व्हायला लागलंय – खासकरून हॅरी पॉटरनं पछाडलंय तुला...

स्कॉर्पियस

असं काही नाहीये.

डोलोरस अम्ब्रिज

सगळ्यांना प्रश्न विचारून भंडावतोस, हॉगवर्ट्सच्या लढ्याबद्दल. पॉटर कसा मेला, का मेला याबद्दल, आणि त्या सेड्रिक डिगरीबद्दलचं तुझं कुतूहल तर हास्यास्पद आहे. स्कॉर्पियस, तुझ्यावर काही मंत्र तंत्र शापांचा प्रभाव तर नाही ना याची तपासणी करून घेतली – पण काही निष्पन्न झालं नाही म्हणून म्हटलं तुला विचारावं – मी तुला काही मदत करू शकते का? तुला मूळपदावर आणायला...

स्कॉर्पियस

नाही. नको. मी ठीक झालोय समजा. थोडा भरकटलो होतो. बाकी काही नाही.

डोलोरस अम्ब्रिज

म्हणजे आपण आपलं काम पुन्हा सुरू करायला मोकळे तर?

स्कॉर्पियस

हो. हरकत नाही.

तिचा हात ती स्वतःच्या हृदयाजवळ ठेवते. आणि दोन्ही मनगटं एकमेकांवर टेकवते.

डोलोरस अम्ब्रिज

व्होल्डेमॉर्ट आणि पराक्रमासाठी.

स्कॉर्पियस *(तिच्यासारखं म्हणण्याच्या प्रयत्नात)*

अं - हं - तेच.

अंक तिसरा प्रवेश दुसरा

हॉगवर्ट्स, मैदान

रंगमंच घुमू लागतो. स्कॉर्पियसही. तो काहीतरी शोधायच्या प्रयत्नात – काहीही – ज्यामुळे तो ही सगळी उलथापालथ ठीक करू शकेल. कार्ल आणि यान एकदम जोशात आणि त्वेषात आहेत. ते दोघे स्कॉर्पियसला गाठतात.

कार्ल जेनकिन्स

ए स्कॉर्पिअन किंग.

तो स्कॉर्पियसला टाळी देण्यासाठी हात उंचावतो. हे यातनाकारक आहे. पण तो टाळी देतो.

यान फ्रेडरिक्स

आपण तयार आहोत ना, उद्या रात्रीसाठी?

कार्ल जेनकिन्स

कारण उद्या आपल्याला काही विशिष्ट मडब्लड्सची आतडी बाहेर काढायची आहेत.

दोघे निघून जातात.

पॉली चॅपमन

स्कॉर्पियस.

पॉली चॅपमन जिन्यावर उभी आहे. तो तिच्याकडे फिरून बघतो.

स्कॉर्पियस

पॉली चॅपमन?

पॉली चॅपमन

आपण मुद्द्याचं बोलूया का? मला माहित्येय सगळ्यांना उत्सुकता आहे, तू कोणाला विचारणार, म्हणजे तुला कोणालातरी विचारावं लागेलच, मला तर या

आधी तीन मुलांनी विचारलंय आणि मी काही एकटीनं त्यांना सगळ्यांना नकार दिला नाहीये. तुला लक्षात असेलच, तू मला विचारणार आहेस ते.

स्कॉर्पियस

बरोबर.

पॉली चॅपमन

असं असेल तर छानच होईल. म्हणजे जर तुझी इच्छा असेल तर. आणि अफवा अशी – की तुझी इच्छा आहे. आणि मला फक्त एवढंच स्पष्ट सांगायचं होतं की – आत्ता या क्षणी मलाही इच्छा आहे. आणि ही अफवा नाही. हे ख-खरं आहे.

स्कॉर्पियस

हे – अं – मस्तच की, पण आपण नेमकं कशाबद्दल बोलतोय?

पॉली चॅपमन

अर्थात ब्लड बॉलबद्दल – तू – स्कॉर्पिअन किंग – कोणाला सोबत नेणार ब्लड बॉलला.

स्कॉर्पियस

तुला, पॉली चॅपमन – माझ्याबरोबर यायचंय – बॉलला?

त्याच्या पाठीमागून किंचाळी ऐकू येते.

हा कशाचा आवाज आहे?

पॉली चॅपमन

साहजिक मडब्लड्सचा. तळघरातून. तुझीच तर कल्पना होती ना? असं काय करतोयस तू? अरेच्चा, माझ्या शूजला परत रक्त लागलंय...

ती वाकते आणि काळजीपूर्वक शूजला लागलेलं रक्त पुसून टाकते.

ऑगरीच्या म्हणण्यानुसार – आपण भविष्य घडवणार – ही निघाले मी – भविष्य घडवायला – तुझ्या साथीत. व्होल्डेमॉर्टसाठी आणि पराक्रमासाठी.

स्कॉर्पियस

व्होल्डेमॉर्टसाठी.

पॉली पुढे जायला निघते, स्कॉर्पियस तिच्या पाठोपाठ. काकुळतीला आलेला. ही कसली दुनिया – आणि कोण आहे कोण तो नक्की?

तो गोल फिरत राहतो.

अंक तिसरा प्रवेश तिसरा

जादूमंत्रालय, जादूकायदा अंमलबजावणी प्रमुखांचे कार्यालय

ड्रॅको अनपेक्षितरित्या प्रभावी दिसतो आहे. त्याला स्वतःच्या सत्तेची घमेंड आहे. तो हुकूमत गाजवतो आहे. खोलीच्या दोन्ही बाजूंना ऑगरी झेंडे फडकत आहेत – ऑगरी पक्ष्याचं आक्रमक निशाण असलेले.

ड्रॅको

उशीर झाला तुला.

स्कॉर्पियस

हे तुमचं कार्यालय आहे?

ड्रॅको

एकतर उशीर केलास आणि त्याबद्दल तुला माफीदेखील मागावीशी वाटत नाही. तुला समस्या अजून वाढवण्याची हौस आहे वाटतं?

स्कॉर्पियस

तुम्ही जादूकायदा अंमलबजावणी खात्याचे प्रमुख आहात?

ड्रॅको

खबरदार! तुझी हिम्मत कशी होते माझा अपमान करायची? शिवाय मला वाट बघायला लावलीस आणि त्याबद्दल तुला काडीचाही पश्चात्ताप होत नाहीये!

स्कॉर्पियस

चुकलो, माफ करा.

ड्रॅको

सर.

स्कॉर्पियस चमकून वर बघतो. वडिलांच्या डोक्यात नक्की काय चाललंय त्याचा अंदाज लावायचा प्रयत्न करतो.

स्कॉर्पियस

माफ करा सर.

ड्रॅको

तुझा ढिसाळपणा खपवून घेण्यासाठी नाही वाढवलंय मी तुला. हॉगवर्ट्समध्ये माझी बदनामी करून घेण्यासाठीही नाही.

स्कॉर्पियस

तुमची बदनामी सर?

ड्रॅको

हॅरी पॉटर, त्याच्याबद्दलच्या सतत चौकश्या, हे सगळ्यात लाजिरवाणं आहे. मॅलफॉय खानदानाला कलंक लावायची हिम्मत कशी होते तुझी?

अचानक एक वाईट विचार स्कॉर्पियसच्या डोक्यात चमकून जातो.

स्कॉर्पियस

अरेरे. तुम्ही जबाबदार आहात त्यासाठी? नाही, तुम्ही नसणार ते?

ड्रॅको

स्कॉर्पियस...

स्कॉर्पियस

आजच्या डेली प्रॉफिटमध्ये वाचलं – तीन जादुगारांनी एक वाहतुकीचा पूल उध्वस्त केला, बघण्यासाठी की एका फटक्यात किती मगल्स मारले जाऊ शकतात – तुमचाच हात आहे ना त्यात?

ड्रॅको

सांभाळून बोल.

स्कॉर्पियस त्याच्या वडिलांवर चालून जातो, पावलागणिक त्यांच्यावर आरोप करत.

स्कॉर्पियस

मडब्लड मृत्यू छावण्या, त्यांचा छळ, सैतानी शहेनशाहला विरोध करणाऱ्यांना जिवंत जाळणे. यातलं काय काय तुमच्या नावावर आहे? आई मला नेहमी म्हणत असे, तुला वाटतात त्यापेक्षा खूप जास्त भले आहेत तुझे बाबा. पण तुमचं खरं रूप हे आहे ना? खुनी, छळवादी, आणि –

ड्रॅको उठून उभा राहतो आणि स्कॉर्पियसला धरून जोरात टेबलाजवळ खेचतो. त्याचा हा आवेश एकदम आश्चर्यचकित करणारा आणि भेदरवणारा आहे.

ड्रॅको

तिची आठवण वाया घालवू नकोस स्कॉर्पियस. तिचं नाव घेऊन स्वतःची बाजू बळकट करण्याचा प्रयत्न करू नकोस. तिची योग्यता याहून जास्त आहे.

स्कॉर्पियस गप्प राहतो. भयभीत भेदरलेला. ड्रॅकोच्या हे लक्षात येतं. तो स्कॉर्पियसला सोडून देतो. स्वतःच्या मुलाला इजा करण्याची त्याची इच्छा नाहीये.

आणि हो. ते मगल्सला मारणारे मूर्ख जादूगार, माझं काम नाहीये ते. म्हणा मगल पंतप्रधानांना सोन्यानाण्याची लाच द्यायचं काम ऑगरी माझ्यावर सोपवू शकते... तुझी आई खरंच असं म्हणाली माझ्याबद्दल?

स्कॉर्पियस

तिनं सांगितलं होतं, आजोबांना ती फारशी पसंत नव्हती – त्यांचा विरोध होता तुमच्या लग्नाला – त्यांच्या मते तिलाही मगल्सचा खूप पुळका असायचा – शिवाय कमजोर होती ती – पण तरीही तुम्ही तिच्यासाठी आजोबांचा विरोध मोडून काढलात. ती म्हणाली होती तिच्या उभ्या आयुष्यात तुम्ही दाखवलेली सगळ्यात मोठी हिम्मत होती.

ड्रॅको

तुझ्या आईनं हिम्मत दिली मला.

स्कॉर्पियस

पण तेव्हा – तुम्ही वेगळे होता.

तो आपल्या वडिलांकडे बघतो, ड्रॅको त्याच्याकडे नापसंतीनं बघतो.

माझ्या हातून काही चुका झाल्या, तुम्ही माझ्याहूनही मोठ्या चुका केल्या आहेत. आपलं हे काय होऊन बसलंय, बाबा?

ड्रॅको

काही झालं नाहीये आपल्याला – आपण आधी होतो तसेच आहोत.

स्कॉर्पियस

मॅलफॉय. ज्या खानदानावर भरवसा ठेवू शकतो. जगाला आणखी अंधकारमय बनवण्यासाठी.

स्कॉर्पियसचं हे बोलणं ड्रॅकोच्या वर्मी लागतं. तो काळजीपूर्वक स्कॉर्पियसकडे बघतो.

ड्रॅको

शाळेतले सगळे धंदे – कोणाची फूस आहे त्याला?

स्कॉर्पियस

मी जसा झालोय तसा नकोय मला स्वतःला.

ड्रॅको

आणि असं कशामुळं वाटतंय तुला?

स्कॉर्पियस अगतिक होऊन घडलेली हकीकत सांगण्याचा विचार करतो.

स्कॉर्पियस

मी स्वतःला वेगळ्या नजरेतून बघतो.

ड्रॅको

तुला ठाऊक आहे, मला तुझ्या आईची सगळ्यात आवडणारी गोष्ट काय होती? ती मला नेहमीच अंधारातून उजेड दाखवायला मदत करत असे. तिनं माझं आयुष्य – तुझ्या शब्दांत सांगायचं झालं तर – कमी 'अंधकारमय' बनवलं होतं.

स्कॉर्पियस

खरंच?

ड्रॅको आपल्या मुलाला निरखून बघतो.

ड्रॅको

मला वाटायचं त्याहून जास्त आहे तिच्याबद्दल जाणून घेण्यासारखं.

शांतता. तो स्कॉर्पियसकडे काळजीपोटी बघतो.

तू जे काही करशील ते सांभाळून कर. तुलाही गमवायचं नाहीये मला.

स्कॉर्पियस

हो. सर.

ड्रॅको शेवटचं आपल्या मुलाला बघून घेतो – त्याच्या डोक्यात घोळणारे विचार समजून घेण्याच्या इराद्यानं.

स्वतःचा हात आता परिचित असलेल्या पद्धतीनं तो मनगटावर ठेवतो.

ड्रॅको

व्होल्डेमॉर्ट आणि पराक्रमासाठी.

स्कॉर्पियस त्याच्याकडे बघतो आणि खोलीतून बाहेर पडतो.

स्कॉर्पियस

व्होल्डेमॉर्ट आणि पराक्रमासाठी.

अंक तिसरा प्रवेश चौथा

हॉगवर्ट्स, ग्रंथालय

स्कॉर्पियस वाचनालयात प्रवेश करतो आणि लगबगीनं पुस्तकं धुंडाळायला लागतो. त्याला एक इतिहासाचं पुस्तक सापडतं.

स्कॉर्पियस

सेड्रिक डिगरी डेथ ईटर कसा काय बनला? माझ्याकडून काहीतरी दुर्लक्ष झालंय. मला अंधारातून प्रकाशाची वाट दिसू दे.

क्रेग बावकर जुनिअर

तू इथे कसा?

स्कॉर्पियस काहीशा घायकुतीला आलेल्या क्रेगकडे वळून बघतो.

स्कॉर्पियस

का? येऊ शकत नाही का मी इथे?

क्रेग बावकर जुनिअर

अजून तयार नाहीये तो. मी लवकरात लवकर पूर्ण करायचा प्रयत्न करतोय. पण प्रोफेसर स्नेप इतका अभ्यास देतात, आणि एक निबंध लिहायचा तोही दोन प्रकारे. म्हणजे, मी तक्रार करत नाहीये.. सॉरी.

स्कॉर्पियस

परत सांग मला. सुरुवातीपासून. काय तयार नाहीये?

क्रेग बावकर जुनिअर

तुझा जादुई काढे विषयाचा गृहपाठ. आणि मला आनंदच आहे तो करण्यात. खरंतर मी आभारी आहे तुझा. आणि मला माहित्येय ना तुला गृहपाठ अभ्यास वगैरे फारसं आवडत नाही, आणि मी तुला कधीच निराश करत नाही, तुला कल्पना आहेच.

स्कॉर्पियस

मला अभ्यास आवडत नाही?

क्रेग बावकर जुनिअर

तू स्कॉर्पिअन किंग आहेस. अर्थात अभ्यास तुझा नावडता. तू हिस्टरी ऑफ मॅजिक पुस्तक का उचललंस? मी तेही काम करू शकलो असतो.

विराम. क्षणभर स्कॉर्पियस क्रेगकडे बघतो. आणि ते पुस्तक त्याच्याकडे देऊन टाकतो. क्रेग ते घट्ट पकडून निघून जातो.

काही क्षण विचार करून त्याच्या चेहऱ्यावर आठ्या पडतात.

स्कॉर्पियस

त्यानं स्नेपचा उल्लेख केला?

अंक तिसरा प्रवेश पाचवा

हॉगवर्ट्स, जादुई काढ्यांचा वर्ग

स्कॉर्पियस जादुई काढ्यांच्या वर्गात पळत येतो. दार धाडकन ढकलून आत येतो. सेव्हरस स्नेप त्याच्याकडे बघतो.

स्नेप

दारावर परवानगी घेऊन आत यायला कोणी शिकवलं नाहीये वाटतं तुला?

स्कॉर्पियस त्याच्याकडे बघतो, त्याला थोडी धाप लागलेली आहे. त्याला पक्की खात्री वाटत नाही, पण तरीही थोडीशी आशा तो उराशी बाळगून आहे.

स्कॉर्पियस

सेव्हरस स्नेप. तुम्हाला भेटणं हा माझा सन्मान समजतो मी.

स्नेप

मला प्रोफेसर म्हणालास तर बरं होईल. तू असशीलही या शाळेचा राजा, पण म्हणून आम्ही सगळे तुझे चाकर होत नाही.

स्कॉर्पियस

पण तुमच्याकडे उत्तर आहे...

स्नेपच्या चेहऱ्यावर नेहमीसारखेच कडवट भाव असतात.

स्नेप

तुझ्या शंकेचं निवारण करणं माझ्यासाठी आनंदाचीच बाब आहे. मुला, तुला काही विचारायचं असेल तर नक्की विचार... नाहीतर बाहेर पडताना दार लावून घे.

स्कॉर्पियस

मला तुमच्या मदतीची गरज आहे.

स्नेप

सेवेसाठीच आहे मी.

स्कॉर्पियस

मला समजत नाहीये मी तुमची काय मदत घेऊ. तुम्ही अजूनही छुप्या कारवाया करत आहात? तुम्ही अजूनही डम्बलडोरसाठी गुप्तपणे काम करता?

स्नेप

डम्बलडोर? डम्बलडोर मेले. आणि मी त्यांच्यासाठी करत आलेलं काम अगदी जगजाहीर आहे – मी त्यांच्या शाळेत शिकवायचो.

स्कॉर्पियस

नाही, तुम्ही फक्त एवढंच काम नाही केलंत. तुम्ही त्यांच्यासाठी डेथ ईटर्सच्या मागावर असायचात. तुम्ही त्यांचे सल्लागार होतात. सगळ्यांना वाटत होतं तुम्ही त्यांचा खून केलात – पण नंतर सत्य उघडकीस आलं, तुम्ही त्यांना सहकार्य करत होतात. तुम्ही जगाला वाचवलंत.

स्नेप भीतीपोटी आणि रागाच्या भरात त्याच्यावर वसकन् गुरकावतो.

स्नेप

फार गंभीर आरोप आहेत, मुला, आणि मला नाही वाटत तू केवळ मॅलफॉय आहेस म्हणून शिक्षेतून सुटशील.

स्कॉर्पियस

जर का मी तुम्हाला सांगितलं की आणखी एक कालविश्व होतं – त्या विश्वात हॉगवर्ट्‌सच्या लढ्यात व्होल्डेमॉर्टचा पराभव झाला होता. त्या लढाईत हॅरी पॉटर आणि डम्बलडोर्स आर्मी विजयी झाले होते. तर तुम्हाला कसं वाटेल?...

स्नेप

मी म्हणेन, हॉगवर्ट्‌सच्या लाडक्या स्कॉर्पिअन किंगचं डोकं फिरल्याच्या अफवा तंतोतंत खऱ्या निघाल्या.

स्कॉर्पियस

त्याची सुरुवात एका टाईम टर्नरच्या चोरीपासून झाली. मी चोरला तो. अल्बसच्या साथीत. आम्ही सेड्रिकला मरणाच्या दारातून पुन्हा परत आणण्याचा प्रयत्न केला होता. त्याचा मृत्यू झाला होता तिथून. आम्ही त्याला तिरंगी चषक जिंकण्यापासून रोखून धरलं. आणि असं करून आम्ही त्याला एका वेगळ्याच माणसात बदललेलं बघितलं.

स्नेप

तो चषक हॅरी पॉटर जिंकला होता.

स्कॉर्पियस

पण त्यानं तो एकट्यानंच जिंकावा असं अपेक्षित नव्हतं. सेड्रिकही त्याच्या बरोबरीनं जिंकणार होता. पण आम्ही त्याला खाली खेचलं. आणि त्याला स्पर्धेतून बाहेर काढलं. आणि झालेल्या मानहानीचा परिणाम म्हणून तो डेथ ईटर बनला. मला पुरतं समजलं नाही की हॉगवर्ट्सच्या लढाईत त्यानं काय केलं – त्यानं कोणाला ठार मारलं किंवा काही – पण त्याच्या काही एक कृतीमुळे खूप उलथापालथ झाली खरी.

स्नेप

सेड्रिक डिगरीनं फक्त एकाचाच जीव घेतला, आणि तोही किरकोळीतला – नेव्हिल लॉन्गबॉटम.

स्कॉर्पियस

अच्छा, अर्थात, तरीच! प्रोफेसर लॉन्गबॉटम नगिनीला, व्होल्डेमॉर्टच्या सापाला मारून टाकणार होते. नगिनी व्होल्डेमॉर्टच्या आधी मरायला हवी होती. असं आहे तर! तुम्ही उलगडलंत हे कोडं! आम्ही सेड्रिकला उद्ध्वस्त केला आणि पुढे जाऊन त्यानं नेव्हिलला संपवलं. व्होल्डेमॉर्ट लढाई जिंकला. आलं तुमच्या लक्षात? आलं का तुमच्या ध्यानात?

स्नेप

मला समजलंय. हा मॅलफॉयचा खेळ आहे. आत्ताच्या आता इथून चालता हो नाहीतर मला तुझ्या वडिलांना खबर करावी लागेल. आणि गोत्यात येशील तू.

स्कॉर्पियस विचार करतो. आणि उतावीळ होऊन शेवटची चाल खेळतो.

स्कॉर्पियस

तुमचं त्याच्या आईवर प्रेम होतं. मला सगळं काही आठवत नाहीये. पण तुम्ही त्याच्या आईवर जिवापाड प्रेम केलं होतंत. लिलीवर. मला माहित्येय तुम्ही कित्येक वर्ष गुप्ततेत काम केलंत. मला चांगलंच ठाऊक आहे. तुमच्याशिवाय ही लढाई जिंकणं शक्यच नव्हतं. हे सगळं मला माहीत कसं काय असतं जर मी दुसऱ्या कालविश्वात नसतो तर...?

स्नेप काहीही बोलत नाही. आश्चर्यानं पुरता चकित होऊन.

फक्त डम्बलडोरना माहिती होतं ना? आणि जेव्हा तुम्ही त्यांना गमावलंत, तेव्हा तुम्हाला खूप एकटं वाटलं असणार. मला माहित्येय: तुम्ही भला माणूस आहात. हॅरी पॉटरने त्यांच्या मुलाला सांगितलं होतं. तुम्ही खूप थोर आहात ते.

स्नेप स्कॉर्पियसकडे बघतो. त्याला खात्री पटत नाही. हे कपट तर नाही ना? तो अक्षरशः निःशब्द झाला आहे.

स्नेप

हॅरी पॉटर मेला आहे.

स्कॉर्पियस

मी ज्या काळातून आलो त्यात नाही. त्यांनी सांगितलं होतं, त्यांना भेटलेल्या लोकांपैकी तुम्ही सगळ्यात शूर होता. बघा ना, त्यांना माहीत होतं – त्यांना माहीत होतं तुमचं गुपित. – तुम्ही डम्बलडोरसाठी काय काय केलंत. आणि त्याबद्दल हॅरीला खूप आदर होता तुमचा. – अतोनात. आणि म्हणूनच त्यानी त्याच्या मुलाला तुमचं नाव दिलं – माझा जिवलग मित्र – तुमच्या दोघांचं नाव दिलंय त्याला. अल्बस सेव्हरस पॉटर.

स्नेप थबकतो. भावनाविवश होतो.

प्लीज – लिलीसाठी, जगासाठी, मला मदत करा.

स्नेप विचारात पडतो. आणि स्कॉर्पियसजवळ जातो. त्याची जादूची छडी परजतो. स्कॉर्पियस भीतीनं मागे सरकतो. स्नेप त्याची छडी दारावर रोखतो.

स्नेप

कॉलोपोर्टस!

दाराला एक अदृश्य कुलूप लागतं. स्नेप वर्गाच्या मागील बाजूला असलेलं एक जाळीचं दार उघडतो.

ठीके. चल तर मग...

स्कॉर्पियस

फक्त एकच प्रश्न, पण नक्की कुठं चाललोय आपण?

स्नेप

आम्हाला खूप जागा बदलाव्या लागल्या. जिथे कुठे आम्ही आसरा शोधायला जायचो त्या जागा उद्ध्वस्त केल्या त्यांनी. ह्या दारातून आपण व्होम्पिंग विलो झाडाच्या मुळांखाली असलेल्या एका गुप्त खोलीत शिरू.

स्कॉर्पियस

अच्छा, आम्ही म्हणजे कोण नक्की?

स्नेप

बघशीलच तू आता.

अंक तिसरा प्रवेश सहावा

प्रतिकार मोहिमेची गुप्त खोली

भूमिगत जागा. धुळकट मळलेल्या वातावरणात निराशाजनक (पण आवश्यक) प्रयास चालू आहेत.

स्कॉर्पियसला सुंदर दिसणाऱ्या हर्मायनीने टेबलाला जखडून ठेवला आहे. तिचे कपडे विटले आहेत पण डोळे अजूनही तेजस्वी. ती एकदम आक्रमक पावित्र्यात आहे. आणि त्यात ती शोभूनही दिसते.

हर्मायनी

परत जर तू हलायचा प्रयत्न केलास तर खबरदार. तुझ्या मेंदूचा बेडूक बनवून टाकीन आणि हातांचं रबर.

तेवढ्यात स्नेप स्कॉर्पियसच्या मागून खोलीत येतो.

स्नेप

त्याच्यापासून काहीही धोका नाहीये. (ठोका वाजतो.) तुझी खोडच आहे, ऐकूनच घेत नाहीस कोणाचंही. विद्यार्थिनी म्हणून वैताग आणायचीस तू. आणि अजूनही आणतेस.

हर्मायनी

मी अतिशय उत्तम विद्यार्थिनी होते.

स्नेप

साधारणच होतीस तू. हा पोरगा आपल्या बाजूचा आहे.

स्कॉर्पियस

हो, खरंय, हर्मायनी.

हर्मायनी स्कॉर्पियसकडे बघते, अजूनही संशयाच्या नजरेतून.

हर्मायनी

जास्तकरून लोक मला ग्रेन्जर नावानं ओळखतात. आणि तुझ्या एकाही शब्दावर माझा काडीचाही विश्वास बसत नाहीये, मॅलफॉय.

स्कॉर्पियस

ही सगळी माझीच चूक आहे. माझी आणि अल्बसची.

हर्मायनी

अल्बस? अल्बस डम्बलडोर? ह्याचा अल्बस डम्बलडोरशी काय संबंध?

स्नेप

तो डम्बलडोरबद्दल बोलत नाहीये. तू आधी बसून घे.

रॉन पळत आत येतो. त्याच्या केसांचे तुरे निघालेत. त्याचे कपडे कळकट आहेत. त्याचा संघर्षमय आवेश हर्मायनीच्या तुलनेत मंदच दिसतो.

रॉन

एक खानदानी भेट आणि – *(स्कॉर्पियस त्याच्या नजरेस पडतो आणि तो लगेच सावध होतो.)* हा इकडे काय करतोय रे?

तो घाईगडबडीत जादूची छडी बाहेर काढतो.

माझ्याकडे छडी आहे. अतिशय हानिकारक – मी तुला गंभीर सल्ला देतो की तू –

त्यानं छडी पूर्ण उलटी धरल्याचं त्याच्या ध्यानात येतं आणि तो ती सरळ पकडतो.

सावधगिरीनं वाग –

स्नेप

तो निरुपद्रवी आहे रॉन.

रॉन हर्मायनीकडे बघतो. ती होकारार्थी मान डोलावते.

रॉन

डम्बलडोरचे आभार.

अंक तिसरा प्रवेश सातवा

प्रतिकार मोहिमेची गुप्त खोली

हर्मायनी बसल्या जागी टाईम टर्नरचं निरीक्षण करते आहे. रॉन घडलेला प्रकार समजून पचवण्याच्या प्रयत्नात आहे.

रॉन

म्हणजे तुझ्या म्हणण्याचा अर्थ असा की या सगळ्या कहाणीच्या मुळाशी... नेव्हिल लॉन्गबॉटम आहे? कसलं भीषण आहे हे.

हर्मायनी

हे खरं आहे रॉन.

रॉन

बरोबर. आणि तुझी खात्री आहे कारण...

हर्मायनी

स्नेपबद्दल त्याला जे माहीत आहे – आपल्या सगळ्यांबद्दलच – शक्यताच नाही तो खोटं...

रॉन

कदाचित तो अंदाजपंचे बोलत असेल तर?

स्कॉर्पियस

मी हवेत बोलत नाहीये. तुम्ही मला मदत करणार आहात का?

रॉन

फक्त आम्हीच करू शकतो. आधीच्या भरभराटीच्या मानानं डम्बलडोर सेना फार तळागाळाला पोचल्येय. खरं तर...

तो क्षणभर थांबतो. हे सगळं बोलणं त्याला जड जातंय.

खरं म्हणजे आम्हीच काय ते उरलोय. पण आमचा प्रतिकार चालू आहे. दडी मारून बसलो आहोत. आमच्यापरीनं शक्य होईल तेवढं त्यांना जेरीस आणण्याचं काम करतोय. ग्रेन्जरच्या मागावर आहेत ते. माझ्याही.

स्नेप *(कोरडेपणानं)*

तुझ्या मागावर फारसे नाहीत.

हर्मायनी

स्पष्ट बोलायचं झालं तर – त्या काळात ... तुम्ही लुडबुड करण्यापूर्वी काय?

स्कॉर्पियस

व्होल्डेमॉर्ट मेलाय. हॉगवर्ट्सच्या लढाईत ठार झाला. हॅरी जादूकायदा अंमलबजावणी खात्याचा प्रमुख आहे. तू जादूमंत्री.

हर्मायनी ऐकून गप्प होते, आश्चर्य वाटून. ती मंद हसून वर बघते.

हर्मायनी

मी जादूमंत्री आहे?

रॉन *(ह्या सगळ्या मजेशीर गप्पांमध्ये सामील व्हायच्या आतुरतेनं)*

कमाल आहे. आणि मी काय बरं करतो?

स्कॉर्पियस

तू विझलीज विझार्ड वीझेस दुकान चालवतोस.

रॉनचा चेहरा पडतो.

रॉन

अच्छा, म्हणजे ही जादूमंत्री आणि मी एक चेष्टामस्करीच्या वस्तूंचं दुकान सांभाळतो?

स्कॉर्पियस रॉनच्या दुःखी चेहऱ्याकडे बघतो.

स्कॉर्पियस

तू जास्तीकरून मुलांना नीट वाढवण्यावर भर दिलास.

रॉन

छान. त्यांची आई एकदम छावी असणार, नाही?

स्कॉर्पियस *(लाजून)*

ते... असं आहे... तुमच्या मानण्यावर आहे... वस्तुस्थिती अशी आहे की तुम्हाला दोघांना मुलं आहेत – दोघांना एकत्र. एक मुलगी आणि दुसरा मुलगा.

दोघेही चक्रावून बघतात.

लग्न झालंय. प्रेमविवाह. सगळं व्यवस्थित. तुम्हांला मागच्या वेळीही धक्का बसला होता. जेव्हा तुम्ही डिफेन्स अगेन्स्ट द डार्क आर्टस् शिकवायचात आणि रॉन आणि पद्मा यांचं लग्न झालं होतं. तुम्हाला नेहमीच आश्चर्य वाटत आलंय.

हर्मायनी आणि रॉनची नजरानजर होते आणि दोघेही नजर फिरवतात. आणि रॉन वळून पुन्हा तिच्याकडे बघतो. आणि खाकरत आवंढा गिळत राहतो. प्रत्येक वेळी आत्मविश्वास गमावत.

हर्मायनी

माझ्याकडे बघताना तोंड मिटत जा आधी, विझली.

रॉन तिचं ऐकतो. तरीही तो थोडासा भंजाळलेला असतो.

आणि स्नेपचं काय? ते दुसऱ्या कालविश्वात काय करतात?

स्नेप

मी बहुधा मेलो असणार असं वाटतं मला.

तो स्कॉर्पियसकडे बघतो. स्कॉर्पियस त्याच्या मनातलं सत्य लपवण्याचा आटोकाट प्रयत्न करतो पण त्याच्या चेहऱ्यावरचे भाव बरंच काही बोलून जातात. स्नेप मंदपणे हसतो.

वाटलंच. मला अचानक बघून चपापला होतास तू. कसा मेलो मी?

स्कॉर्पियस

वीर मरण आलं तुम्हाला.

स्नेप

कोणाकडून?

स्कॉर्पियस

व्होल्डेमॉर्ट.

स्नेप

इतकं तापदायक आहे ना हे...

काही क्षण शांततेत जातात. स्नेप हे पचवण्याच्या प्रयत्नात आहे.

तरीही, स्वतः सैतानी शहेनशाहच्या हातून मरण येणं प्रतिष्ठेचं म्हणेन मी.

हर्मायनी

माफ करा सेव्हरस.

स्नेप तिच्याकडे बघतो. आपल्या वेदना गिळून टाकतो. रॉनकडे बघून मान हलवून खूण करतो.

स्नेप

त्यातल्या त्यात बरं म्हणजे निदान त्याच्याशी लग्न तरी नाही झालं माझं...

हर्मायनी

तुम्ही कोणते मंत्र वापरलेत?

स्कॉर्पियस

पहिल्या कामगिरीत एक्सपेलियार्मस आणि दुसऱ्या खेपेला एन्गोर्जिओ.

रॉन

साधे शील्ड मंत्र वापरूनही ह्या दोन्ही गोष्टी ठीक होतील.

स्नेप

हे मंत्र वापरून तू परत आलास?

स्कॉर्पियस

हो. टाईम टर्नरनी आम्हाला पुन्हा परत आणलं. तीच विशेष बाब आहे ह्या टाईम टर्नरची. आपल्याला भूतकाळात गेल्यावर फक्त पाच मिनिटांचा वेळ मिळतो.

हर्मायनी

आणि तुम्ही फक्त काळात मागे जाता पण जागा तीच राहते?

स्कॉर्पियस

हो हो. असंच. भूतकाळातला वेळ संपला की जिथं उभे होतात, तिथंच परत येता.

हर्मायनी

विशेष आहे.

स्नेप आणि हर्मायनीला याचा अर्थ कळून चुकतो.

स्नेप

म्हणजे मी आणि हा मुलगा आम्ही भूतकाळात मागे जातो.

हर्मायनी

स्नेप, मला तुम्हाला दुखवायचा हेतू नाहीये. पण या बाबतीत मी कुणावरही भरवसा ठेवू शकत नाही...खूप जास्त जिकिरीचं काम आहे हे.

स्नेप

हर्मायनी, जादूजगतातल्या बंडखोरांपैकी, शत्रू जास्तकरून तुझ्या मागावर आहेत. हे सगळं निस्तरण्यासाठी तुला बाहेर पडावं लागेल. आठव, सगळ्यात शेवटचं तू कधी बाहेर निघाली होतीस?

हर्मायनी

बराच काळ झाला बाहेर न पडून पण –

स्नेप

तू जर बाहेर पकडली गेलीस, तर डिमेंटर्स तुझा मुका घेतील – अंतरात्मा शोषून घेतील तुझा...

हर्मायनी

सेव्हरस, मला आता या तुटपुंज्या लढाईचा कंटाळा आलाय. अपयशी चाली खेळून. आपल्याकडे ही नामी संधी चालून आलीये. जगाला पूर्ववत करण्याची.

ती रॉनकडे बघून मान डोलावते. तो एक नकाशा बाहेर काढतो.

पहिल्या कामगिरीची सुरुवात निषिद्ध अरण्याच्या हद्दीपाशी झाली होती. तिथे जाऊन आपण टाईम टर्नर फिरवणार, स्पर्धेमध्ये शिरकाव करणार – तुम्ही वापरलेल्या मंत्राला निष्प्रभ करणार आणि सुरक्षिततरित्या परत येणार. अगदी सफाईदारपणे – असं करणं शक्य आहे – आणि हे करताना आपली तोंडं चालू काळात बाहेर काढायची यत्किंचितही गरज पडणार नाही. मग आपण पुन्हा एकदा टाईम टर्नर फिरवून मागे जाणार, या खेपेला तळ्यापाशी, आणि दुसरी कामगिरीही पूर्ववत करून टाकणार.

स्नेप

तू खूप मोठा धोका पत्करते आहेस –

हर्मायनी

आपण हे ठीक केलं की हॅरी जिवंत होईल, व्होल्डेमॉर्टचा खात्मा होईल, ऑगरीही संपुष्टात येईल. यासाठी कुठलाही धोका पत्करणं मोठी गोष्ट नाहीये. अर्थात तुम्हाला याची किंमत मोजावी लागणार आहे, त्याबद्दल मी माफी मागते तुमची.

स्नेप

काही वेळा अशी किंमत मोजायला लागणं अटळ असतं.

दोघे एकमेकांना बघतात. स्नेप मान डोलावून होकार देतो. हर्मायनी त्याला दुजोरा देते. स्नेपचा चेहरा काहीसा सुरकुततो.

मी डम्बलडोरच्या तोंडचे शब्द घेतले, हो ना?

हर्मायनी

मुळीच नाही. माझी खात्री आहे हे पक्के सेव्हरस स्नेप यांचे बोल आहेत.

ती स्कॉर्पियसकडे वळते. टाईम टर्नरसाठी खूण करते.

मॅलफॉय.

स्कॉर्पियस तो टाईम टर्नर तिच्यापाशी घेऊन येतो. ती त्याकडे पाहून स्मितहास्य करते. पुन्हा एकदा टाईम टर्नर वापरण्यासाठी उत्सुक. एका भल्या कामासाठी.

आशा करूया हा व्यवस्थित चालेल.

ती टाईम टर्नर हातात घेते. त्याचे ठोके पडायला सुरुवात होते. त्यात मोठा आवाज होतो आणि वादळी वेगानं तो हलू लागतो.

अचानक तिथे प्रकाशाचा राक्षसी झोत येतो. आवाजाचा स्फोट.

आणि काळ थांबतो. आणि उलटतो. मग तो मागे फिरू लागतो. सुरुवातीला हळूहळू...

तेव्हाच तिथे मोठा खणखणाट होतो. प्रखर उजेड होतो. आणि आपली ही टोळी दिसेनाशी होते.

८

अंक तिसरा प्रवेश आठवा

प्रवेशबंदीच्या अरण्याची सरहद्द, १९९४

आपण पहिल्या अंकातील ते दृश्य पुन्हा पाहू लागतो, मात्र यावेळी रंगमंचाच्या पुढ्यात नव्हे तर मागील बाजूस. स्कॉर्पियस आणि अल्बसला आपण डर्मस्ट्रॅन्गच्या वेशात बघतो. आणि त्यातच आपल्या कानावर आवाज पडतो, 'अफाट'. पुन्हा त्यांचेच शब्द. अर्थात ल्युडो बॅगमन.

स्कॉर्पियस, हर्मायनी, रॉन आणि स्नेप चिंतातुर होऊन बघत राहतात.

ल्युडो बॅगमन

आणि हा डिगरी रंगमंचावर आलाय. तयार झालाय तो पुरता. किंचित भ्यायलेला पण तरी तयार. तो ड्रॅगन्सना कधी इकडून चुकवतोय तर कधी तिकडून. मधनंच आडोशाला लपतो, तेव्हा सगळ्या तरुणींची हृदयं घायाळ होतात... त्या एका आवाजात ओरडतायत ड्रॅगनमहाशय, आमच्या डिगरीला काही इजा करू नका! आणि सेड्रिक कधी डावीकडे झुकतो तर कधी उजवीकडे झेपावतो. आता त्यानं ही त्याची जादूची छडी सज्ज केली –

स्नेप

फार वेळ वाया चाललाय यात. टाईम टर्नर पुन्हा टिकटिक करतोय.

ल्युडो बॅगमन

या तरुण शूर आणि देखण्या जादुगाराच्या मनात आता काय डावपेच असेल बरं?

त्या सुमारास अल्बस सेड्रिकची छडी मंत्र घालून हिसकावून घेण्याचा प्रयत्न करतो. मात्र हर्मायनी त्याचा मंत्र रोखते. अल्बस त्याच्या छडीकडे बघतो, पुरता गोंधळून गेलेला, मंत्र न चालल्यानं अस्वस्थ झालेला.

आणि मग टाईम टर्नर टिकटिक फिरायला लागतो. सगळे जण त्याच्याकडे बघत राहतात. आणि त्यात ओढले जाऊ लागल्यानं धास्तावतात.

कुत्रा – त्यानं एका दगडाचं रूपांतर कुत्र्यामध्ये केलंय – सेड्रिक डिगरी – तू तर एक श्वानरूपी स्फोटच घडवून आणणारेस...

अंक तिसरा प्रवेश नववा

प्रवेशबंदी असलेल्या जंगलाच्या हद्दीवर

भूतकाळातून ते परत येतात, प्रवेशबंदी असलेल्या जंगलाच्या हद्दीपाशी. मात्र रॉनला भयंकर वेदना होत आहेत. स्नेप आजूबाजूला बघून अंदाज घेतो. काहीतरी गडबड झाल्याचं त्याच्या लक्षात येतं.

रॉन

आई गं... आई आई गं.

हर्मायनी

रॉन... रॉन... काय झालंय नक्की तुला?

स्नेप

अरेरे. तरी वाटलंच मला.

स्कॉर्पियस

टाईम टर्नरमुळे अल्बसलाही त्रास झाला होता. जेव्हा आम्ही पहिल्यांदा भूतकाळात गेलो होतो.

रॉन

किती योग्य – वेळी सांगितलंस रे – आई गं!

स्नेप

आपण उघड्यावर आलो आहोत. निघायला हवं आपल्याला इथून. आत्ताच्या आता.

हर्मायनी

रॉन, तुला चालता येईल, चल पटकन...

रॉन उठून उभा राहतो, कळवळत. स्नेप त्याची जादूची छडी बाहेर काढतो.

स्कॉर्पियस

आपलं काम फत्ते झालं?

हर्मायनी

आपण अल्बसचा मंत्र अडवला. सेड्रिककडे त्याची छडी टिकून राहिली. हो. जमलंय आपल्याला बरोबर.

स्नेप

पण आपण चुकीच्या जागी परत आलोय – आपण बाहेर आहोत – तुम्ही बाहेर आहात.

रॉन

आपल्याला पुन्हा एकदा टाईम टर्नर वापरावा लागणार – इथून निघूया चला –

स्नेप

त्याआधी आपण आसरा शोधायला हवाय. आपण खूप असुरक्षित आहोत इथं.

अचानक दालनाच्या चहू बाजूंनी थंडगार श्वासांचा आवाज येऊ लागतो. काही काळ्या झग्यातले लोक त्यांच्या अवतीभवती येतात. त्यांचे विचित्र काळ्या रंगाचे आकार होतात. त्यांचे डिमेंटर्स बनतात.

हर्मायनी

फार उशीर झाला...

स्नेप

अनर्थ झाला...

हर्मायनी *(परिस्थितीचं गांभीर्य लक्षात येऊन)*

ते माझा पाठलाग करतायत. तुमचा कोणाचाही नाही.

रॉन, माझं तुझ्यावर प्रेम आहे आणि नेहमीच होतं. पण आता तुम्हा तिघांना इथून काढता पाय घ्यायला हवा. जा निघा ताबडतोब.

रॉन

काय?

स्कॉर्पियस

काय?

रॉन

त्या आधी आपल्या प्रेमाविषयी बोलूया का थोडं?

हर्मायनी

हे अजूनही व्होल्डेमॉर्टचं सत्ताविश्व आहे. आणि आता माझा खेळ संपला. दुसऱ्या कामगिरीतली चूक सुधारली की बघा, सगळं कसं सुरळीत होईल.

स्कॉर्पियस

पण ते तुझा मुका घेतील. तुमचा आत्मा शोषून घेतील.

हर्मायनी

आणि दरम्यान तुम्ही भूतकाळ बदलाल आणि माझं काही बरंवाईट नाही करू शकणार ते. निघा आता. लगोलग.

डिमेंटर्स त्यांचा मागोवा घेताहेत. सगळ्या दिशांनी आता कर्कश आवाज करणाऱ्या काळ्या आकृत्या खाली उतरत आहेत.

स्नेप

चला. आपण जाऊया.

तो स्कॉर्पियसचा हात धरून खेचतो. स्कॉर्पियस काहीशा नाखुषीनं त्याच्याबरोबर जातो.

हर्मायनी रॉनकडे बघते. तो जागचा हललेला नाहीये.

हर्मायनी

तुलाही जायला हवं.

रॉन

आता बघ. ते लोक माझ्याही मागावर आहेत तसे. आणि मला तसंही खूप जास्त दुखतंय आणि तुला सांगू का, मला इथं राहणं परवडेल कधीही. एक्सपेक्टो –

आणि तो मंत्र टाकायला पुढे सरसावतो. पण हर्मायनी त्याचा हात अडवते.

हर्मायनी

आपण असं करूया. डिमेंटर्सना इथेच रोखून धरूया. आणि या पोराला जास्तीत जास्त संधी देऊया काम पूर्ण करायची.

रॉन तिच्याकडे बघतो. आणि खिन्नपणे मान डोलावतो.

हर्मायनी

एका मुलगी आणि एक मुलगा म्हणे...!

तो तिच्याकडे बघून गोड, मंद हसतो. त्यांचं एकमेकांवर खरंखुरं प्रेम आहे आणि जिवापाड.

रॉन

ही कल्पनाही किती सुखावह आहे.

तो आजूबाजूला पाहतो. नियतीची पूर्ण जाणीव आहे त्याला.

मला भीती वाटत्येय.

हर्मायनी

माझं चुंबन घे मग.

रॉन आधी विचार आणि मग कृती करतो. आणि आता डिमेंटर्स त्यांच्याजवळ येऊन खाली उतरतात. दोघांना जोरदार हिसका देऊन खेचलं जातं. जमिनीवर पाडलं जातं. आणि मग त्यांना हवेत ओढलं जातं. त्यांच्या शरीरातून फिकट सोनेरी – शुभ्र रंगाच्या अंधुकशा सावल्या बाहेर पडताना आपण बघतो. त्यांचे आत्मे देहातून बाहेर खेचले जातायत. आणि हे अतिभयावह आहे.

स्कॉर्पियस आणि स्नेप रंगमंचाच्या मागील बाजूनं प्रवेश करतात. त्यांना पूर्ण भान आहे आपण काय गमावलंय याचं.

स्नेप

आपल्याला पाण्यापाशी जायला हवं. चालत राहा. पळू नकोस.

स्नेप स्कॉर्पियसकडे बघतो.

शांत हो स्कॉर्पियस. त्यांना दिसत जरी नसलं तरी तुमच्यातली भीती जाणवू शकते त्यांना.

स्कॉर्पियस

त्यांनी त्यांचा प्राणच शोषून घेतला.

एक डिमेंटर त्यांच्या भोवताली अगदी जवळून घिरट्या घालत असतो. आणि तो आता स्कॉर्पियसच्या समोर येऊन उभा ठाकतो.

स्नेप

दुसऱ्या कशाचातरी विचार कर स्कॉर्पियस. मनात वेगळे विचार आण.

पण स्कॉर्पियसला मात्र चांगले विचार करणं जमत नाही.

स्कॉर्पियस

मला खूप थंडगार वाटतंय. काही दिसत नाहीये. आतून धुकट झाल्यासारखं वाटतंय – आजूबाजूचं धूसर दिसतंय.

स्नेप

तू तर स्कॉर्पिअन किंग आहेस आणि मी प्रोफेसर. काही महत्वाचं कारण असल्याशिवाय ते आपल्यावर हल्ला करणार नाहीत. ज्यांच्यावर तुझं प्रेम आहे त्यांचा विचार कर. तू हे का करतोयस याचा विचार कर.

स्कॉर्पियस *(विचारात पूर्ण बुडून)*

मला माझ्या आईचा आवाज ऐकू येतोय. तिला मी हवा आहे – माझी मदत हवी आहे. पण तिला माहित्येय मी नाही करू शकत तिला – मदत.

स्नेप

ऐक माझं, स्कॉर्पियस. अल्बसचा विचार कर. त्याच्यासाठी तुझ्या या दुनियेतल्या वर्चस्वावर पाणी सोडायला तयार आहेस तू, हो ना?

स्कॉर्पियस असाहाय्य आहे. डिमेंटरमुळे मनात येणाऱ्या विचारांनी त्याचा ताबा घेतलाय. आणि स्नेपला माहीत आहे की त्याला यातून बाहेर काढण्यासाठी स्वतःचं मन मोकळं केल्याशिवाय पर्याय नाही.

स्नेप

एक माणूस.. फक्त एका माणसाची आठवण पुरेशी आहे. लिलीखातर मी हॅरीला नाही वाचवू शकलो. म्हणून तिच्या ध्येयाशी एकनिष्ठ राहायचं मी ठरवलं. आणि झालं असं. तिच्या वाटेवर चालता चालता माझाही विश्वास बसायला लागला.

मनाशी पक्का निर्धार करून स्कॉर्पियस डिमेंटरपासून दूर होतो.

स्कॉर्पियस

जग बदलत राहतं आणि त्याच्याबरोबर आपणही. माझं म्हणाल तर या दुनियेत बरं चाललंय माझं. पण हा काळ चांगला नाही. आणि ते नकोय मला.

अचानक डोलोरस अम्ब्रिज त्यांच्या मागे येऊन उभी राहते.

डोलोरस अम्ब्रिज

प्रोफेसर स्नेप!

स्नेप

प्रोफेसर अम्ब्रिज.

डोलोरस अम्ब्रिज

तुम्हाला खबर मिळाली का? त्या दगाबाज मडब्लड हर्मायनी ग्रेन्जरला ताब्यात घेतलंय आपण. ती इथेच बाहेर सापडली.

स्नेप

हे – उत्तम झालं.

डोलोरस स्नेपकडे रोखून बघते आणि तोही तिच्याकडे.

डोलोरस अम्ब्रिज

तुमच्या सोबत. ग्रेन्जर तुमच्यासोबत होती.

स्नेप

माझ्याबरोबर? गैरसमज झालाय तुमचा.

डोलोरस अम्ब्रिज

तुमच्या आणि स्कॉर्पियस मॅलफॉयच्या बरोबर. या मुलाबद्दल तर मला काळजीच लागून राहिली आहे.

स्कॉर्पियस

ते...

स्नेप

डोलोरस, आम्हाला आधीच उशीर झालाय तासाला जायला, तुमची परवानगी असल्यास आम्ही निघू का?

डोलोरस अम्ब्रिज

तुम्हाला उशीर होतोय ना, मग तुम्ही पुन्हा शाळेत परत का नाही जात? तुम्ही सरोवराकडे का चाललाय?

क्षणभर पूर्ण शांतता होते. आणि स्नेप अतिशय अनपेक्षित गोष्ट करतो – तो हसतो.

स्नेप

कधीपासून संशय आहे तुम्हाला?

डोलोरस अम्ब्रिज हवेत झेपावते. तिचे हात लांब पसरून. काळ्या जादूनं माखलेले. आणि ती जादूची छडी बाहेर काढते.

डोलोरस अम्ब्रिज

कित्येक वर्षांपासून. आणि मी त्यावर बऱ्याच पूर्वी कारवाई करायला हवी होती.

स्नेप अधिक चपळाईनं त्याची छडी उगारतो.

स्नेप

डीपल्सो!

डोलोरस हवेतूनच मागे फेकली जाते.

तिच्या भोवतीचं खोट्या मोठेपणाचं वलय भल्याचं नव्हतं कधीच. आता मागे फिरणं शक्यच नाही.

त्यांच्या भोवताली आकाश आणखी अंधारं होतं.

एक्सपेक्टो पॅट्रोनम!

स्नेप एका पॅट्रोनसचा आविष्कार करतो. एका सुंदर शुभ्र हरिणीच्या आकाराचा.

स्कॉर्पियस

हरिणी? लिलीचा पॅट्रोनस?

स्नेप

आश्चर्य आहे ना? अंतर्मनाचा आविष्कार म्हणायचा हा.

डिमेंटर्स सगळ्या बाजूंनी त्यांना घेरतात. स्नेपला पूर्ण कल्पना आहे येणाऱ्या परिस्थितीची.

तुला पळत जायला हवं. मी त्यांना रोखून धरीन जास्तीत जास्त शक्य होईल तेवढा वेळ.

स्कॉर्पियस

मला तुम्ही अंधारातून उजेड दाखवलात. तुमचे खूप खूप आभार आहेत.

स्नेप त्याच्याकडे बघतो. वीरपुरुषाच्या आवेशात, तो सहजतेनं हसतो.

स्नेप

कळव अल्बसला – अल्बस सेव्हरसला – प्रचंड अभिमान आहे मला तो माझं नाव वागवतोय याचा! आता निघ. जा पळ!

ती हरिणी स्नेपकडे बघते. तो तिच्याकडे बघून मान डोलावतो. ती पुन्हा वळून स्कॉर्पियसकडे बघते. आणि धावू लागते. स्कॉर्पियस क्षणभर विचार करतो. आणि त्या हरिणीच्या पाठोपाठ पळू लागतो. त्याच्या अवतीभवतीचं वातावरण अधिकच भयावह होत जातं. एका बाजूनं रक्त गोठवणारी किंचाळी ऐकू येते. इतक्यात त्याला सरोवर दिसतं आणि तो आत उडी मारतो.

स्नेप मनाची तयारी करतो.

डिमेंटर्स खाली उतरतात. त्याला घेरून आधी जमिनीवर आदळतात. आणि मग तो हवेत उंच भिरकावला जातो. त्याच्या आत्म्याची लक्तरं होत जातात. किंचाळ्या आणखी तीव्र होत जातात.

आपल्या सुंदरश्या डोळ्यांनी ती हरिणी स्नेपकडे बघते. आणि अदृश्य होते.

तिथून प्रचंड आवाज ऐकू येतो. आणि प्रखर उजेड होतो. आणि त्यानंतर सर्व काही शांत होतं. अधिकाधिक शांत.

सगळं कसं निश्चल, शांततामय, आणि पूर्णतः स्थिरचित्त.

आणि तेव्हाच स्कॉर्पियस सरोवराच्या पृष्ठभागावर येतो. खोल श्वास घेत. तो आजूबाजूला नजर फिरवतो, दीर्घ श्वास घेत. भेदरलेले श्वास. तो आकाशात बघतो. पूर्वीपेक्षा ते जास्त उजळ निळसर दिसतं. क्षणभर केवळ शांतता.

आणि स्कॉर्पियसच्या मागोमाग अल्बस सरोवरातून वर डोकावतो. पुन्हा शांतता. स्कॉर्पियस त्याच्याकडे निव्वळ अविश्वासानं पाहतो. दोघांनाही धाप लागली आहे.

अल्बस

अफलातून!

स्कॉर्पियसच्या चेहऱ्यावर गूढ हास्य उमटतं.

स्कॉर्पियस

अल्बस!

अल्बस

जेमतेम निसटलो आपण. तू बघितलंस त्या मरमॅनला? त्या माणसाचं – आणि ते – कमाल!

स्कॉर्पियस

तू आलास!

अल्बस

काहीतरी चमत्कारिक होतं पण ते – मला वाटलं सेड्रिक आधी फुगायला लागलाय – पण अचानक तो पुन्हा छोटा व्हायला लागला – मग मग मी तुला पाहिलं आणि तू तुझी छडी उभारली होतीस...

स्कॉर्पियस

तुला कल्पना नाहीये तुला परत आलेला बघून मला किती आनंद झालाय.

अल्बस

तू तर मला दोनच मिनिटांपूर्वी बघितलं होतंस ना.

स्कॉर्पियस अल्बसला पाण्यातच मिठी मारतो, खरंतर अवघड कामगिरी!

स्कॉर्पियस

त्यानंतर बरंच काही घडून गेलंय.

अल्बस

सावकाश. तू बुडवतोयस मला पाण्यात. हे काय घातलंयस तू?

स्कॉर्पियस

काय घातलंय मी? *(तो त्याचा झगा काढून टाकतो.)* तू हे काय घातलंयस? हो खरंच! तू स्लिदरिनमध्ये आहेस ना.

अल्बस

काम फत्ते झालं का? आपण काही करू शकलो?

स्कॉर्पियस

नाही. आणि ते उत्तमच झालं.

अल्बस त्याच्याकडे बघतो – अविश्वासानं.

अल्बस

काय? आपण हरलो.

स्कॉर्पियस

हो. खरंच. आणि जे झालं ते योग्यच.

तो पाण्यात जोरात थापटी मारतो, अल्बस वर चढून काठावर येतो.

अल्बस

स्कॉर्पियस, तू आजकाल पुन्हा जास्तच गोड खायला लागलायस की काय?

स्कॉर्पियस

बघ बघ. आलास मूळपदावर. तू आणि तुझे खास रुक्ष–कोरडे विनोद. फार आवडतात मला!

अल्बस

पण आता मला जरा काळजी वाटायला लागलीय...

हॅरी प्रवेश करतो आणि सरोवराच्या काठाकडे धाव घेतो. पाठोपाठ लगेचच ड्रॅको, जिनी आणि प्रोफेसर मॅकगॉनॅगल धावत येतात.

हॅरी

अल्बस. अल्बस. तू ठीक आहेस ना?

स्कॉर्पियस *(आनंदाचं भरतं येऊन)*

हॅरी! हॅरी पॉटर! आणि जिनी. आणि प्रोफेसर मॅकगॉनॅगल. आणि बाबा. माझे बाबा. हाय बाबा.

ड्रॅको

हॅलो स्कॉर्पियस.

अल्बस

तुम्ही सगळे आलात इथे.

जिनी

आणि मोनिंग मर्टलनी सगळं काही सांगितलंही आम्हाला.

अल्बस

हे काय चाललंय काय?

प्रोफेसर मॅकगॉनॅगल

तुम्ही आलात ना आत्ता भूतकाळात जाऊन. तुम्हीच का नाही सांगत काय चाललंय ते?

स्कॉर्पियसला ताबडतोब लक्षात येतं त्यांना काय काय माहीत झालंय ते.

स्कॉर्पियस

अरे देवा. अरे बापरे. कुठे गेला तो?

अल्बस

आत्ता कुठून परत आलो आम्ही?

स्कॉर्पियस

मी हरवलाय तो. माझ्याकडून टाईम टर्नर हरवलाय.

अल्बस *(स्कॉर्पियसकडे घोर निराशेनं बघत)*

काय हरवलंयस तू?

हॅरी

बस झालं तुझं ढोंग आता, अल्बस.

प्रोफेसर मॅकगॉनॅगल

माझ्या मते तुम्हाला बऱ्याच गोष्टींचा खुलासा द्यावा लागणार आहे.

अंक तिसरा प्रवेश दहावा

हॉगवर्ट्स, मुख्याध्यापिका कार्यालय

ड्रॅको, जिनी आणि हॅरी ओशाळलेल्या स्कॉर्पियस आणि अल्बसच्या मागे उभे आहेत. प्रोफेसर मॅकगॉनॅगल संतापलेल्या आहेत.

प्रोफेसर मॅकगॉनॅगल

थोडक्यात म्हणजे – तुम्ही हॉगवर्ट्स एक्सप्रेसमधून बेकायदेशीरपणे उडी मारलीत. तुम्ही जादू मंत्रालयात घुसलात आणि चोरी केलीत. स्वतःच्या जबाबदारीवर भूतकाळ बदलायची उठाठेव केलीत. आणि त्यातून तुम्ही दोन लोकांना गायब केलंत.

अल्बस

मला पटतंय हे सगळं चांगलं वाटत नाहीये ऐकायला.

प्रोफेसर मॅकगॉनॅगल

आणि ह्युगो आणि रोझ ग्रेन्जर–विझली गायब झाले त्यावर उपाय म्हणून पुन्हा काळात मागे गेलात – आणि या वेळी तर दोन लोकांना न हरवता तुम्ही कैक लोकांना गमावलंत आणि तुझ्या बाबांनाही मरू दिलंत. आणि हे सगळं करताना तुम्ही जगाला माहीत असलेल्या सगळ्यात वाईट जादुगाराला पुनरुज्जीवित केलंत. आणि काळ्या जादूचं साम्राज्य नव्यानं उभारलंत. *(निराशेनं)* बरोबर आहे तुमचं मिस्टर पॉटर, चांगलं वाटत नाहीये हे ऐकायला अजिबात. हो ना? तुम्हाला कळतंय का तुम्ही किती मूर्खपणा केलाय?

स्कॉर्पियस

हो, प्रोफेसर.

अल्बस क्षणभर कचरतो. हॅरीकडे बघतो.

अल्बस

हो.

हॅरी

प्रोफेसर, मी काही बोलू –

प्रोफेसर मॅकगॉनॅगल *(कठोरपणे)*

नको बोलूस काहीही. पालक म्हणून तुम्ही काय करायचं ठरवता हा तुमचा खाजगी प्रश्न आहे पण ही माझी शाळा आहे, आणि हे माझे विद्यार्थी. आणि मीच ठरवणार त्यांना काय शिक्षा द्यायची.

ड्रॅको

योग्य आहे.

हॅरी जिनीकडे बघतो. ती नकारार्थी मान हलवते.

प्रोफेसर मॅकगॉनॅगल

खरंतर सगळा प्रकार लक्षात घेता मी तुम्हाला शाळेतून काढूनच टाकायला हवं. पण *(हॅरीकडे कटाक्ष देत)* – मला वाटतं माझ्या देखरेखीखाली तुम्ही केव्हाही जास्त सुखरूप राहाल. तुम्हाला शिक्षा होणार – असं समजा उरलेलं पूर्ण वर्ष तुमचा शिक्षेचा कालावधी असेल. तुमची ख्रिसमसची सुट्टी रद्द होणारे. यापुढे हॉग्समीडला जाण्याचं विसरून जायचं. आणि ही शिक्षेची फक्त सुरुवातच आहे...

अचानक हर्मायनी दाखल होते. पूर्ण जोशात आणि निश्चयानं.

हर्मायनी

काय बोलणं चाललं होतं?

प्रोफेसर मॅकगॉनॅगल *(उग्रपणे)*

दारावर परवानगी घेऊन आत येणं हा सुसंस्कृतपणा समजला जातो हर्मायनी ग्रेन्जर. कदाचित तू विसरली असावीस.

हर्मायनी *(तिला मर्यादा ओलांडलेली लक्षात येते)*

अर्रर.

प्रोफेसर मॅकगॉनॅगल

जर मला तुम्हालाही शिक्षा ठोठावता आली असती तर तेसुद्धा केलं असतं मी मंत्री महोदया. सगळ्यात मोठा मूर्खपणा केलात, एक टाईम टर्नर बाळगून होतात तुम्ही.

हर्मायनी

माझी बाजू मांडायची झाली तर –

प्रोफेसर मॅकगॉनॅगल

आणि तोही एका पुस्तकांच्या फडताळात? तू तो पुस्तकांच्या फडताळात ठेवलास! हास्यास्पद आहे हे.

हर्मायनी

मिनर्व्हा. *(ती आवंढा गिळते, हर्मायनीला तिची चूक कळते.)* प्रोफेसर मॅकगॉनॅगल!

प्रोफेसर मॅकगॉनॅगल

परिणामी, तुझी मुलं अस्तित्वात नव्हती!

हर्मायनी निरुत्तर झाली आहे.

हे सगळं माझ्या शाळेत घडलं. माझ्या डोळ्यादेखत. डम्बलडोरनी आजवर जे काही केलं त्यानंतर मी स्वतः एवढंही सांभाळू शकले नाही.

हर्मायनी

मला कल्पना आहे.

प्रोफेसर मॅकगॉनॅगल काही क्षणभरात स्वतःला सावरतात. आणि त्या कणखरपणानं मुलांकडे वळून बघतात.

प्रोफेसर मॅकगॉनॅगल *(अल्बस आणि स्कॉर्पियसला उद्देशून)*

सेड्रिकला वाचवण्याचा तुमचा इरादा स्तुत्य म्हणता येईल. पण प्रत्यक्षात तुमची दिशाभूल झाली. आणि तुम्हाला वाटेलही तुम्ही खूप धाडसी कामगिरी केलीत, स्कॉर्पियस आणि तू रे अल्बस, कधीकधी तुझ्या बाबांनीही ज्या नियमाकडे दुर्लक्ष केलं, तो म्हणजे धाडसी कामामुळे आपला मूर्खपणा कधीही झाकला जात नसतो. कृती करण्यापूर्वी विचार करावा. सगळ्या शक्यता पडताळून पाहाव्यात. व्होल्डेमॉर्टच्या सत्तेतील जग एक –

स्कॉर्पियस

भयानक जग आहे.

प्रोफेसर मॅकगॉनॅगल

तुम्ही तरुण वयातली मुलं. *(त्या हॅरी, ड्रॅको, जिनी आणि हर्मायनीकडे पाहतात.)* तुम्ही सगळे इतके तरुण आहात. तुम्हाला कल्पनाही नाही जादुई युद्धं किती भीषण होती. तुम्ही इतके बेपर्वा झालात – जगाबद्दल, आपल्या लोकांबद्दल

– यातल्याच माझ्या आणि तुमच्या काही जवळच्या माणसांनी खूप काही गमावलं. चांगले दिवस मोजायला आणि टिकवायला.

अल्बस

हो प्रोफेसर.

स्कॉर्पियस

हो प्रोफेसर.

प्रोफेसर मॅकगॉनॅगल

जा. चालते व्हा. उनाड मुलं कुठली. आणि मला तो टाईम टर्नर शोधून आणून द्या आधी.

अंक तिसरा प्रवेश अकरावा

हॉगवर्ट्स, स्लिदरिन वसतिगृह

अल्बस त्याच्या खोलीत बसला आहे. हॅरी आत शिरतो आणि आपल्या मुलाकडे बघतो. प्रचंड रागावलेला. पण राग न दाखवता.

हॅरी

छान वाटलं मला वर येऊ दिलंस.

अल्बस वळून बघतो. वडिलांकडे बघून मान डोलावतो. तोही जपून वागतो आहे.

अजून काही यश नाही. टाईम टर्नरच्या शोधात. त्यांची मरलोकांबरोबर बोलणी चालू आहेत. तलावातून सगळा गाळ उपसण्यासाठी.

तो अवघडून बसतो.

खोली चांगली आहे ही.

अल्बस

हिरवा रंग आल्हाददायक असतो ना? म्हणजे ग्रिफिंडोरच्या खोल्याही छानच आहेत. पण लाल रंगाची समस्या होते जरा – असं म्हणतात लाल रंगामुळे कधी डोकं फिरू शकतं. म्हणा मी काही शेरे मारत नाहीये...

हॅरी

हे सगळं करायचा प्रयत्न तू का केलास त्याचं काही कारण सांगू शकशील का?

अल्बस

मला वाटलं मी – काही गोष्टी बदलल्या पाहिजेत – मला वाटलं सेड्रिकला – त्याच्याबाबतीत अन्याय झाला होता.

हॅरी

साहजिकच अन्याय झाला होता, अल्बस. मला माहीत नाही असं वाटलं का तुला? मी होतो तिथं. मी बघितलंय त्याला मरताना. पण म्हणून हे सगळं करणं... एवढं सगळं पणाला लावून...

अल्बस

हो कळलंय मला.

हॅरी *(राग अनावर होऊन)*

तू जर माझ्यासारखं करण्याच्या प्रयत्न केला असशील तर चूक केलीस तू. मी स्वतःच्या मर्जीनं कुठलंच धाडस करायला सरसावलो नव्हतो. माझ्यावर ते लादलं गेलं होतं. तू अगदी बेपर्वाईने वागलास. मूर्खपणाची कमाल केलीस, आणि अतिशय धोकादायक काम होतं हे. सगळ्याचा विनाश होऊ शकला असता –

अल्बस

हो, ठीके, माहित्येय मला.

विराम. अल्बस त्याचे डोळे पुसतो. हॅरीला ते लक्षात येतं आणि तो थोडा शांत होतो. तो स्वतःला आवर घालतो.

हॅरी

माझंही चुकलंच की. मी समजत होतो. स्कॉर्पियस व्होल्डेमॉर्टचा मुलगा आहे. वाईट चालीचा नव्हता तो.

अल्बस

नाहीये तो.

हॅरी

आणि मी नकाशा बंद करून ठेवलाय. आता तुझ्या दृष्टीस कधी पडणार नाही. तू पळून गेल्यानंतर तुझ्या आईनं तुझी खोली तशीच ठेवली होती – माहित्येय का तुला? मलाही आत जाऊ दिलं नाही – कोणालाही जाऊ द्यायची नाही. तू पुरतं घाबरवून सोडलंस तिला... आणि मलाही.

अल्बस

तुम्हाला खरंच भीती वाटली?

हॅरी

होय.

अल्बस

मला वाटलं हॅरी पॉटर कशालाच घाबरत नाही.

हॅरी

तुला असं वाटलं माझ्याबद्दल?

अल्बस त्याच्या बाबांकडे बघतो. त्यांचा अंदाज घेऊ पाहतो.

अल्बस

स्कॉर्पियस मला काही म्हणाला नाही, पण पहिल्या कामगिरीत बदल करायला आम्ही अपयशी झालो आणि परत आलो. मी त्यानंतर अचानक ग्रिफिंडोरमध्ये गेलो होतो. आपल्यात तेव्हाही फार चांगला संवाद नव्हताच. – म्हणजे मी स्लिदरिनमध्ये निवडला गेलो – हे कारण नाहीये आपल्यातल्या वादाचं. फक्त तेच एक कारण नाहीये.

हॅरी

नाहीये. ठाऊक आहे मला. केवळ तो एक मुद्दा नाहीये.

हॅरी अल्बसकडे पाहतो.

तू बरा आहेस का अल्बस?

अल्बस

नाही.

हॅरी

हो. मीही नाहीये.

अंक तिसरा प्रवेश बारावा

स्वप्न, गॉड्रिक्स हॉलो, स्मशानभूमी

छोटा हॅरी पुष्पगुच्छांनी आच्छादलेल्या एका थडग्याकडे पाहतो आहे. त्याच्याही हातात एक छोटासा पुष्पगुच्छ आहे.

पेटयूनिया मावशी

चल मग. वाहा तुझी ती गलिच्छ फुलं इथे आणि निघूया लगेच. तसंही मला या बकाल गावाची किळस येते. कोणास ठाऊक या गावाचं नाव कसं सुचलं मला. गॉड्रिक्स हॉलो, खरं तर गॉडलेस हॉलो असलं पाहिजे. घाणीचं साम्राज्य आहे अगदी ह्या जागेत. चल रे, उरक भरभर.

छोटा हॅरी थडग्यापाशी जातो. क्षणभर तिथंच रेंगाळतो.

आत्ताच्या आत्ता, हॅरी... मला अजिबात वेळ नाहीये असल्या गोष्टींसाठी. डडीकडे त्याचे छोटे मित्र येणारेत आज रात्री. आणि तुला माहित्येय त्याला उशीर झालेला चालत नाही.

छोटा हॅरी

पेटयूनिया मावशी. फक्त आपण त्यांचे शिल्लक उरलेले नातेवाईक आहोत ना?

पेटयूनिया मावशी

हो. तू आणि मी. होय.

छोटा हॅरी

आणि ते विशेष लोकप्रियदेखील नव्हते ना? तू म्हणाली होतीस त्यांना कोणी मित्रमंडळी नव्हती?

पेटयूनिया मावशी

लिलीनी केले प्रयत्न – ती चांगली होती – तिनं केले प्रयत्न. तिची चूक नव्हती म्हणा पण तिनं माणसांना दूर केलं – तिच्या उपजत स्वभावामुळे. तिच्या

परखडपणामुळे, तिच्या – वागण्यामुळे – तिच्या सवयींमुळे. आणि तुझा बाप तर उग्र आणि – अतिशय तुसड्या स्वभावाचा माणूस.

छोटा हॅरी

म्हणूनच मला प्रश्न पडलाय – की इतकी सारी फुलं का बरं आहेत तिथं? थडगं भरून फुलं कशी?

पेट्यूनिया मावशी आजूबाजूला बघते. ती फुलं जणू काही पहिल्यांदाच पाहत असल्याचा, खूप भरून आल्याचा अविर्भाव चेहऱ्यावर आणते. ती बहिणीच्या थडग्यापाशी येऊन बसते, मनात येणाऱ्या भावनांना आवर घालत. मात्र शेवटी भावनांना बळी पडून.

पेटयूनिया मावशी

हं, हो. म्हणजे माझ्या मते – एखाद दुसरे मित्र असणार त्यांना. काही फुलं दुसऱ्या थडग्यांवरून उडून आली असतील. किंवा कोणी आपली गंमत करत असावं. होय. असंच असणार. किंवा कोणा उपटसुंभानं आसपासच्या सगळ्या थडग्यांवरची फुलं गोळा करून आणून टाकली असावीत इथं –

छोटा हॅरी

पण सगळ्या पुष्पगुच्छांवर तर त्यांचं नाव लिहिलंय... लिली आणि जेम्स, तुम्ही केलेलं कार्य आमच्या सदैव स्मरणात राहील... लिली आणि जेम्स, तुम्ही केलेला त्याग –

व्होल्डेमॉर्ट

मला अपराधी भावनेची चाहूल लागत्येय. पश्चात्तापाचा वास पसरलाय हवेत...

पेटयूनिया मावशी *(छोट्या हॅरीला उद्देशून)*

बाजूला हो. बाजूला हो तिथून.

ती त्याला पाठीमागे खेचते. व्होल्डेमॉर्ट पॉटर्सच्या थडग्यासमोर त्याचा हात उगारतो. त्याचा चेहरा दृष्टीस पडत नाही. मात्र त्याचं शरीर वेड्यावाकड्या भीतीदायक आकाराचं दिसतं.

मला वाटलंच होतं. ही जागा आहेच धोकादायक. लवकरात लवकर आपण गॉड्रिक्स हॉलो सोडू ते बरं.

छोट्या हॅरीला रंगमंचावरून खेचण्यात येतंय, मात्र तो व्होल्डेमॉर्टशी आमनेसामने येतो.

व्होल्डेमॉर्ट

तुला अजूनही माझ्या मनातलं दिसतं हॅरी?

छोटा हॅरी अस्वस्थ होऊन बाहेर पडतो. त्याच वेळी अल्बस व्होल्डेमॉर्टचा अंगरखा उघडून बाहेर पडतो. अगतिक होऊन आपल्या बाबांना हात पुढे करतो.

अल्बस

बाबा... बाबा...

पुढील काही शब्द सर्पभाषेत बोलले जातात.

तो येतोय. तो येतोय. तो येतोय.

आणि एक किंचाळी कानी येते.

आणि खोलीच्या मागच्या भागातून कानात घुमणारा आवाज येतो. निःसंशय शब्दांमागचा आवाज ओळखीचा आहे. व्होल्डेमॉर्टचा आवाज...

हॅऽऽऽरी पॉऽऽऽटर...

अंक तिसरा प्रवेश तेरावा

हॅरी आणि जिनी पॉटरचे घर, किचन

हॅरीची परिस्थिती गंभीर दिसते. त्याला स्वप्नात दिसलेल्या गोष्टींचा विचार करून तो भांबावलेला आहे.

जिनी

हॅरी? हॅरी? काय आहे हे? तू किंचाळत होतास?...

हॅरी

अजून थांबली नाहीयेत मला स्वप्नं पडायची.

जिनी

आणि ती थांबणारही नाहीत बहुदा लगेच. सध्याची अवघड परिस्थिती बघता आणि –

हॅरी

पण मी पेटयूनिया मावशीबरोबर कधीही गॉड्रिक्स हॉलोला गेलो नव्हतो. हे कधी –

जिनी

हॅरी, तू मला खरंच घाबरवतोयस.

हॅरी

तो अजूनही इथेच आहे, जिनी.

जिनी

कोण आहे इथे?

हॅरी

व्होल्डेमॉर्ट. मी व्होल्डेमॉर्ट आणि अल्बसला एकत्र पाहिलं.

जिनी

अल्बसला...?

हॅरी

तो म्हणाला – व्होल्डेमॉर्ट म्हणाला – मला पश्चात्तापाचा वास येतोय.' तो मला उद्देशून म्हणत होता.

हॅरी तिच्याकडे बघतो. स्वतःच्या व्रणाला हात लावतो. तिचा चेहरा पडतो.

जिनी

हॅरी, अल्बसला अजूनही कसला धोका आहे का?

हॅरीचा चेहरा निस्तेज दिसतो.

हॅरी

आपल्या सगळ्यांनाच.

अंक तिसरा प्रवेश चौदावा

हॉगवर्ट्स, स्लिदरिन वसतिगृह

दोघा मुलांनी निजणं अपेक्षित आहे परंतु स्कॉर्पियसला काही झोप येत नाही. तो पलंगावरून उठतो आणि अल्बसच्या डोक्यापाशी विचित्रपणे वाकून बघतो.

स्कॉर्पियस

अल्बस... शुऽऽऽक... अल्बस.

पण अल्बस काही दाद देत नाही. शेवटी स्कॉर्पियस जोरात ओरडतो.

अल्बस!

अल्बस खडबडून जागा होतो. स्कॉर्पियसला हसू फुटतं.

अल्बस

सुंदर. भीषण नाही फारच सुंदर कल्पना आहे ही लोकांना उठवायची.

स्कॉर्पियस

तुला सांगू, फारच गंमतशीर आहे. जेव्हापासून अनाकलनीय भीतीदायक जागांची गाठ पडलीये तेव्हापासून मला भीतीचा चांगला सामना करता येतो. मी तर – स्कॉर्पियस अर्थात निडर आहे. शिवाय मॅलफॉय म्हणजे बेफिकीर.

अल्बस

छान.

स्कॉर्पियस

म्हणजे एरवी, असं बंदिस्त जागी कोंडलेलं राहणं, सततच्या शिक्षा यामुळे कदाचित साफ खचलो असतो मी, पण आता – जास्तीत जास्त काय बरंवाईट करतील? व्होल्डी मोल्डीला परत आणतील आणि त्याला मला त्रास द्यायला सांगतील? शक्यच नाही.

अल्बस

तू चांगल्या मूडमध्ये आलास की जरा भीती वाटते बरं का मला. माहित्येय का तुला?

स्कॉर्पियस

आज रोझ जादुई काढ्यांच्या तासाला माझ्याजवळ आली आणि मला ब्रेड हेड अशी हाक मारली तिनं. मी तर चक्क मिठीच मारणार होतो तिला. नाही. मारणार होतो नाही. मी मिठी मारायला गेलो, आणि मग तिनं लाथ घातली माझ्या तंगड्यावर.

अल्बस

कमाल आहे तुझ्या हिम्मतीची. काळजी वाटते तुझी. एवढं धाडस चांगलं नाही तुझ्या तब्येतीला.

स्कॉर्पियस अल्बसकडे पाहतो. विचारमग्न होऊन.

स्कॉर्पियस

तुला कल्पना नाही या काळात परत येऊन किती बरं वाटतंय मला. मला तिरस्कार वाटत होता त्या जगाचा.

अल्बस

फक्त गॉली चॅपमन तुझ्यावर भाळली होती एवढी गोष्ट सोडून.

स्कॉर्पियस

सेड्रिक पूर्णपणे एक वेगळाच माणूस बनला होता – दुष्ट, भीतीदायक. माझे बाबा – त्यांना सांगण्यात येईल ते काम करायचे. आणि मी? मला वेगळाच स्कॉर्पियस भेटला होता, माहित्येय? वर्चस्व गाजवणारा, रागीट, वाईट – लोक मला घाबरून असायचे. असं वाटत होतं की कोणीतरी आपल्या चांगुलपणाची परीक्षा घेतोय आणि आपण सगळे – सपशेल नाकाम झालो त्यात.

अल्बस

पण तू बदल घडवून आणलासच ना अखेरीस. तुला मिळालेल्या संधीचं सोनं केलंस तू. काळचक्र पुन्हा बदललंस. स्वतःला मूळरूपात परत आणलंस.

स्कॉर्पियस

कारण मला चांगलीच ठाऊक होती माझी योग्य जागा.

अल्बस हे सगळं पचवण्याचा प्रयत्न करतो.

अल्बस

तुला वाटतंय मीही परीक्षेला पात्र ठरलो? नाही ना?

स्कॉर्पियस

अजूनतरी नाही.

अल्बस

चुकतोयस तू. काळ एकदा मागे फिरवणं मूर्खपणाचं नव्हतं. पुन्हा दुसऱ्यांदा तसाच आगाऊपणा करणं खुळचटपणाचं होतं.

स्कॉर्पियस

आणि आपण दोघांनी केला तो.

अल्बस

आणि मी एवढा हेकेखोर व्हायचं काय कारण होतं? सेड्रिकसाठी? खरंच वाटतंय तुला असं? नाही. मला काहीतरी सिद्ध करून दाखवायचं होतं. माझे बाबा बरोबरच आहेत – त्यांनी स्वखुशीनं हे धाडस हाती घेतलं नव्हतं – याउलट मी, हा सगळा दोष माझा आहे. – आणि जर तू मधे पडला नसतास तर सगळं काही वाईट घडलं असतं.

स्कॉर्पियस

पण असं काही एक झालं नाही. माझ्याइतकाच तुझाही हात आहे यात. जेव्हा डिमेंटर्सनी माझ्या मनाचा ताबा घेतला होता – सेव्हरस स्नेपनी मला तुझा विचार मनात आणायला सांगितला. तू नव्हतास अस्तित्वात, अल्बस, पण तूही लढत होतास – माझ्या बरोबरीनं.

अल्बस होकारार्थी मान डोलावतो. भारावून.

आणि सेड्रिकला वाचवणं – तितकीशी वाईट कल्पना नव्हती – माझ्यामते तरी – पण तुला चांगलंच माहित्येय – आपण पुन्हा असा प्रयत्न करायला नको.

अल्बस

हो. हो. आलंय ते माझ्या लक्षात.

स्कॉर्पियस

छान. मग आता मला हे नष्ट करायला मदत कर.

स्कॉर्पियस त्याच्या उशीखालून तो टाईम टर्नर बाहेर काढतो आणि आश्चर्यचकित झालेल्या अल्बसला दाखवतो.

अल्बस

माझी तर पक्की खात्री पटली होती तू सांगितलंस सगळ्यांना तेव्हा, तो तलावाच्या तळाशी विसरून आलास म्हणून.

स्कॉर्पियस

हा बेफिकीर मॅलफॉय खोटं बोलण्यातही तरबेज आहे म्हणायचा.

अल्बस

स्कॉर्पियस, आपण कोणालातरी सांगितलं पाहिजे याबद्दल.

स्कॉर्पियस

कोणाला? मंत्रालयानं या आधी तो नुसता ठेवून घेतला, या वेळीसुद्धा तेच करणार नाहीत कशावरून? फक्त तू आणि मी अनुभवलंय किती भीषण चीज आहे ती. थोडक्यात तुला आणि मलाच त्याची विल्हेवाट लावायला हवी. आपण जे केलं ते इतर कोणीही करता कामा नये. कोणीही. नाही. *(रुबाबात)* काळात बदल करण्याचा प्रकार भूतकाळात काढण्याची हीच बरोबर वेळ आहे.

अल्बस *(आपल्या मित्राकडे हसून बघत)*

या वाक्प्रचाराचा अतीच अभिमान आहे ना तुला?

स्कॉर्पियस *(हसत)*

दिवसभर विचार करत होतो, कधी वापरू.

अंक तिसरा प्रवेश पंधरावा

हॉगवर्ट्स, स्लिदरिन वसतिगृह

हॅरी आणि जिनी वसतिगृहातून भरभर चालत आहेत. क्रेग बावकर जुनिअर त्यांचा पाठलाग करतो आहे.

क्रेग बावकर जुनिअर

मी पुन्हा एकदा सांगू का? तुम्ही नियमांचं उल्लंघन करताय आणि आत्ता मध्यरात्र झाल्येय.

हॅरी

मला माझ्या मुलाला शोधायचंय.

क्रेग बावकर जुनिअर

मला माहित्येय तुम्ही कोण आहात मि. पॉटर, पण तुम्ही समजून घ्या असं पालक किंवा प्रोफेसरांनी हाऊसच्या वसतिगृहात कोणत्याही पूर्वपरवानगीशिवाय प्रवेश करणं शाळेच्या नियमांविरुद्ध आहे...

त्यांच्या मागोमाग प्रोफेसर मॅकगॉनॅगल तरातरा चालत येतात.

प्रोफेसर मॅकगॉनॅगल

क्रेग, एवढा त्रास करून घ्यायची गरज नाही.

हॅरी

तुम्हाला आमचा निरोप मिळाला वाटतं? बरं झालं.

क्रेग बावकर जुनिअर *(चकित होऊन)*

मुख्याध्यापिका मॅडम, मी – मी फक्त माझं काम –

हॅरी एका पलंगावरचा पडदा बाजूला सारतो.

प्रोफेसर मॅकगॉनॅगल

तो गायब आहे?

हॅरी

होय.

प्रोफेसर मॅकगॉनॅगल

आणि तो धाकटा मॅलफॉय?

जिनी दुसऱ्या दिवाणाचा पडदा उघडते.

जिनी

अरे देवा.

प्रोफेसर मॅकगॉनॅगल

चला. सगळी शाळा धुंडाळून काढायला हवी. क्रेग, आपल्याला बरंच काम करायचंय...

जिनी आणि हॅरी रिकाम्या पलंगाकडे बघत राहतात.

जिनी

आपण इथं कधीच आलो नाही ना यापूर्वी?

हॅरी

या खेपेला परिस्थिती मला आणखी बिकट वाटत्येय.

जिनी तिच्या नवऱ्याकडे बघते, पुरती घाबरलेली.

जिनी

तू अलीकडे बोलला होतास त्याच्याशी?

हॅरी

हो.

जिनी

तू इथे त्याच्या खोलीत येऊन बोललास त्याच्याशी?

हॅरी

तुला ठाऊक आहे ते.

जिनी

काय म्हणालास तू आपल्या मुलाला, हॅरी?

हॅरीला तिच्या आवाजातला तक्रारीचा स्वर जाणवतो.

हॅरी

तू सांगितल्याप्रमाणे मी अगदी खरेपणानं वागलो त्याच्याशी – काहीही चुकीचं बोललो नाही.

जिनी

आणि तू ताबा ठेवलास स्वतःवर? कितपत विकोपाला गेलं?

हॅरी

... मला नाही वाटत तसं... तुला म्हणायचंय मी पुन्हा त्याला उलटसुलट बोलून बाहेर पडायला प्रवृत्त केलं?

जिनी

मी तुला पहिल्या वेळी माफ करीन हॅरी, कदाचित दुसऱ्या खेपेलाही, पण तू पुन्हापुन्हा चुका करायला लागलास तर प्रत्येक वेळी माफ करणं जड जाणारे मला.

अंक तिसरा प्रवेश सोळावा

हॉगवर्ट्स, घुबडखाना

स्कॉर्पियस आणि अल्बस चंद्रप्रकाशात उजळून निघालेल्या एका छतावर येऊन पोहोचतात. सगळ्या बाजूंनी घुबडांचा मंद घुत्कार ऐकू येतोय.

स्कॉर्पियस

माझ्या मते साधा कॉनफ्रिंगो मंत्र पुरेसा आहे.

अल्बस

नक्कीच नाही. असल्या गोष्टींकरता आपल्याला एक्सपल्सो वापरावा लागेल.

स्कॉर्पियस

एक्सपल्सो? हा वापरला तर पुढचे बरेच दिवस आपल्याला ह्या घुबडखान्यात टाईम टर्नरचे तुकडे साफ करत बसावं लागेल.

अल्बस

बॉम्बार्डा?

स्कॉर्पियस

आणि अख्ख्या हॉगवर्ट्सला उठवून जागं करूया? किंवा स्टुपेफाय. मूळचे टाईम टर्नर्स स्टुपेफाय मंत्रानीच नष्ट केले होते...

अल्बस

तेच तर, यापूर्वी असंच केलं गेलं होतं – आपण काहीतरी वेगळा उपाय करूया, काहीतरी मजेशीर.

स्कॉर्पियस

मजेशीर? हे बघ कैक जादूगार योग्य मंत्र निवडून वापरण्याकडे कानाडोळा करतात. पण त्यानं खरंच फरक पडतो. माझ्या मते आधुनिक जादुगिरीत याला फारच कमी लेखलं गेलंय.

डेल्फी

'आधुनिक जादुगिरीत याला फारच कमी लेखलं गेलंय.' – तुम्ही दोघे महान आहात, माहित्येय का तुम्हाला?

स्कॉर्पियस वळून बघतो. डेल्फीला इथं बघून आश्चर्यचकित होतो.

स्कॉर्पियस

व्वा. तू... अं... तू इथे काय करत्येयस?

अल्बस

घुबड पाठवणं गरजेचं वाटलं मला – तिला कळवणं, आपण काय करतोय त्याबद्दल – आलं ना लक्षात?

स्कॉर्पियस त्याच्या मित्राकडे तक्रारभावाने पाहतो.

तिचाही संबंध आहे याच्याशी.

स्कॉर्पियस विचार करतो, मान डोलावतो, मान्य करून.

डेल्फी

कशाशी संबंध आहे माझा? कशाबद्दल बोलताय तुम्ही?

अल्बस टाईम टर्नर बाहेर काढतो.

अल्बस

आपल्याला हा टाईम टर्नर नष्ट करायला हवा. दुसऱ्या कामगिरीनंतर स्कॉर्पियसनी अशा काही भयंकर गोष्टी पहिल्या... मला माफ कर. पण पुन्हा काळात मागे जाण्याचा धोका नाही पत्करता येणार. आम्ही तुझ्या चुलत भावाला नाही वाचवू शकणार.

डेल्फी टाईम टर्नरकडे पाहते आणि मग त्या दोघांकडे.

डेल्फी

तू घुबडामार्फत पाठवलेल्या पत्रात फार काही लिहिलं नव्हतंस...

अल्बस

वाईटात वाईट जगाची कल्पना कर. त्याच्या दुपटीहून भयंकर कालविश्व. लोकांचा छळ होतोय – सर्वत्र डिमेंटर्सचा सुळसुळाट – जुलमी व्होल्डेमॉर्ट – माझे बाबा तर मारले गेले, मी पैदाच झालो नाही, असं सगळं काळ्या जादूनं व्यापलेलं जग. आपण हे – आपण हे कधीच होऊ देणार नाही.

डेल्फी काहीशी कचरते. आणि तिचा चेहरा निर्विकार.

डेल्फी

व्होल्डेमॉर्टची सत्ता? तो जिवंत होता?

स्कॉर्पियस

त्याचं सगळ्यांवरच राज्य होतं. महाभयंकर होतं ते.

डेल्फी

आपण जे काही केलं त्यामुळे?

स्कॉर्पियस

तिरंगी चषकाच्या कामगिरीत आपण सेड्रिकची मानहानी केल्यानं तो प्रचंड चिडखोर झाला. संतापून तो डेथ ईटर बनला – आणि – मग सगळं काही फसत गेलं. पार चुकीचं घडलं.

डेल्फी स्कॉर्पियसला न्याहाळून बघते. तिचा चेहरा खालावतो.

डेल्फी

डेथ ईटर?

स्कॉर्पियस

आणि खुनी. त्यानं प्रोफेसर लॉन्गबॉटमचा जीव घेतला.

डेल्फी

तसं असेल तर मग – अर्थातच – आपण तो नष्ट करायला हवा.

अल्बस

तुला पटलंय ना?

डेल्फी

मी तर पुढे जाऊन असं म्हणेन – सेड्रिकनंही समजून घेतलं असतं. आपण तिघे मिळून त्याची विल्हेवाट लावूया, मग आपण माझ्या काकांना भेटायला जाऊ. त्यांना सगळी परिस्थिती समजावून सांगू.

अल्बस

थँक यू.

डेल्फी दोघांकडे पाहून निराशेनं हसते. आणि मग तो टाईम टर्नर हातात घेते. ती त्याच्याकडे बघते आणि तिच्या चेहऱ्यावरचे हावभाव काहीसे बदलतात.

अरे, मस्त चिन्ह आहे.

डेल्फी

काय?

डेल्फीचा अंगरखा ढिला होतो. तिच्या मानेच्या मागच्या बाजूस ऑगरीचा टॅटू काढलेला दिसतो.

अल्बस

तुझ्या मानेवर? यापूर्वी कधी पहिला नव्हता मी. ते पंख वगैरे. मगल लोक ह्यालाच टॅटू का काय ते म्हणतात का?

डेल्फी

अच्छा. होय, ते ऑगरीचं चिन्ह आहे.

स्कॉर्पियस

ऑगरी?

डेल्फी

तुम्हाला जादुई प्राण्याची सुरक्षा या विषयात माहिती झाले असतील ना ऑगरी? ते विनाशकारी दिसणारे काळे पक्षी असतात. पावसाची चाहूल लागली की ते रडण्याच्या सूरात गातात. काही जादुगारांची समजूत होती की ऑगरीचा आवाज मृत्यूचा संकेत असतो. मी जेव्हा लहानाची मोठी होत होते, माझ्या पालकांनी एक पाळला होता पिंजऱ्यात.

स्कॉर्पियस

तुझे... पालक?

डेल्फी स्कॉर्पियसकडे बघते. टाईम टर्नर आता तिच्या ताब्यात आहे. आणि ती या खेळाची मजा घेत्येय.

डेल्फी

तिच्या मते ऑगरी रडत असे कारण त्याला दिसत असावं, माझा शेवट खूप वाईट तऱ्हेनं होणार आहे. त्यांना मी फारशी आवडायचे नाही. युफेमिया रॉले... तिनं फक्त पैश्यांसाठी माझा सांभाळ केला.

अल्बस

असं असताना त्यांच्या पक्ष्याचा टॅटू का गोंदवून घेतलास तू?

डेल्फी

तो मला आठवण करून देतो. भविष्य मी घडवणार असल्याची.

अल्बस

मस्त. मी पण ऑगरीवाला टॅटू बनवून घेईन म्हणतो.

स्कॉर्पियस

रॉले कुटुंबीय फारच कट्टर डेथ ईटर्स होते.

स्कॉर्पियसच्या मनात हजारो विचारांचा कल्लोळ होतो.

अल्बस

चला चला. नष्ट करायला घेऊया टाईम टर्नर... कॅानफ्रिंगो? स्टुपेफाय? बॉम्बार्डा? कोणता मंत्र वापरशील तू?

स्कॉर्पियस

दे परत तो. टाईम टर्नर परत कर आम्हाला.

डेल्फी

काय?

अल्बस

स्कॉर्पियस? काय करतोयस नेमकं?

स्कॉर्पियस

मला नाही वाटत तू कधी आजारी बिजारी पडली होतीस! तेव्हा तू का आली नाहीस हॉगवर्ट्समध्ये? आणि आज अचानक कशी उपटलीस?

डेल्फी

मी माझ्या चुलत भावाला परत आणण्याचा प्रयत्न करत्येय!

स्कॉर्पियस

तिथे तुला ऑगरी म्हणत होते. त्या – दुसऱ्या जगात – ते सगळे तुला तिथे ऑगरी म्हणायचे.

डेल्फीच्या चेहऱ्यावर हळुवार हसू उमटतं.

डेल्फी

ऑगरी? मला तर आवडलं हे नाव.

अल्बस

डेल्फी?

ती फारच चपळ निघते. छडी परजून ती स्कॉर्पियसला मागे लोटते. प्रचंड शक्तिशालीदेखील असते ती – स्कॉर्पियस तिला रोखून धरण्याचा प्रयत्न करतो, पण ती चट्कन त्याच्यावर कुरघोडी करते.

डेल्फी

फलगॅरी!

स्कॉर्पियसचे हात एका रानटी चकाकणाऱ्या दोरखंडाने जखडले जातात.

स्कॉर्पियस

अल्बस. जा पळ.

अल्बस आजूबाजूला बघतो, बावचळलेला. आणि मग पळत सुटतो.

डेल्फी

फलगॅरी!

अल्बस जमिनीवर फेकला जातो, त्याचेही हात त्या जीवघेण्या दोरखंडाने बांधले जातात.

आणि पहिल्यांदा तुमच्यावर हा साधासुधा मंत्र टाकूनच माझं भागलं तर. मला वाटत होतं मला अजून बऱ्याच मंत्रांचा वापर करावा लागेल तुमच्यावर. पण तुम्ही तर फारच भोळे निघालात ॲमॉसच्या मानानं – लहान पोरं, खासकरून लहान मुलगे, किती सहज वश करता येतं त्यांना, हो ना? बस. आता हा सावळा गोंधळ कायमचा एका फटक्यात निस्तरून टाकूया आपण...

अल्बस

पण का? काय? आहेस कोण तू?

डेल्फी

अल्बस मी नवीन भूतकाळ आहे.

ती अल्बसची छडी हिसकावते आणि मोडून टाकते.

मीच नवं भविष्य आहे.

ती स्कॉर्पियसचीही छडी काढून घेते आणि तोडून मोकळी होते.

जगाला पडलेल्या कोड्याचं मीच उत्तर आहे.

अंक तिसरा प्रवेश सतरावा

जादू मंत्रालय, हर्मायनीचे कार्यालय

रॉन हर्मायनीच्या टेबलावर बसला आहे. ती काही फाईल्स चाळते आहे.

रॉन

मला अजूनही पचत नाहीये खरंच. त्या दुसऱ्या वास्तवात आपलं तर लग्नही झालं नव्हतं.

हर्मायनी

रॉन, ते सगळं बाजूला राहिलं – मला फक्त दहा मिनिटं वेळ आहे, त्यानंतर गॉब्लिन्स येतील बैठकीला. ग्रींगोट्सच्या सुरक्षेबद्दल चर्चा करायला –

रॉन

मला एवढंच म्हणायचंय, आपण इतकी वर्ष एकत्र आहोत – लग्न होऊनही कितीतरी काळ लोटला – म्हणजे खूप वर्षं झाली –

हर्मायनी

रॉन, लग्नामधून काही काळ विश्रांती घेण्याचं जर तुला सुचवायचं असेल, तर नीट ध्यानात ठेव, या धारदार लेखणीनं भोसकीन मी तुला.

रॉन

गप गं. जरा गप्प बसशील? मी वाचलं होतं मागे एकदा तसं मला ते पुनर्विवाह का काय ते करायचंय. म्हणजे लग्नाचं नूतनीकरण. तुला काय वाटतं?

हर्मायनी *(पाघळते)*

तुला माझ्याशी पुन्हा लग्न करायचंय?

रॉन

हो म्हणजे बघ. आपण फारच लहान होतो पहिल्यांदा लग्न केलं तेव्हा. शिवाय फार चढली होती मला तेव्हा – आणि खरंतर, तेव्हाचं फार काही आठवतही

नाहीये मला.., हे खरं आहे – माझं प्रेम आहे तुझ्यावर हर्मायनी ग्रेन्जर – आणि काळवेळ काहीही असू दे – सगळ्यांच्या देखत तुला पुन्हा हेच म्हणायला आवडेल मला. परत. भानावर असताना.

ती त्याच्याकडे पाहते, हसते, त्याला जवळ ओढते आणि त्याचं चुंबन घेते.

हर्मायनी

किती गोड आहेस रे तू.

रॉन

आणि तुला टॉफीचा वास येतोय.

हर्मायनीला हसू फुटतं. ते दोघे पुन्हा चुंबन घेणार तोच हॅरी, जिनी आणि ड्रॅको तिथे दाखल होतात. ते सर्रकन बाजूला होतात.

हर्मायनी

हॅरी, जिनी आणि – मी, ड्रॅको – छान वाटलं तुम्ही आलात –

हॅरी

स्वप्न. मला पुन्हा स्वप्नं पडतायत. म्हणजे ती चालूच होती.

जिनी

आणि अल्बस गायब झालाय. पुन्हा.

ड्रॅको

स्कॉर्पियससुद्धा. मॅकगॉनॅगलच्या मदतीनं सगळ्या शाळेत शोध घेतला. पण ते हरवलेत दोघे.

हर्मायनी

मी ताबडतोब ऑररर्सना निरोप धाडून बोलावून घेते. मी –

रॉन

नको. त्याची काही गरज नाहीये. सगळं ठीक आहे. मी पाहिलं त्याला काल रात्री. सगळं व्यवस्थित आहे.

ड्रॅको

कुठे?

सगळेजण रॉनकडे वळून बघतात. तो काही क्षण गोंधळात पडतो पण लगेच सावरतो.

रॉन

हॉग्समीडमध्ये नेव्हिलबरोबर मी दोन चार फायरव्हिस्की मारत होतो – आणि प्रथेप्रमाणं – जगरहाटीच्या गप्पा हाकत होतो – नेहमीसारख्याच – आणि आम्ही परतीच्या

वाटेला लागलो – बराच उशीर झाला होता, खूपच उशीर खरंतर आणि मी कुठली फ्लू पावडर वापरायची त्या विचारात होतो. कारण असं कधी कधी थोडी घेतल्यानंतर घट्ट पावडर नको वाटते वापरायला – किंवा ती झटकन वळवते तशी किंवा –

जिनी

रॉन, मुद्द्यावर येतोस का गळा घोटू तुझा आम्ही?

रॉन

तो पळून बिळून गेला नाहीये – तो मस्त सुखात आहे – त्याला त्याच्याहून मोठी जिवलग मैत्रीण मिळाल्येय –

हॅरी

त्याच्याहून मोठी मैत्रीण?

रॉन

आणि एकदम कडक – सुरेख चंदेरी केसांची. त्यांना एकत्र छतावर बघितलं, घुबडखान्यापाशी, स्कॉर्पियस बरोबर, दोघात उगाच तिसरा. बरं वाटलं, मी दिलेल्या लव्ह पोशनचा चांगला उपयोग झाला म्हणायचा.

हॅरी विचारात पडतो. एकामागोमाग अनेक विचार डोक्यात घोळतात. मात्र त्यातला एकही चांगला नाही.

हॅरी

तिचे केस – चंदेरी आणि निळसर होते का?

रॉन

बरोब्बर – चंदेरी आणि निळे – नक्की.

हॅरी

तो डेल्फिनी डिगरीबद्दल बोलतोय. पुतणी – ॲमॉस डिगरीची.

जिनी

पुन्हा सेड्रिकचं पालुपद सुरू का?

हर्मायनी दारातून मोठ्यानं गरजते.

हर्मायनी

एथिल. गॉब्लिन्सबरोबरची बैठक रद्द कर.

अंक तिसरा प्रवेश अठरावा

सेंट ओस्वाल्ड वृद्धाश्रम, ॲमॉस यांची खोली

हॅरी खोलीत चालत येतो, छडी परजून. ड्रॅको त्याच्या सोबत आहे.

हॅरी

कुठं आहेत ते?

ॲमॉस

हॅरी पॉटर, काय सेवा करू शकतो, साहेब? आणि ड्रॅको मॅलफॉय तुम्ही? माझं तर भाग्यच फळफळलं.

हॅरी

मला चांगलंच ठाऊक आहे. वापरलंय तुम्ही माझ्या मुलाला.

ॲमॉस

मी वापरलंय तुमच्या मुलाला? अजिबात नाही. उलट साहेब तुम्ही – तुम्ही वापरलंत माझ्या देखण्या मुलाला.

ड्रॅको

आत्ताच्या आत्ता – सांगा – अल्बस आणि स्कॉर्पियस कुठे आहेत नाहीतर याचे फार गंभीर परिणाम भोगायला तयार रहा.

ॲमॉस

मला का म्हणून माहीत असेल तुमच्या पोरांचा ठावठिकाणा?

ड्रॅको

आमच्यासमोर हे असलं भ्रमिष्टपणाचं नाटक चालणार नाही, म्हाताऱ्या. आम्हाला माहित्येय तू घुबडांच्यामार्फत संपर्कात आहेस त्याच्याशी.

ॲमॉस

मी असं काही एक केलेलं नाहीये.

हॅरी

ॲमॉस, अझकाबानला न धाडण्याइतकं काही वय झालं नाहीये तुमचं. ते दोघे शेवटचे हॉगवर्ट्स मनोऱ्यावर दिसले होते, तुमच्या पुतणीबरोबर. बेपत्ता आहेत तेव्हापासून.

ॲमॉस

मला बिलकूल कल्पना नाही तुम्ही कशाबद्दल... *(तो थांबतो, क्षणभर, गोंधळून)* माझी पुतणी?

हॅरी

किती खालच्या थराला जाल तुम्ही नेम नाही – होय तुमचीच पुतणी. तुम्हाला म्हणायचंय की तुमच्या तात्काळ आदेशावरून ती पोहोचली नव्हती तिथं...?

ॲमॉस

होय. असंच. – मला कुणी पुतणी वगैरे नाहीये.

हे ऐकून हॅरी थबकतो.

ड्रॅको

हो. म्हणजे काय. तुमचीच पुतणी आहे ती. नर्स म्हणून कामाला आहे इथं. तुमची पुतणी... डेल्फिनी डिगरी.

ॲमॉस

मला पक्कं माहित्येय मला कुणीही भाची–पुतणी नाही. मुळात मला भावंडंच नाहीत. माझ्या बायकोलाही नव्हती.

हॅरी आणि ड्रॅको एकमेकांकडे वळून बघतात– दोघांनाही याचा अर्थ कळून चुकतो.

ड्रॅको

आपल्याला शोधलं पाहिजे, कोण आहे ती – ताबडतोब.

अंक तिसरा प्रवेश एकोणिसावा

हॉगवर्ट्स, क्विडीचचे मैदान

प्रसंग सुरू होतो, डेल्फी क्षणोक्षणी तिच्या बदललेल्या व्यक्तिमत्त्वाचा पुरेपूर आस्वाद घेत्येय. आधीच्या अस्वस्थता आणि असुरक्षिततेच्या जागी आता तिच्यात सामर्थ्य दिसून येतंय.

अल्बस

आपण क्विडीचच्या मैदानात काय करतोय?

स्कॉर्पियस भरभर अंदाज बांधू लागतो.

स्कॉर्पियस

तिरंगी जादूगार चषक स्पर्धा. तिसरी कामगिरी. चक्रव्यूह. इथेच चक्रव्यूह तयार केला होता. आपण पुन्हा सेड्रिकला वाचवायला निघालोय.

डेल्फी

होय. त्या दुय्यम मुलाला कायमचा मोकळा करायची वेळ आलीये. आपण पुन्हा भूतकाळात जाणार सेड्रिकच्या खातर आणि स्कॉर्पियस तू पाहिलेल्या त्या जगाची पुनःप्रस्थापना करणार...

स्कॉर्पियस

नरक. नरक हवाय तुला?

डेल्फी

मला शुद्ध आणि शक्तिशाली जादुगारीचा काळ परत आणायचाय. काळ्या जादूला पुनरुज्जीवित करायचंय.

स्कॉर्पियस

तुला व्होल्डेमॉर्टला परत आणायचंय?

डेल्फी

तोच आहे खराखुरा जादुई दुनियेचा सम्राट. तो परत येणार.. *(शांतता पसरते.)* तुम्ही दोघांनी पहिल्या दोन्ही कामगिऱ्या जादूमंत्रांनी चिवडून ठेवल्यात. दोन्हींमध्ये भविष्यातून निदान दोन चकरा मारून झाल्या आहेत. आणि त्यात पुन्हा लुडबुड करून मला स्वतःला उघडं पडायचं नाहीये. आणि गोंधळातही पडायचं नाही. तिसरी कामगिरी तशी मोकळी आहे, त्यामुळे तिथूनच सुरुवात करूया, हो ना?

अल्बस

आम्ही नाही अडवणार त्याला – तू आमच्यावर कितीही बळजबरी करायचा प्रयत्न केलास तरी – आम्हाला ठाऊक आहे त्याला ही स्पर्धा जिंकलीच पाहिजे माझ्या बाबांच्या साथीत.

डेल्फी

मला तुम्ही त्याला फक्त रोखायला नकोय. त्याला पुरती लाज आणायचीये तुम्ही. तो चक्रव्यहातून नग्नावस्थेत जांभळी पिसं लावलेल्या केरसुणीवरून बाहेर उडत आला पाहिजे. तुम्ही आजवर इथे पोचलात ते तुमच्या अवहेलनेमुळेच. आणि आता सेड्रिकच्या विटंबनेमुळे आपण आपलं ध्येय गाठू. आणि भविष्यवाणी खरी होईल.

स्कॉर्पियस

आम्हाला काही माहीत नाही याबद्दल. कसली भविष्यवाणी?

डेल्फी

स्कॉर्पियस, दुनिया कशी असली पाहिजे त्याचा नमुना तू पाहिलास. त्या जगाचा पुनरुद्धार करणारोत आपण आता.

अल्बस

नाही करणार आम्ही. अजिबात कबूल नाही आम्हाला. तू कुणीही असलीस तरी. तुला आमच्याकडून काहीही अपेक्षा असली तरी.

डेल्फी

अर्थातच. तुम्ही नक्कीच कराल हे.

अल्बस

तुला माझ्यावर इम्पेरिओ वापरावा लागेल. मला ताब्यात ठेवायचं असेल तर.

डेल्फी

मुळीच नाही. जर भविष्यवाणी खरी व्हायची असेल तर तुलाच करावं लागेल हे. तुझ्या बनवलेल्या बाहुल्याला नाही... तुलाच सेड्रिकची विटंबना केली पाहिजे, त्यामुळे इम्पेरिओ वापरून चालणार नाही – मला तुला दुसऱ्या काही मार्गांनी भरीस पाडायला हवं.

ती तिची जादूची छडी बाहेर काढते. अल्बसकडे रोखते. तो मात्र ताठ कण्यानं उभा राहतो.

अल्बस

काय वाट्टेल ते कर.

डेल्फी त्याच्याकडे बघते. आणि मग स्कॉर्पियसला वळून पाहते.

डेल्फी

करतेच आहे.

अल्बस

नाही.

डेल्फी

बरोब्बर. वाटलंच होतं मला – या गोष्टीनं जास्त भेदरशील तू.

स्कॉर्पियस

अल्बस, तिनं मला काहीही केलं तरी फिकीर नको – आपण तिला हे करू देता कामा –

डेल्फी

क्रुशिओ!

स्कॉर्पियस यातनांनी कळवळतो.

अल्बस

मी तयार आहे...

डेल्फी *(दुष्टपणे हसत)*

तुला वाटलं तरी काय. काय लायकी आहे तुझी? तमाम जादू जगताची निराशा? तुझ्या खानदानाला लागलेला कलंक? एक अनावश्यक मुलगा? तुला वाटतंय ना तुझ्या एकुलत्या एक मित्राला मी इजा करू नये? मग मी सांगते तसं कर.

ती अल्बसकडे बघते. त्याच्या डोळ्यात अजूनही विरोध दिसतोय.

नाही करणार? क्रुशिओ!

अल्बस

थांबव हे. प्लीज.

क्रेग पळत येतो. एकदम जोशात.

क्रेग बावकर जुनिअर

स्कॉर्पियस? अल्बस? सगळे शोधतायत तुम्हाला –

अल्बस

क्रेग! जा इथून. मदत हवी आहे आम्हाला!

क्रेग

काय चाललंय काय नक्की?

डेल्फी

आव्हाडा केडावरा!

डेल्फी रंगमंचाच्या एक टोकापासून दुसरीकडे हिरवा प्रकाश टाकते. क्रेग त्या धक्क्यानं मागे फेकला जातो – क्षणार्धात मरण पावतो. पूर्ण शांतता होते. बरेच क्षण टिकून राहते.

तुझ्या डोक्यात प्रकाश नाही पडला अजूनही? हा बालिशपणा चाललेला नाहीये. तुझ्याशी मतलब आहे माझा. तुझ्या मित्रांशी नाही.

अल्बस आणि स्कॉर्पियस क्रेगच्या मृतदेहाकडे पाहतात – दोघांची मनं दुःखात बुडालेली.

तुझी कमजोरी शोधून काढायला बराच वेळ लागला मला, अल्बस पॉटर. मला वाटलं होतं तुझा स्वाभिमान, किंवा वडिलांवर सतत छाप पाडण्याचा अट्टाहास असेल, पण मग मला कळून चुकलं. तुझी आणि तुझ्या बापाची कमजोरी सारखीच आहे अगदी – मैत्री. तुला जे सांगते तेच तू करशील, नाहीतर स्कॉर्पियस मारला जाईल, जसा तो दुसरा मुलगा मेला.

ती दोघांकडे निरखून पाहते.

व्होल्डेमॉर्ट परत येणार आणि ऑगरी नेहमीच त्याच्या सोबत राहील. अगदी तंतोतंत भविष्यवाणीनुसार. 'जेव्हा दुसऱ्या मुलाला वाचवला, काळ मागे सरकवला, अप्रकट मुलगा करेल आपल्या पित्याचा वध तेव्हा सैतानी शहेनशाह येईल परत.'

ती छद्मी हसते. स्कॉर्पियसला ती दुष्टपणे तिच्याकडे ओढते.

तो दुसरा मुलगा सेड्रिक आणि अल्बस –

अल्बसलाही ती जोरात ओढते.

– म्हणजे अप्रकट मुलगा बापाचा खून करणार काळ मागे फिरवून आणि मग सैतानी शहेनशाह परत येणार.

टाईम टर्नर टिकटिक फिरू लागतो. ती दोघांचे हात त्याच्यावर खेचून घेते.

आत्ता!

आणि त्याजागी प्रकाशाचा महाप्रचंड लोळ दिसतो. मोठा आवाज येतो. आणि काळ थांबतो. उलटा सरकतो. क्षणिक विचार करून, मागे फिरायला लागतो. सुरुवातीला हळूहळू... आणि मग भरधाव.

आणि तेवढ्यात एक शोषून घेतल्यासारखा आवाज येतो. आणि एक दणदणाट.

अंक तिसरा प्रवेश विसावा

तिरंगी जादूगार चषक स्पर्धा, चक्रव्यूह, १९९५

झुडपांनी बनलेलं चक्रव्यूह सतत हलतंय. डेल्फी पूर्ण निर्धारानं त्यातून चालते आहे. तिच्यामागोमाग ती अल्बस आणि स्कॉर्पियसला खेचत आणते. त्यांचे हात बांधलेले आहेत. मात्र ते नाखुषीनं पाय रेटत चालत आहेत.

ल्युडो बॅगमन

समस्त बंधू भगिनींनो, मुला– मुलींनो, तुमच्यासाठी मी सादर करतो आहे – सर्वोच्च –अद्‌भुत – एकमेव तिरंगी जादूगार चषक!

जोरदार जल्लोष होतो. डेल्फी डावीकडे वळून बघते.

हॉगवर्ट्‌सच्या मुलांनो माझ्याबरोबर जयघोष करा.

मोठा जल्लोष होतो.

डर्मस्ट्रॅन्गच्या मुलांनो, माझ्याबरोबर जयघोष करा.

पुन्हा भयानक जोरदार जल्लोष होतो.

आणि बॉबॅटनच्या मुलांनो, आता तुमचा जयघोष होऊ द्या.

पुन्हा प्रचंड जल्लोष.

एक झुडूप अंगावर लागल्यानं डेल्फी आणि दोन मुलांना पुढं सरकावं लागतं.

अखेर फ्रेंचांनी ताकद कमावली म्हणायची. बंधू आणि भगिनींनो, पेश करतो आहे – तिरंगी स्पर्धेची अंतिम कामगिरी. रहस्यमय चक्रव्यूह. बेबंद अंधाराचं जाळं, हा भुलभुलैय्या होऊन जाऊ द्या.

व्हिक्टर क्रम मंचावरून पलीकडे जातो, चक्रव्यूहात शिरतो.

आणि या भयावह अनुभवाचा धोका कशाला प्रत्यक्ष ओढवून घ्यायचा म्हणता? कारण या चक्रव्यूहात दडलेला आहे एक चषक – साधासुधा नाही मित्रांनो – होय, तिरंगी स्पर्धेचा चषक. लपवून ठेवलाय या झाडाझुडपांत.

डेल्फी

कुठंय तो? आहे कुठं सेड्रिक?

एक झुडूप जवळजवळ अल्बस आणि स्कॉर्पियसला कापायचा प्रयत्न करतं.

स्कॉर्पियस

ही झुडपंसुद्धा मारायचा प्रयत्न करतायत आपल्याला? फारच वरचढ होत चाललाय हा खेळ.

डेल्फी

माझ्या बरोबरीनं चालत रहा, नाहीतर याचे दुष्परिणाम भोगायला तयार रहा.

ल्युडो बॅगमन

वाटेत भरपूर संकटं येतील पण त्याचं बक्षीसही तेवढंच मौल्यवान आहे. कोण पोहोचणार अखेरपर्यंत लढा देत? कोण होणार गारद अंतिम टप्प्यात? आपल्यात कोण विजेता आहे? फक्त येणारी घडी ठरवेल, बंधू व भगिनींनो, येणारी घडी ठरवेल.

ते झुडपातून आणखी पुढे शिरतात. स्कॉर्पियस आणि अल्बसला डेल्फीनं भरीस पाडलं आहे. डेल्फी काही अंतर पुढे चालत राहते. तेवढ्यात या दोघांना बोलायला अवधी मिळतो.

स्कॉर्पियस

अल्बस, काहीतरी केलं पाहिजे आपण.

अल्बस

माहित्येय रे, पण काय? तिनं आपल्या छड्यादेखील मोडून टाकल्यायत, बांधून टाकलंय आपल्याला, शिवाय तुला जिवे मारायची धमकीही दिल्येय तिनं.

स्कॉर्पियस

जर का व्होल्डेमॉर्टचा पुनरुद्धार थांबणार असेल तर मी मरायलाही तयार आहे.

अल्बस

तू खरं बोलतोयस?

स्कॉर्पियस

तुला माझ्याबद्दल फार काळ शोक करावा नाही लागणार. ती मला मारेल आणि मग तुलाही संपवून टाकेलच.

अल्बस *(अगतिक होऊन)*

टाईम टर्नरमधे एक दोष आहे ना, पाच मिनिटांचा नियम. आपण काय वाट्टेल ते करू वेळकाढूपणा करायला.

स्कॉर्पियस

त्याचा काहीही उपयोग होणार नाही.

झुडुपाची दिशा पुन्हा बदलते. डेल्फी तिच्यामागे अल्बस आणि स्कॉर्पियसला ओढते. ते या उदासवाण्या गुंतागुंतीच्या जंगलात चालत राहतात.

ल्युडो बॅगमन

तुम्हाला चालू घडीची क्रमवारी जाहीर करतो! प्रथम स्थानावर विभागून आहेत – सेड्रिक डिगरी आणि हॅरी पॉटर. द्वितीय क्रमांक पटकावला आहे व्हिक्टर क्रमनं! आणि तृतीय स्थानावर आहे आश्चर्यकारकपणे, फ्लर डेलाकोर.

अचानक एका वेटोळ्या वाटेमधून अल्बस आणि स्कॉर्पियस बाहेर पडतात. ते धावताहेत.

अल्बस

कुठं गेली ती?

स्कॉर्पियस

काय फरक पडतो? आपण कुठं जायला पाहिजे?

त्यांच्यामागून डेल्फी उंचावरून येते. ती उडते आहे, आणि तेही केरसुणीशिवाय.

डेल्फी

अरेरे बिचाऱ्या मुलांनो.

ती दोघांना जमिनीवर आपटते.

मला गुंगारा द्यायचा विचार करता काय?

अल्बस *(आश्चर्यानं चकित)*

तू केरसुणीशिवाय उडतेस?

डेल्फी

केरसुण्या – छे. बोजड अवाजवी वस्तू आहेत. तीन मिनिटं संपली आहेत. फक्त दोन मिनिटं शिल्लक आहेत आपल्यापाशी. आणि मी जसं सांगितलंय तसंच करणारात तुम्ही.

स्कॉर्पियस

नाही. मुळीच करणार नाहीये आम्ही.

डेल्फी

तुम्ही माझ्याशी लढणार आहात?

स्कॉर्पियस

नाही. पण आव्हान देणार तुला. आणि त्यासाठी आम्हाला जीव गमवावा लागला तरी फरक पडणार नाही.

डेल्फी

भविष्यवाणी खरी करून दाखवायलाच हवी. आपणच पूर्ण करणार ती.

स्कॉर्पियस

भविष्यवाण्या मोडता देखील येतात.

डेल्फी

गैरसमज आहे हा तुझा. भविष्यवाणी खरी ठरणारच.

स्कॉर्पियस

पण मग भविष्यात होणारं अटळ आहे तर ते घडवून आणण्याचा खटाटोप कशाला करतोय आपण? त्या न्यायानं, तुझी कृती आणि धारणा विसंगत आहेत. तू आम्हाला या भूलभुलैयातून फरफटत नेते आहेस. कारण तुझ्या मते या भविष्यवाणीला सत्यात आणायला जादा प्रयत्न करायला हवेत – आणि त्याच तर्कानुसार, भविष्यवाण्या मोडल्याही जाऊ शकतात – रोखताही येतात.

डेल्फी

ए तू फार तोंड चालवतोस. क्रुशिओ!

स्कॉर्पियस वेदनांनी असहाय्य होतो.

स्कॉर्पियस

अल्बस, तुला परीक्षा हवी होती ना – हीच वेळ आहे – आणि आपण यशस्वी होऊन दाखवू.

अल्बस स्कॉर्पियसकडे पाहतो, अखेरीस काय करायचंय ते त्याला पुरतं समजतं. तो मान डोलावतो.

डेल्फी

मग मरायला तयार व्हा.

अल्बस *(पूर्ण जोशात येऊन)*

हो. तयारी आहे आमची. आणि ह्यामुळे तुला रोखलं जाणार असेल तर आनंदानी सामोरं जाऊ.

डेल्फी उंच झेपावते, प्रचंड संतापते.

डेल्फी

आपल्याकडे फार वेळ शिल्लक नाहीये. क्रु –

गूढ आवाज

एक्सपेलियार्मस!

धडामधुडूम. डेल्फीची छडी दूरवर फेकली जाते. स्कॉर्पियस विस्मयानं वर पाहतो.

ब्रॅकियाबाइंडो!

आणि डेल्फी बांधली जाते. स्कॉर्पियस आणि अल्बस दोघे मिळून वळून बघतात. आणि मंत्राच्या फैरी कुठून झाडल्या गेल्या तिकडे टक लावून बघतात तिथे असतो एक तरुण देखणा, सतरा वर्षांचा उगदा सेड्रिक.

सेड्रिक

पुढे आलात तर खबरदार.

स्कॉर्पियस

पण तू कोण?

सेड्रिक

मी सेड्रिक डिगरी. मी किंचाळ्या ऐकल्या. मग यावं लागलं इथं. तुमची नावं बोला. मी तुमच्याशी दोन हात करू शकतो.

अल्बस चक्रावून जातो, आश्चर्यानं.

अल्बस

सेड्रिक?

स्कॉर्पियस

तू आम्हांला वाचवलंस.

सेड्रिक

आणि तुम्हीसुद्धा कामगिरीचा काही भाग आहात काय? का कुठला अडथळा? बोला. मला तुम्हाला हरवलं पाहिजे का?

शांतता पसरते.

स्कॉर्पियस

नाही. तुला फक्त आम्हाला सोडवायचं होतं. तीच कामगिरी होती.

सेड्रिक विचारांत पडतो. ही चाल तर नाही ना याचा विचार. आणि मग त्याची छडी घुमवतो.

सेड्रिक

इमॅन्सिपेअर! इमॅन्सिपेअर!

ते दोघेही दोरखंडातून मुक्त होतात.

आणि मी आता जाऊ शकतो ना पुढे? चक्रव्यूहाच्या शेवटाकडे?

दोन्ही मुलं सेड्रिककडे बघतात. त्यानं शर्यत संपवण्यामुळे त्याचं पुढे काय होणार याची पुरेपूर जाणीव आहे त्यांना.

अल्बस

मला वाटतंय तू संपवायला हवास हा चक्रव्यूह.

सेड्रिक

चला. निघतो मग मी.

सेड्रिक आत्मविश्वासानं पुढे चालत जातो. अल्बस त्याला पाठमोरा न्याहाळत उभा राहतो – त्याला काहीतरी सांगण्यासाठी उतावीळ होऊन, पण काय सांगायचं ते नक्की समजत नाही.

अल्बस

सेड्रिक –

सेड्रिक त्याच्याकडे वळून बघतो.

तुझ्या बाबांचं खूप प्रेम आहे तुझ्यावर.

सेड्रिकच्या कपाळाला आठ्या पडतात. त्याला आश्चर्य वाटतं.

सेड्रिक

काय?

त्यांच्या पाठीमागे डेल्फी चुळबुळ करते आहे. जमिनीवरून सरकायचा तिचा प्रयत्न चालू आहे.

अल्बस

सहज विचार केला, तुला माहीत असावं आपलं.

सेड्रिक *(याचा अर्थ लावायच्या प्रयत्नात)*

बरं. थँक यू.

सेड्रिक क्षणभर जास्त अल्बसकडे टक लावून बघतो आणि पुढे चालू पडतो. त्याच वेळी डेल्फी तिच्या अंगरख्यातून टाईम टर्नर बाहेर काढते. स्कॉर्पियस त्यावेळी तिला बघतो.

स्कॉर्पियस

अल्बस!

अल्बस

नाही. थांब...

स्कॉर्पियस

टाईम टर्नर टिकटिक फिरायला लागलाय... बघ काय करत्येय ती... ती आपल्याला सोडून जाता कामा नये.

अल्बस आणि स्कॉर्पियस दोघेही त्याचा काहीतरी भाग पकडण्याची धडपड करतात.

आणि त्या जागी प्रकाशाचा महाप्रचंड लोळ दिसतो. मोठा आवाज येतो. आणि काळ थांबतो. जणू कूस बदलतो. क्षणभर विचार करून मागे फिरायला लागतो. सुरुवातीला हळूहळू... आणि मग भरधाव.

अल्बस...

अल्बस

काय केलं आपण हे?

स्कॉर्पियस

आपल्याला टाईम टर्नरबरोबर जाणं फार गरजेचं होतं. तिला थांबवायचं होतं ना आपल्याला.

डेल्फी

मला थांबवायचं होतं? तुम्हाला वाटतंय की तुम्ही अडवलंत मला? पुरे झाला हा तमाशा.

ती टाईम टर्नरचा चुराडा करते. त्याची शंभर शकलं होऊन उडून पडतात.

सेड्रिकचा वापर करून दुनियेत अंधःकार पसरवायचा माझा प्रयत्न उधळून लावलात तुम्ही, हरकत नाही. तुझं बरोबर आहे बहुतेक, स्कॉर्पियस – कदाचित भविष्यवाणीला टाळता येत असावं, कदाचित मोडूनही काढता येत

असावं. खरी गोष्ट अशी की तुमच्यासारख्या त्रासदायक, दळभद्री कारट्यांचा वापर करून वैताग आलाय मला. यापुढे तुमच्यावर माझा एकही किमती क्षण फुकट घालवणार नाहीये मी. काहीतरी नवीन उपाय करायची वेळ आलीये.

डेल्फी पुन्हा हवेत झेपावते. विजयी मुद्रेनं ती हसते आणि दूरवर उडून जाते.

दोन्ही मुलं तिचा पाठलाग करायचा प्रयत्न करतात. पण तिला गाठण्याची काडीमात्र शक्यता नाही. ती उडते आहे. मुलं धावताहेत.

अल्बस

नाही... नाही... तू असं करू शकत नाहीस...

स्कॉर्पियस मागे वळतो. मोडलेल्या टाईम टर्नरचे तुकडे गोळा करायचा प्रयत्न करतो.

टाईम टर्नरचं काय झालं? चुराडा झाला त्याचा?

स्कॉर्पियस

कमालीचा. आपण अडकलो आता काळात. ज्या कुठल्या काळात आलोय तिथं. आणि तिनं जे काही कारस्थान करायचं ठरवलंय त्यात.

घडलेला प्रकार समजून घेण्याच्या प्रयत्नात अल्बस कासावीस होऊन आजूबाजूला बघतो.

अल्बस

हॉगवर्ट्सही अशीच दिसते.

स्कॉर्पियस

होय. आणि आपण इथं कुणाच्या नजरेस पडता कामा नाही. कुणाच्याही दृष्टीला पडण्यापूर्वी इथून काढता पाय घेऊया.

अल्बस

आपण तिला रोखायला हवं, स्कॉर्पियस.

स्कॉर्पियस

हो कळतंय मला ते – पण कसं?

अंक तिसरा प्रवेश एकविसावा

जादुगारांसाठीचा सेंट ओस्वाल्ड वृद्धाश्रम, डेल्फीची खोली

ओक लाकडाची आच्छादनं असलेल्या भिंतींच्या एका साध्या खोलीत हॅरी, हर्मायनी, रॉन, ड्रॅको आणि जिनी डोकावतात.

हॅरी

तिनं कन्फन्डस मंत्र वापरला असणार ॲमॉसवर. इथल्या सगळ्यांवरच वापरला असणार. नर्स बनण्याचा बनाव रचला, त्याची भाची असण्याचं ढोंग केलं.

हर्मायनी

मी आत्ताच मंत्रालयातून खातरजमा केल्येय – पण तिची काही नोंद सापडली नाही. ती अदृश्य आहे.

ड्रॅको

स्पेसिॲलिस रेव्हेलिओ!

सगळेजण ड्रॅकोकडे वळून बघतात. तो निराशेनं परत बघतो.

आपला एक प्रयत्न करून पहिला मी. पण तुम्ही कशाची वाट बघताय? आपल्याला काहीच खबर नाहीये. आशा करू या खोलीत काहीतरी धागेदोरे सापडतील.

जिनी

कुठं काय लपवून ठेवलं असावं तिनं? खोली तर फारच व्यवस्थित लावल्येय ही.

रॉन

या भिंतींमागे, इथल्या भिंतींमागे काहीतरी लपवलेलं असू शकतं.

ड्रॅको

किंवा या दिवाणाखाली.

ड्रॅको दिवाणाची तपासणी सुरू करतो. जिनी एका कंदिलामागे आणि बाकीचे भिंतींमध्ये शोधायला लागतात.

रॉन *(भिंतींवर ठोकता ठोकता ओरडतो)*

काय लपवलंय इथं? काय आहे नक्की तुझ्याकडे?

हर्मायनी

मला वाटतं आपण काही वेळ थांबू आणि नीट विचार करूया नक्की काय –

जिनी तेलाच्या कंदिलातली चिमणी उघडून बघते. त्यातून श्वासाचा आवाज येतो. आणि मग फुत्कारल्यासारखे शब्द ऐकू येतात. सगळ्यांचं लक्ष त्याकडे वेधलं जातं.

काय होतं ते?

हॅरी

ते – मला कसं समजणार – सर्पभाषा आहे ती.

हर्मायनी

म्हणाला काय तो?

हॅरी

मला काय माहीत...? व्होल्डेमॉर्ट मेल्यानंतर सर्पभाषा कळेनाशी झाली मला.

हर्मायनी

आणि तुझा व्रणही ठसठसला नाहीये, नाही का?

हॅरी हर्मायनीकडे बघतो.

हॅरी

तो म्हणतोय "ऑग्युरीचे स्वागत आहे". बहुदा मला त्याला उघडण्याचा आदेश दिला पाहिजे...

ड्रॅको

मग कर तसं.

हॅरी डोळे मिटतो. सर्पभाषेत काहीतरी पुटपुटतो.

भोवतालच्या खोलीचं रूप पालटू लागतं, अजून भयाण आणि अधिक गंभीर. सळसळणारे रंगवलेले साप सगळ्या भिंतींमधून बाहेर येतात.

त्यांच्या शरीरावर चमकत्या रंगात लिहिलेली असते – एक भविष्यवाणी.

काय आहे हे?

रॉन

'दुसऱ्या मुलाला वाचवल्यावर, काळ मागे सरकवल्यावर, इहलोकातील मुलं करतील आपल्या पित्याचा वध तेव्हा सैतानी शहेनशाह म्हणजेच अंधारजगताचा सम्राट येईल परत.'

जिनी

भविष्यवाणी. नवीन.

हर्मायनी

सेड्रिक – सेड्रिकचा उल्लेख दुसरा मुलगा असा केला जायचा.

रॉन

काळ मागे सरकवल्यावर – तिच्याकडे असणार ना तो टाईम टर्नर?

त्यांचे चेहरे पडतात.

हर्मायनी

असलाच पाहिजे.

रॉन

पण तिला स्कॉर्पियस किंवा अल्बस कशाला हवेत?

हॅरी

कारण त्याचा पालक मी आहे – ज्यानं त्याच्या मुलाला बघितलेलं नाहीये. त्याला समजून घेतलं नाहीये.

ड्रॅको

आहे कोण ही? इतकी पछाडलेली या सगळ्यानं?

जिनी

याचं उत्तर आहे माझ्याकडे कदाचित.

सगळे तिच्याकडे वळून पाहतात. ती छताकडे खूण करते... त्यांचे सगळ्यांचे चेहरे अधिकच खालावतात, आणि भीतीनं गांगरून जातात.

प्रेक्षागृहाच्या साऱ्याच भिंतींवर लिहिलेले शब्द दृष्टीस पडतात – भयानक शब्द, खतरनाक शब्द.

'मी काळ्या जादूचं पुनरुज्जीवन करेन. मी माझ्या पित्याला परत आणेन.'

रॉन

नाही. ती हे नाही...

हर्मायनी

हे शक्य तरी कसं आहे?

ड्रॅको

व्होल्डेमॉर्टला मुलगी होती?

सगळेजण भेदरलेले दिसतात. जिनी हॅरीचा हात हातात घेते.

हॅरी

नाही, नाही, नाही अजिबात नाही. असं होऊच शकत नाही.

रंगमंचावर अंधार होतो.

मध्यांतर

भाग दोन

अंक चौथा

अंक चौथा प्रवेश पहिला

जादू मंत्रालय, भव्य बैठक दालन

देशोदेशीचे तमाम जादूगार आणि जादुगारिणी या भव्य दालनात दाटीवाटीने भरले आहेत. या आधी कधीही पाहिले नसतील इतके. त्यांच्या चेहऱ्यावरचे काळजीचे भाव स्पष्ट दिसताहेत. घाई–गडबडीत बांधलेल्या एका मंचावर हर्मायनी चढते. शांतता प्रस्थापित करण्यासाठी हात उंचावते. मंचावर शांतता होते. सगळ्यांना ती काय बोलेल याची चिंता लागली आहे. इतक्या सहज सगळे गप्प झाल्याचं तिलाही आश्चर्य वाटतं. ती स्वतः सगळीकडे निरखून बघते.

हर्मायनी

सर्वांचे आभार. इतक्या मोठ्या संख्येनं आज तुम्ही उपस्थित राहिलात, मला अतिशय आनंद आहे – माझ्या दुसऱ्या – अतिरिक्त सर्वसाधारण सभेला. मला काही गोष्टी स्पष्ट करायच्या आहेत. तुमच्या शंकांचं निरसन आपण करूया – अर्थात बऱ्याच शंका उपस्थित होतील – मात्र माझं बोलणं पूर्ण झालं की मगच.

तुमच्यापैकी काहीजणांना माहीत असेल की हॉगवर्ट्समध्ये एक मृतदेह सापडला आहे. मुलाचं नाव क्रेग बावकर. चांगला विद्यार्थी होता तो. या घटनेला जबाबदार असणाऱ्या इसमाबद्दल आम्हाला खात्रीलायक बातमी मिळालेली नाही. मात्र काल आम्ही सेंट ओस्वाल्ड वृद्धाश्रमाची झडती घेतली. तिथल्या एका खोलीत दोन गोष्टी उघडकीस आल्या. पहिली म्हणजे एक भविष्यवाणी – ज्यानुसार सैतानी जादूची सत्ता परत येण्याचे संकेत मिळतात आणि दुसरी म्हणजे– खोलीच्या छतावर सापडलेलं लिखाण – ज्यानुसार जाहीर केलं आहे की – सैतानी शहेनशाहला – व्होल्डेमॉर्टला – एक मूल होतं.

बातमी खोलीमध्ये दुमदुमते.

पूर्ण तपशील आमच्याजवळ नाही. आमचा तपास अजूनही चालू आहे – डेथ ईटर्सशी संबंधित लोकांची चौकशी करत आहोत... आणि आजच्या घडीला त्या अपत्याची/मुलाची किंवा भविष्यवाणीची काहीही नोंद सापडलेली नाही, पण तरीही यात काही तरी तथ्य असणार. त्या अपत्याला आजतागायत जादुई दुनियेपासून गुप्त ठेवलं गेलं – आणि आता ती – म्हणजे त्याची मुलगी –

प्रोफेसर मॅकगॉनॅगल

ती? मुलगी? त्याला मुलगी होती?

हर्मायनी

होय. एक मुलगी.

प्रोफेसर मॅकगॉनॅगल

आणि ती तुमच्या ताब्यात आहे आता?

हॅरी

प्रोफेसर, तिचं बोलणं अजून पूर्ण झालं नाहीये.

हर्मायनी

असू दे हॅरी. नाही प्रोफेसर. तीच तर समस्या आहे. दुर्दैवाची गोष्ट म्हणजे तिला ताब्यात घेण्याचा कोणताच मार्ग नाहीये आपल्याकडे. किंवा तिला काहीही करण्यावाचून खरोखरीच रोखण्याचा. ती आपल्या हाताबाहेर गेलीय.

प्रोफेसर मॅकगॉनॅगल

आपण तिचा – शोध घेऊ शकत नाही?

विराम. त्यांच्या बोलण्यात धाडस आहे.

हर्मायनी

विश्वास ठेवायला हरकत नाही की तिनं स्वतःला भूतकाळात जाऊन लपवून ठेवलंय.

प्रोफेसर मॅकगॉनॅगल *(संतापून)*

बेपर्वाईची कमाल आहे. अजूनही तो टाईम टर्नर ठेवून घेतलेलास तू?

हर्मायनी

प्रोफेसर, मी तुम्हाला हमी देते–

प्रोफेसर मॅकगॉनॅगल

लाज वाटत्येय मला तुझी, हर्मायनी ग्रेन्जर!

त्यांच्या रागावण्यानं हर्मायनी बिचकते.

हॅरी

नाही. एवढा रोष ओढवून घ्यायला पात्र नाहीये ती. तुम्हाला चिडण्याचा अधिकार आहे. तुम्हाला सगळ्यांनाच. पण हा केवळ हर्मायनीचा दोष नाहीये. आम्हाला खात्रीलायक माहिती नाही. त्या जादुगारिणीला टाईम टर्नर मिळवून कोणी दिला? कदाचित माझ्या मुलानं मिळवून दिलेला असू शकतो तिला.

जिनी

त्यानं तिला मिळवून दिला किंवा त्याच्याकडून चोरला गेला.

जिनी हॅरीची साथ द्यायला मंचावर येते.

प्रोफेसर मॅकगॉनॅगल

तुमची सगळ्यांची एकी कौतुकास्पद आहे पण त्यामुळे तुमच्या निष्काळजीपणाकडे दुर्लक्ष करून चालणार नाही.

ड्रॅको

मग ह्या निष्काळजीपणाला मीही जबाबदार आहे.

ड्रॅको मंचावर चालत येतो आणि जिनीच्या बाजूला उभा राहतो. त्यांनी दाखवलेल्या एकीच्या भावनेनं सगळ्यांना आश्चर्याचा धक्का बसतो.

हर्मायनी आणि हॅरी काहीही चुकीचं वागलेले नाहीत. उलट त्यांनी आपल्या सगळ्यांना सुरक्षित ठेवायचा प्रयत्न केलाय. जर दोष त्यांचा असेल तर माझाही आहे.

हर्मायनी सगळ्या गर्दीकडे बघते – ती भारावून जाते. रॉनदेखील निर्धारानं त्यांच्यात सामील व्हायला मंचावर येतो.

रॉन

फक्त एवढंच म्हणेन – मला याबद्दल फार काही कल्पना नव्हती. त्यामुळे मी याची जबाबदारी घेऊ शकत नाही – आणि मला खात्री आहे माझ्या मुलाबाळांचा यात काही हात नाही – पण जर ही मंडळी एकत्र येऊन उभी राहणार असतील – तर मीही...

जिनी

कोणालाच माहीत नाही ते कुठे आहेत – ते एकमेकांच्या बरोबर आहेत का वेगळे. मला विश्वास वाटतो आमची मुलं तिला रोखण्यासाठी जमेल ते सगळं पणाला लावतील पण...

हर्मायनी

आम्ही धीर सोडलेला नाही. आम्ही जायंट्सना भेटलो. ट्रोल्सनासुद्धा. जे कुणी सापडतील त्यांना. ऑरर्स बाहेर पडले आहेत, शोधाशोध करताहेत. कुणाला काही गुपितं माहीत असतील त्यांची चौकशी करत आहेत. जे काहीतरी लपवतायत त्यांच्या मागावर आहेत.

हॅरी

पण आपण एका सत्यापासून आपण पळून जाऊ शकत नाही: भूतकाळात कुठेतरी एक जादुगारीण इतिहास पुन्हा लिहायला घेते आहे – आणि आपल्या हातात वाट बघण्याखेरीज पर्याय नाही. ती यशस्वी किंवा अपयशी होण्याची.

प्रोफेसर मॅकगॉनॅगल

आणि जर ती यशस्वी झाली तर?

हर्मायनी

तर – हेच – या खोलीतले बरेचसे लोक नाहीसे होतील. आपलं अस्तित्व नष्ट होईल. आणि व्होल्डेमॉर्टची सत्ता पुन्हा येईल.

अंक चौथा प्रवेश दुसरा

स्कॉटिश हायलँड्स, ॲव्हिमोर रेल्वे स्टेशन, १९८१

अल्बस आणि स्कॉर्पियस एका स्टेशनमास्तरकडे घाबरून बघत आहेत.

अल्बस

आपल्यापैकी कुणीतरी त्यांच्याशी बोलायला हवं, असं नाही का वाटत तुला?

स्कॉर्पियस

नमस्कार मिस्टर स्टेशनमास्तर, मिस्टर मगल. प्रश्न आहे की तुम्ही इथून एका जादुगारिणीला उडताना पाहिलंत का? आणि पहिलं म्हणजे, हे साल कुठलं चाललंय? आम्ही हॉगवर्ट्समधून पळून आलो कारण आम्ही तिथं गोंधळ घालू अशी भीती वाटत होती. पण चालेल ना?

अल्बस

तुला माहित्येय मला सगळ्यात जास्त कशाचं वाईट वाटतं? बाबांना वाटेल आपण मुद्दामून केलं हे.

स्कॉर्पियस

अल्बस. खरंच? म्हणजे... – आपण – फसलोय – हरवलोय – भूतकाळात – कदाचित कायमचे – आणि 'तुला बाबांना काय वाटेल'ची काळजी वाटत्येय? तुम्हाला दोघांना समजून घेणं माझ्या आवाक्यातली गोष्ट नाहीये.

अल्बस

खूप काही आहे जाणून घेण्यासारखं. बाबांचा स्वभाव फारच गुंतागुंतीचा आहे.

स्कॉर्पियस

आणि तुझा नाहीये का? तुझ्या मुलींच्या पसंतीबद्दल तर वादच नाही जाऊ दे...

तो कोणाबद्दल बोलतोय हे दोघांनाही माहिती आहे.

अल्बस

हो आवडत होती ना. पण तिनं क्रेगला ज्याप्रकारे...

स्कॉर्पियस

त्याच्या विचार नको करूया. विचार याचा केला पाहिजे की – आपल्याकडे ना छडी आहे ना केरसुणी ना आपल्या काळात परत जाण्याचा काही मार्ग, आपल्याकडे आता फक्त आपली हुशारी आणि – नाही. बस. तेवढंच. फक्त हुशारी शिल्लक आहे आणि आपण तिला थांबवायला हवं.

स्टेशनमास्तर *(अतिशय स्कॉटिश ढंगात)*

पोरांनो, तुम्हाला माहित्येय ना ऑल्ड रिकीला जाणाऱ्या ट्रेनला उशीर झालाय?

स्कॉर्पियस

माफ करा?

स्टेशनमास्तर

तुम्ही जर का ऑल्ड रिकीला जाणाऱ्या ट्रेनची वाट बघत असाल तर तिला उशीर होणारे. लाईनवर काम चालू आहे. फलकावर लावल्येय बदललेली वेळ.

तो दोघांकडे बघतो. दोघेही त्याच्याकडं बावचळून बघत राहतात. तो वैतागतो. आणि बदललेलं वेळापत्रक त्यांच्या हातात ठेवतो. आणि उजव्या बाजूला खूण करतो.

उशीरानं आहे.

अल्बस घेऊन बघतो आणि न्याहाळतो. डोक्यात उजेड पडल्यानं त्याच्या चेहऱ्यावरचे भाव बदलतात. स्कॉर्पियस त्या स्टेशनमास्तरला टक लावून बघत असतो.

अल्बस

मला माहित्येय ती कुठंय.

स्कॉर्पियस

तुला समजलं हे?

अल्बस

तारीख बघ. वेळापत्रकावरची.

स्कॉर्पियस वाकून बघतो.

स्कॉर्पियस

तीस ऑक्टोबर १९८१. हॅलोवीन संध्याकाळचा आदला दिवस, एकोणचाळीस वर्षांपूर्वीचा. पण – ती या तारखेला का? अरे देवा...

स्कॉर्पियसच्या लक्षात येतं. त्याचा चेहरा पडतो.

अल्बस

माझ्या आजीआजोबांचा मृत्यूदिवस. माझे बाबा तान्हे असताना त्यांच्यावर हल्ला झाला होता...ज्या दिवशी व्होल्डेमॉर्टचा मंत्र स्वतःवरच उलटला. ती भविष्यवाणी खरी करायचा प्रयत्न करत नाहीये. तर या आधीचं मोठं भाकीत खोडून काढायला बघत्येय.

स्कॉर्पियस

मोठं भाकीत?

अल्बस

'सैतानी शहेनशाहला नामोहरम करण्याची ताकत असलेला तो येत आहे...

स्कॉर्पियस त्याच्याबरोबरीनं म्हणू लागतो.

स्कॉर्पियस आणि अल्बस

'ज्यांनी त्याला तीनदा लढा दिला त्यांच्या पोटी येईल जन्माला... सातवा महिना संपताना'

प्रत्येक शब्दागणिक स्कॉर्पियसचा चेहरा उतरत जातो.

स्कॉर्पियस

ही सगळी माझी चूक आहे. मी सांगितलं तिला भविष्यवाणी मोडता येऊ शकते – मी म्हणालो तिला की भविष्यकथनामागचं शास्त्र खात्रीलायक नसतं –

अल्बस

येणाऱ्या चोवीस तासांत व्होल्डेमॉर्ट तान्ह्या हॅरी पॉटरला मारण्याच्या प्रयत्नात स्वतःवर शाप ओढवून घेईल. डेल्फी तो उलटलेला शाप थांबवण्याच्या प्रयत्न करणार. आपण गॉड्रिक्स हॉलोला पोचलं पाहिजे. आत्ताच्या आत्ता.

अंक चौथा प्रवेश तिसरा

गॉड्रिक्स हॉलो, १९८१

अल्बस आणि स्कॉर्पियस गॉड्रिक्स हॉलोच्या मध्यभागातून चालत जाताहेत. ते एक दाटीवाटीचं छोटंसं टुमदार गाव आहे.

स्कॉर्पियस

तशी तर, कसल्या हल्ल्याची काही लक्षणं दिसत नाहीयेत मला...

अल्बस

हे आहे गॉड्रिक्स हॉलो?

स्कॉर्पियस

तुला बाबा कधी घेऊन आले नाहीत इथं?

अल्बस

नाही, केला होता प्रयत्न त्यांनी काही वेळा पण मीच दाद दिली नाही.

स्कॉर्पियस

ते सगळं ठीके, पण आत्ता आपल्याला इथं फेरफटका मारायला वेळ नाहीये – एका खुनी जादुगारिणीपासून वाचवायचंय जगाला – पण अहाहा ते बघ... ते चर्च, सेंट जेरमीस...

तो खूण करतो आणि एक चर्च आपल्या दृष्टीस पडतं.

अल्बस

केवढं मोठं आहे हे!

स्कॉर्पियस

आणि सेंट जेरमीचं स्मशान तथाकथित भुताखेतांनी झपाटलेलं आहे *(तो दुसऱ्या दिशेला खूण करतो)*, आणि तिथेच हॅरी पॉटर आणि त्याच्या आईवडिलांचे पुतळे असणार –

अल्बस

माझ्या बाबांचा पुतळा आहे?

स्कॉर्पियस

हो. म्हणजे आज नसेल. पण पुढे जाऊन होईल. शक्यतो. आणि हे – हे घर आहे ना त्यात बाथिल्डा बॅगशॉट राहत. राहतात...

अल्बस

त्या बाथिल्डा बॅगशॉट? हिस्टरी ऑफ मॅजिक लिहिणाऱ्या बाथिल्डा बॅगशॉट?

स्कॉर्पियस

त्याच. आईशप्पथ. त्या बघ. कमाल. किंचाळावंसं वाटतंय. माझ्यातल्या जिज्ञासूपणाला स्फुरण चढतंय.

अल्बस

स्कॉर्पियस!

स्कॉर्पियस

हे आलं –

अल्बस

जेम्स, लिली आणि हॅरी पॉटरचं घर...

एक तरुण आकर्षक जोडपं एका छोटुकल्या बाळाला बाबागाडीत घालून घराबाहेर पडतात. अल्बस त्यांच्याजवळ जायला लागतो, स्कॉर्पियस त्याला मागे खेचतो.

स्कॉर्पियस

त्यांनी तुला बघता कामा नये अल्बस... कालचक्रात घोळ होऊ शकतो त्यामुळं. आणि आपण तसं होऊ देणार नाही – निदान या वेळी तरी.

अल्बस

पण याचा अर्थ, ती पोचली नाहीये... जमलंय आपल्याला... ती अजून पोचली नाहीये...

स्कॉर्पियस

मग आता पुढे काय करायचं आपण? तिच्याशी लढायची तयारी? नाही म्हणजे फारच जास्त – भयानक आहे रे ती.

अल्बस

खरंय. आपण यापुढचा काही विचारच केला नव्हता ना? काय करायचं आपण आता? कसं वाचवायचं माझ्या बाबांना?

अंक चौथा प्रवेश चौथा

जादू मंत्रालय, हॅरीचे ऑफिस

हॅरी घाईघाईत कागदपत्रं चाळतोय.

डम्बलडोर

गुड इव्हनिंग हॅरी.

विराम. हॅरी डम्बलडोरांच्या तैलचित्राकडे वर बघतो. त्याचा चेहरा निर्विकार आहे.

हॅरी

प्रोफेसर डम्बलडोर. माझ्या ऑफिसमधे. धन्य झालो. मी आज लढाईच्या जागी असलो पाहिजे ना?

डम्बलडोर

काय करतोयस तू?

हॅरी

कागदपत्रं बघतोय. जे पहायला हवंच होतं, अशा कुठल्या गोष्टीकडे दुर्लक्ष झालेलं तर नाहीये ना ते बघतोय. तुटपुंज्या तयारीनिशी लढायची तयारी करतोय. खरंतर लढाई आमच्यापासून कैक काळ मागे दूरवर होऊ घातलीये हे माहित्येय मला. पण अजून काय करू शकतो मी अशात?

क्षणभर विराम. डम्बलडोर काहीच बोलत नाहीत.

कुठे होतात तुम्ही डम्बलडोर?

डम्बलडोर

आता मी इथेच आहे.

हॅरी

नेमके आत्ता आपण पराभूत होत असताना. का तुम्ही व्होल्डेमॉर्टचं परत येणंच नाकारता आहात?

डम्बलडोर

ती – शक्यता आहे.

हॅरी

जा. निघून जा तुम्ही. मला नको आहात तुम्ही इथं. मला गरज नाहीये तुमची. जेव्हा जेव्हा खरंच मला तुमची साथ हवी होती, त्यावेळी तुम्ही नव्हता. तीन वेळा मुकाबला केला त्याचा मी तुमच्याशिवाय. पुन्हा सामोरा जाईन त्याला – आणि वेळ आली तर – एकटाच.

डम्बलडोर

हॅरी, तुझ्या वतीनं मला लढायचं होतं त्याच्याशी असं नाही वाटलं तुला? मला शक्य असतं तर तुला यातून सोडवून स्वतः –

यावर आता हॅरीचा उद्रेक होतो.

हॅरी

प्रेमानं आंधळा होतो माणूस? तुम्हाला अर्थ कळतो का याचा? तुम्हाला कल्पना तरी आहे का तुमचा सल्ला किती घातक होता? माझा मुलगा – माझा मुलगा लढतोय आज, जसा मी लढत होतो तुमच्यासाठी. आणि तुमच्याइतकाच वाईट बाप ठरलोय मी. त्याला आपुलकी जिव्हाळा नसलेल्या ठिकाणी सोडून आलो एकट्याला – मनात नाराजी जोपासली त्याच्या, त्याला हे समजायलाही कैक वर्ष लागतील –

डम्बलडोर

जर तू प्रायव्हेट ड्राईव्हबद्दल बोलत असशील तर –

हॅरी

कित्येक वर्षं, कित्येक वर्षं घालवली मी तिथं एकट्यानं. मी कोण आहे, का आहे, कोणाला माझी फिकीर आहे याची पुसटशी कल्पनाही नव्हती!

डम्बलडोर

मी – माझा हेतू नव्हता तुझ्याशी जवळीक करायचा –

हॅरी

तेव्हाही तुम्ही स्वतःचाच बचाव करत होतात!

डम्बलडोर

नाही रे. मी तुझं संरक्षण करत होतो. मला तुला दुखवायचं नव्हतं...

डम्बलडोर तैलचित्रातून बाहेर येऊन हॅरीजवळ जाण्याचा प्रयत्न करतात. पण ते शक्य होत नाही. त्यांना भरून येतं पण ते लपवायचा प्रयत्न करतात.

पण मला तुला भेटावं लागणार होतंच अखेरीस...अकरा वर्षांचा पोर तू, इतका शूर होतास. इतका गुणी. विनातक्रार तुझ्यासमोर आलेल्या वाटेनं चालत राहिलास. अर्थात जीव लावला मी तुझ्यावर... आणि मला ठाऊक होतं पुन्हा तसंच घडणार... की जेव्हा जेव्हा मी कोणावर तरी माया केली, तेव्हा नुकसान केलं मी समोरच्याचं, कधीही न भरून निघणारं... प्रेम करण्याची योग्यताच नाही माझी... न दुखावता प्रेम करू शकलो नाही मी...

विराम.

हॅरी

तुम्ही मला जर हे तेव्हाच सांगितलं असतं तर कदाचित कमी दुखावलो गेलो असतो मी.

डम्बलडोर *(आता उघडपणे अश्रू ढाळत)*

मी आंधळा झालो होतो. प्रेम आंधळं करतं माणसाला. मला लक्षातच आलं नाही तुला हे ऐकायचं होतं माझ्या तोंडून, हा आतल्या गाठीचा, बेरकी, भयानक म्हातारा किती प्रेम करतो तुझ्यावर...

क्षणभर शांतता. दोघेही भावविवश झाले आहेत.

हॅरी

असं नाही की मी कधीच तक्रार केली नाही.

डम्बलडोर

हॅरी, या अस्ताव्यस्त जगात कोणतीच गोष्ट परिपूर्ण नाही. माणसाच्या, जादुई शक्तीच्याही आवाक्याबाहेर आहे ते. प्रत्येक आनंदाच्या क्षणाला एक कणभर का होईना विरजण लागतंच – पुन्हा येऊ घातलेल्या दुःखाची जाणीव होते त्यामुळे. ज्यांच्यावर प्रेम करशील त्यांच्याशी प्रामाणिक राहा, तुझं दुःखही दिसू दे त्यांना. माणसाला श्वास घेत राहायचं असेल तर यातना भोगणंही आलंच त्याच्या वाट्याला.

हॅरी

तुम्ही मला हे सांगितलं होतं यापूर्वी.

डम्बलडोर

आजही मला तुला इतकंच सांगायचंय.

ते परत जायला निघतात.

हॅरी

नका जाऊ!

डम्बलडोर

आपण ज्यांच्यावर मनापासून प्रेम करतो, ते आपली साथ कधीही सोडत नाहीत, हॅरी. काही गोष्टीपर्यंत मृत्यूदेखील पोहोचू शकत नाही. चित्र... आणि आठवणी... आणि प्रेम.

हॅरी

माझंही प्रेम आहे तुमच्यावर डम्बलडोर.

डम्बलडोर

होय. ठाऊक आहे मला.

ते नाहीसे होतात. आणि हॅरी एकटा पडतो. ड्रॅको प्रवेश करतो.

ड्रॅको

तुला कल्पना आहे का त्या दुसऱ्या कालविश्वात – जे स्कॉर्पियसनी अनुभवलं होतं – त्यात मी जादूकायदा अंमलबजावणी खात्याचा प्रमुख होतो? बहुतेक काही वेळात माझी होणार ही खोली! तू ठीक आहेस ना?

हॅरी दुःखात पुरता बुडलेला आहे.

हॅरी

ये आत. मी दाखवतो तुला नीट.

ड्रॅको काहीसा कचरत खोलीत आत येतो. आजूबाजूला तो अतिशय निरुत्साहानं तो बघतो.

ड्रॅको

गंमत म्हणजे – मी कधीच मंत्रालयात पद मिळवण्याचं स्वप्न बघितलं नाही. अगदी लहान असतानाही नाही. माझ्या बाबांना – त्यांना फक्त हेच हवं होतं. मला मात्र, मुळीच नाही.

हॅरी

काय व्हायचं होतं मग तुला?

ड्रॅको

क्विडीच खेळायचा होता. पण तेवढं कौशल्य नव्हतं अंगात. मुळात मला आनंदात राहायचं होतं.

हॅरी मान डोलावतो. ड्रॅको एखाद अधिक सेकंद टक लावून पाहतो, मनातलं बोलायचं कसं अशा द्विधा मनःस्थितीत.

सॉरी. मला हवापाण्याच्या गप्पा नाही मारता येत खूप वेळ. आपण थेट एका गंभीर विषयाला हात घातला तर चालेल का तुला?

हॅरी

अर्थात. काय – गंभीर – विषय – आहे?

विराम.

ड्रॅको

तुला काय वाटतं, थिओडोर नॉटकडेच फक्त टाईम टर्नर उरला होता?

हॅरी

काय?

ड्रॅको

मंत्रालयानं जो टाईम टर्नर ताब्यात घेतला तो तर एक साधा नमुना होता. हलक्या धातूपासून बनवलेला. तो काम करतो, खरंय. पण तो वापरून भूतकाळात फक्त पाचच मिनिटं जाता येतं – ही मोठी त्रुटी आहे त्यातली – आणि काळ्या जादूच्या वस्तूंचा संग्रह करणाऱ्या जादूगारांना असल्या गोष्टी खपवणं शक्य नाही.

ड्रॅकोच्या बोलण्याचा उद्देश हॅरीच्या लक्षात येतो.

हॅरी

तो तुझ्यासाठी काम करत होता?

ड्रॅको

नाही. माझ्या वडिलांसाठी. त्यांना हौसच होती दुर्मीळ गोष्टींचा संग्रह करायची. मंत्रालयातल्या टाईम टर्नर्सचं – क्रोकरमुळे – नेहमीच आकर्षण होतं त्यांना. त्यांना तासभराहून जास्त मागे जाण्याची इच्छा होती, वर्षानुवर्षं मागेसुद्धा जायचं होतं. त्यांनी कधी वापर केला नसावा मात्र त्याचा. मला वाटतं, मनातल्या मनात त्यांनाही व्होल्डेमॉर्टविरहित जग हवं असावं. पण हो. खास त्यांच्यासाठी एक टाईम टर्नर बनवला गेला होता.

हॅरी

आणि तू तो ठेवून घेतला होतास?

ड्रॅको त्याच्याकडचा टाईम टर्नर बाहेर काढतो.

ड्रॅको

पाच मिनिटांचं त्रांगडं नाही यात. आणि सोन्यासारखा चमकदार आहे. अगदी मॅलफॉय खानदानाच्या पसंतीनुसार. तुला हसू येतंय हॅरी...

हॅरी

हर्मायनी ग्रेन्जर. फक्त याच कारणामुळं तिनं तो पहिला टाईम टर्नर ठेवून घेतला होता. तिला शंका होतीच की असा आणखी एखादा असणार. आणि यात तुला लटकवून अझकाबानला धाडता आलं असतं बरं का.

ड्रॅको

किंवा असाही विचार कर – लोकांना माहीत असतं की मी भूतकाळात मागे जाऊ शकतो – तर मग आधीच उपटलेल्या अफवांवर लोकांचा आणखीन पक्का विश्वास बसला असता.

हॅरी ड्रॅकोकडे बघतो. त्याच्या भावना पूर्णपणे समजून घेतो.

हॅरी

स्कॉर्पियसबद्दलच्या.

ड्रॅको

आम्हाला मूल होऊ शकलं असतंच. पण ॲस्टोरियाची तब्येत नाजूक होती. शापित होतं रक्त तिचं. जालीम शाप होता. तिच्या वाडवडिलांपैकी मिळाला होता कोणालातरी... तिच्यातही उतरला. तुला माहीत आहेच. या सगळ्या गोष्टी पिढ्यान्‌पिढ्या चालत येतात आणि कधीतरी डोकं वर काढतात...

हॅरी

ऐकून वाईट वाटतंय, ड्रॅको.

ड्रॅको

मला तिच्या तब्येतीची हेळसांड करायची नव्हती. मी सांगितलं होतं. मला फरक पडत नाही मॅलफॉय वंश माझ्यानंतर संपला तरी – माझ्या बाबांचं काहीही म्हणणं असलं तरी – पण ॲस्टोरिया – मॅलफॉय वंशाचा दिवा म्हणून मूल नको होतं तिला, प्युअर ब्लड आणि त्या प्रतिष्ठेसाठी, पण आमच्यासाठी हवं होतं. आम्हाला मुलगा झाला, स्कॉर्पियस... आम्हा दोघांच्या उभ्या

आयुष्यातला सगळ्यात चांगला दिवस होता तो. पण त्यानंतर ॲस्टोरियाची प्रकृती बऱ्यापैकी खालावली. आम्ही जगापासून स्वतःला दूर ठेवलं. तिघांना. मला तिचा त्राण जास्तीत जास्त वेळ टिकवायचा होता... आणि मग अफवांचं पीक यायला सुरुवात झाली.

हॅरी

मला कल्पनाही करवत नाही काय बेतलं असेल तुझ्यावर.

ड्रॅको

ॲस्टोरियाला आधीपासूनच ठाऊक होतं, म्हातारपण तिच्या नशिबात नाही. ती गेल्यावर माझ्याजवळ कोणीतरी असावं असं वाटायचं नेहमी तिला, कारण... ड्रॅको मॅलफॉयचं आयुष्य अनन्यसाधारणपणे एकाकी आहे. मला नेहमीच संशयाच्या नजरेतून बघितलं जाणार. भूतकाळात जे घडलं त्यातून सुटका नाही. पण हे माझ्या कधी लक्षातच आलं नाही. त्याला या चहाडखोर, कंड्या पिटवणाऱ्या, टीकाखोर जगापासून लपवून ठेवलं आणि आणखीनच तीव्र संशयाच्या जाळ्यात ढकललं! मी सहन केलं त्याहूनही जास्त.

हॅरी

प्रेम आंधळं करतं माणसाला. आपण दोघांनी आपल्या मुलांच्या बाबतीत ते केलं जे आपल्याला गरजेचं वाटलं, त्यांची काय गरज आहे ते नाही समजून घेतलं. आपण आपलाच भूतकाळ त्यांच्या रूपानं पुन्हा नव्यानं लिहायच्या धुंदीत होतो आणि त्यांच्या वर्तमानाचं नुकसान करून बसलो.

ड्रॅको

आणि म्हणूनच याची गरज आहे तुला. मी सांभाळून ठेवलाय तो, कसाबसा आवर घालतो स्वतःला, त्याचा वापर करण्यापासून; तरी अगदी स्वतःचे प्राण पणाला लावायलाही तयार झालो असतो मी, ॲस्टोरियाबरोबर एखादा क्षण जरी घालवायला मिळणार असता तर...

हॅरी

ड्रॅको... आपण नाही वापरता कामा... नाही वापरू शकत तो.

ड्रॅको हॅरीकडे बघतो. आणि प्रथमच – या उद्‌भवलेल्या अडचणीच्या परिस्थितीत – एकमेकांकडे मैत्रीच्या नात्यानं पाहतात.

ड्रॅको

आपल्याला शोधायलाच हवं त्यांना – युगं लोटली तरी पर्वा नाही. आपल्याला शोधायलाच हवं आपल्या मुलांना.

हॅरी

आपल्याला पुसटशी कल्पनाही नाही ते कुठंयत, किंवा कुठल्या काळात असतील. आणि कुठं, कुठल्या काळात शोधायचं माहीत नसताना भूतकाळात त्यांचा शोध घेणं मूर्खपणाचं ठरेल. नाही. हे काम करायला नुसतं प्रेम पुरेसं नाहीये. आणि टाईम टर्नरही नाही. मला काळजी वाटते. आता आपल्या मुलांवरच आहे – त्यांच्याच हातात आहे आपल्याला वाचवणं.

अंक चौथा प्रवेश पाचवा

गॉड्रिक्स हॉलो, जेम्स आणि लिली पॉटरच्या घराबाहेर, १९८१

अल्बस आणि स्कॉर्पियस निराशेनं आजूबाजूला बघताहेत. आपण अडकलेल्या पराकोटीच्या अडचणीतून मार्ग काढायचा प्रयत्न करताहेत.

अल्बस

आपण माझ्या आजी आजोबांना सांगूया का?

स्कॉर्पियस

काय? की ते कधीच आपल्या मुलाला मोठा होताना बघणार नाहीत?

अल्बस

ती आहे तेवढी कणखर – मला माहित्येय ती असणारच – तू पाहिलंस ना तिला.

स्कॉर्पियस

त्या कमालच होत्या अल्बस. आणि मी तुझ्या जागी असतो तर प्रचंड उतावीळ झालो असतो मी त्यांच्याशी बोलायला. पण त्यांनी व्होल्डेमॉर्टकडे हॅरीच्या आयुष्याची भीक मागणं गरजेचं आहे, त्यांना वाटलं पाहिजे की हॅरीच्या जिवाला धोका आहे. आणि तू विनाकारण बेत उधळून लावशील.

अल्बस

डम्बलडोर. डम्बलडोर जिवंत आहेत आत्ता. आपण त्यांना विश्वासात घेऊया. तू जसं स्नेपच्या बाबतीत केलंस तसंच –

स्कॉर्पियस

तुझे बाबा या हल्ल्यातून वाचणार असं सांगायचा धोका घेऊ शकतो का आपण? त्याला मुलंबाळं आहेत वगैरे?

अल्बस

ते डम्बलडोर आहेत रे! ते कशालाही तोंड देऊ शकतात!

स्कॉर्पियस

अल्बस, डम्बलडोरबद्दल सुमारे शंभरएक पुस्तकं लिहिली गेली असतील. त्यांना काय माहीत होतं, कसं माहीत होतं किंवा त्यांनी जे केलं ते का केलं त्याबद्दल. आणि हे निःसंशय खरं आहे – त्यांनी पूर्वी जे काही केलं – तसंच करायला हवं आत्ताही. आणि त्यात पुन्हा घोळ घालायचा धोका नाही ओढवून घेणार मी. *(विराम. तो त्याच्याकडे विनवणी करत बघतो.)* मला मदत मागणं शक्य झालं कारण मी बदललेल्या जगात होतो. आपण आत्ता तसे नाही आहोत. भूतकाळात आहोत. आपण चालू घडीत बदल करणं योग्य नाही. त्यातून आणखी समस्या उद्भवतील – आपल्या या धाडसातून आपल्याला काही धडा मिळाला असेल तर तो हाच. भूतकाळात जाऊन कोणाशी काही बोलण्याचे – वेळाशी खेळ करण्याचे – फार गंभीर परिणाम भोगायला लागतात.

अल्बस

म्हणजे मग आपल्याला – भविष्यात जाऊन सांगितलं पाहिजे. आपण बाबांना तसा संदेश पाठवला पाहिजे.

स्कॉर्पियस

पण काळ बदलून प्रवास करू शकणारं घुबड तर नाहीये आपल्याकडे. आणि त्यांच्याकडे टाईम टर्नरही नाहीये.

अल्बस

आपण बाबांपर्यंत एक संदेश पोचवूया बस. ते इथे या काळात यायचा मार्ग शोधून काढतील. त्यांना अगदी जरी नवीन टाईम टर्नर बनवून घ्यावा लागला तरी.

स्कॉर्पियस

आपण त्यांना एक स्मृती पाठवूया – पेन्सीव्हसारखी – त्या बाळाच्या समोर उभा राहा आणि तुझा निरोप सांग – आशा करूया की तुझे बाबा नेमके त्याच वेळी आठवण काढतील. अवघड आहे म्हणा, पण तरी उभं राहा बाळासमोर आणि खूप वेळा म्हण. मदत करा मदत करा मदत करा. त्यामुळे त्या बाळाला मनावर किंचित आघात होऊ शकतो मात्र.

अल्बस

अगदी किंचित.

स्कॉर्पियस

जे काही घडतंय त्यामानानं हा थोडासा धक्का काहीच नाही म्हणायचा... आणि नंतर जेव्हा तुझे बाबा विचार करतील – त्यांना कदाचित आपले चेहरे आठवतीलही – आणि आपण असे किंचाळत असताना –

अल्बस

मदत करा.

स्कॉर्पियस अल्बसकडे पाहतो.

स्कॉर्पियस

तुझं बरोबर आहे. फारच वाईट कल्पना आहे ही.

अल्बस

तुझी आत्तापर्यंतची सगळ्यात टुकार कल्पना होती.

स्कॉर्पियस

हं. आयडिया! आपण स्वतःच देऊया निरोप – चाळीस वर्षं वाट पाहूया – आणि मग पोचवूया –

अल्बस

विसर – एकदा का डेल्फीनं तिच्या सोयीनं वेळ निश्चित केली की ती आपल्याला शोधून मारायला पाठवेल तिचं सैन्य –

स्कॉर्पियस

मग लपून बसूया बिळात?

अल्बस

काय अफलातून मजा येईल ना पुढची चाळीस एक वर्षं तुझ्या सोबतीत एका बिळात लपून बसायला... ते आपल्याला काढतीलच शोधून. आपण मरून जाऊ. आणि काळ चुकीच्या ठिकाणी अडकून पडेल. नाही आपल्याला असं काहीतरी केलं पाहिजे जे आपल्या हातात आहे. असं काहीतरी जे अगदी योग्य वेळी त्यांच्या हातात पडेल. आपल्याला पाहिजे एक...

स्कॉर्पियस

असं काहीही नाहीये. तरीही, काळ्या जादूचं जग परत सुरू होताना मला कोणी साथीला हवंच असेल तर तो तूच आहेस.

अल्बस

काही हरकत नाही, पण अशावेळी मी कोणातरी बलाढ्य आणि जादुगारीत निष्णात व्यक्तीला निवडेन.

लिली बाबागाडीत बसलेल्या छोटुकल्या हॅरीसकट घराबाहेर पडते. त्याच्या अंगावर अलगद एक दुपटं पांघरते.

त्याचं पांघरूण. ती त्याला पांघरुणात गुंडाळत्येय.

स्कॉर्पियस

हो, म्हणजे आज बऱ्यापैकी गारठा पडलाय.

अल्बस

बाबा नेहमी म्हणायचे – ती एकच गोष्ट आहे त्यांना आईकडून मिळालेली. बघ किती मायेनं घालत्येय ते पांघरूण त्याला – बाबांना आवडलं असतं हे ऐकायला – काश, मला त्यांना सांगता आलं असतं.

स्कॉर्पियस

आणि काश, मी माझ्या बाबांना सांगू शकलो असतो – म्हणजे नक्की माहीत नाही काय ते. माझ्या मते मी सांगितलं असतं – त्यांना वाटतं त्यापेक्षा धाडसी आहे मी.

अल्बसच्या मनात काहीतरी विचार रेंगाळतो.

अल्बस

स्कॉर्पियस – माझ्या बाबांकडे अजूनही आहे ते पांघरूण.

स्कॉर्पियस

त्याचा काही उपयोग होणार नाही. आपण आता त्याच्यावर काही निरोप लिहिला, अगदी छोट्यात छोटा, नजीकच्या भविष्यात हॅरी तो कधी ना कधी बघेल आणि वेळाची हानी होईल.

अल्बस

तुला लव्ह पोशन्सबद्दल काय माहित्येय? त्यांच्यात काय काय घटक असतात?

स्कॉर्पियस

पर्ल डस्ट नक्की असते.

अल्बस

पर्ल डस्ट बऱ्यापैकी दुर्मीळ गोष्ट आहे ना?

स्कॉर्पियस

कारण ती फार महाग असते. पण हे सगळं काय चाललंय, अल्बस?

अल्बस

बाबांचं आणि माझं भांडण झालेलं मी शाळेला निघायच्या आदल्या दिवशी.

स्कॉर्पियस

हो चांगलंच ठाऊक आहे मला. काही अंशी त्यामुळेच तर आपण ह्या घोळात सापडलोय, माझ्या मते.

अल्बस

मी त्यांनी दिलेलं पांघरूण खोलीतून फेकून दिलं. रॉन मामानी गंमत म्हणून दिलेल्या लव्ह पोशनच्या कुपीला त्याचा धक्का लागला. ते सांडलं आणि सगळं पांघरून भिजून गेलं. आणि मला कळलं होतं की मी निघून गेल्यापासून आईनी बाबांना त्या खोलीत जाऊ दिलं नाहीये.

स्कॉर्पियस

मग?

अल्बस

आणि आता हॅलोवीनच्या संध्याकाळी येऊन पोचलोय आपण आणि तेही – बाबा म्हणाले होते मला त्यांना नेहमी हवं असायचं ते – हॅलोवीनच्या संध्याकाळी तर त्यांना ते जवळ लागत असे – त्यांच्या आईनं त्यांना दिलेली शेवटची वस्तू होती ती – आणि बाबा ते शोधायचा नक्कीच प्रयत्न करतील – आणि त्यांना जेव्हा ते सापडेल...

स्कॉर्पियस

नाही. मला अजूनही काही झेपलं नाहीये.

अल्बस

पर्ल डस्ट बरोबर कशाची प्रतिक्रिया होते?

स्कॉर्पियस

असं म्हणतात की डेमिगाईझ आणि पर्ल डस्ट एकत्र आले तर... ते जळून जातात.

अल्बस

आणि ते *(त्या शब्दाचा उच्चार कसा करायचा ते न कळून)* डेमिगाईझ नुसत्या डोळ्यांना दिसतं का?

स्कॉर्पियस

नाही.

अल्बस

मग जर आपल्याकडे ते पांघरूण असेल आणि त्याच्यावर डेमिगाईझनी लिहिलं तर...

स्कॉर्पियस (युरेका)

त्याची कशाशीही प्रतिक्रिया होणार नाही जोवर त्याला लव्ह पोशनचा स्पर्श होत नाही. तुझ्या खोलीत. वर्तमानात. डम्बलडोरांच्या कृपेनं... आवडलंय आपल्याला.

अल्बस

आपल्याला फक्त थोड्या डेमिगाईझचा पत्ता लावला पाहिजे...

स्कॉर्पियस

तुला माहित्येय? अशी अफवा आहे की जादूगार आपल्या घराला कुलूप का लावायचे हे बथिल्डा बॅगशॉटला कधीच कळायचं नाही.

घराचा दरवाजा उघडतो.

खरी होती म्हणायची खबर. छड्या ढापून काढे बनवायची वेळ आलेली आहे.

अंक चौथा प्रवेश सहावा

हॅरी आणि जिनी पॉटरचे घर, अल्बसची खोली

हॅरी अल्बसच्या पलंगावर बसलाय. जिनी प्रवेश करते. त्याच्याकडे बघते.

जिनी

आश्चर्य वाटलं तुला इकडे पाहून.

हॅरी

काळजी नको. मी कशालाही हात लावलेला नाहीये. तुझं श्रद्धास्थान अजून टिकून आहे. (तो काहीसा चाचरतो.) सॉरी. शब्दांची निवड चुकली.

जिनी काहीच प्रतिसाद देत नाही. हॅरी तिच्याकडे बघतो.

तुला ठाऊक आहे, माझ्यासाठी काही काही हॅलोवीनच्या संध्याकाळी फार भयानक ठरल्या होत्या – पण या खेपेला निर्विवाद महाभयंकर संध्याकाळ आल्येय वाट्याला.

जिनी

माझी चूक झाली – तुला दोष दिला ते – मी नेहमी तुझ्यावर घाईघाईत निष्कर्ष काढण्याचा आरोप करत आले आणि मीच तुझ्याबाबतीत – अल्बस बेपत्ता झाला – आणि मी नेहमी समजत आले की ही तुझीच चूक असणार म्हणून. माफ कर मला त्याकरता.

हॅरी

तुला खरंच वाटत नाही माझ्याकडून चूक झाली?

जिनी

हॅरी, त्याला एका शक्तिशाली दुष्ट जादुगारिणीनं वश केलं, त्यात तुझा काय दोष?

हॅरी

मी प्रवृत्त केलं त्याला. मी भाग पाडलं त्याला तिच्यापाशी जायला.

जिनी

लढाई आधीच हरल्यासारखं का वागतोय आपण?

जिनी प्रश्नार्थक मान डोलावते. हॅरीला अश्रू अनावर होतात.

हॅरी

मला माफ कर जिन –

जिनी

तू ऐकतोयस ना माझं बोलणं. मलाही माफ कर.

हॅरी

मी वाचायला नको होतं – माझ्या नशिबात मरणच होतं – डम्बलडोरना पण असंच वाटलं होतं खरं म्हणजे – आणि तरीही मी वाचलो. हरवलं मी व्होल्डेमॉर्टला. ती सगळी माणसं – सगळे लोक – तो बिचारा मुलगा क्रेग, माझे आईबाबा, फ्रेड, पन्नास शहीद – आणि मला जीवदान मिळावं? किती मोठा अन्याय आहे? हे सगळं नुकसान – हा सगळा माझाच दोष आहे ना.

जिनी

त्यांना व्होल्डेमॉर्टनी मारलं.

हॅरी

पण मी त्याला त्यापूर्वीच रोखलं असतं तर? माझ्या माथी एवढ्या लोकांच्या रक्तपाताचं खापर फुटलं नसतं. आणि आता काय आपला मुलगासुद्धा ओढला गेलाय यात –

जिनी

तो मेला नाहीये हॅरी. ऐकलंस ना मी काय म्हणाले, तो मेला नाहीये.

ती हॅरीला कवेत घेते. एक मोठा विराम होतो. निव्वळ दुःखांनी भरलेला.

हॅरी

वाचलेला मुलगा. पण अजून किती लोकांनी बळी गेलं पाहिजे त्या वाचलेल्या मुलासाठी?

बोलता बोलता हॅरी क्षणभर जरासा हेलकावतो, अनिश्चिततेनं. आणि त्याची नजर पांघरुणावर पडते. तो त्याच्यापाशी चालत जातो.

फक्त हे एक दुपटं उरलंय माझ्याकडे – त्या हॅलोवीनच्या संध्याकाळची आठवण म्हणून. फक्त एवढंच शिल्लक आहे माझ्याकडे त्यांची आठवण म्हणून. आणि त्या वेळी –

तो ते दुपटं उचलून घेतो. त्याला पडलेली भोकं दिसतात. तो पाहून दचकतो.

याला भोकं पडलीयत. रॉनच्या त्या भंपक लव्ह पोशनमुळे जळालंय पांघरूण. अगदी आरपार गेलीयेत भोकं. हे बघ. विरलंय अगदी. रया गेलीये पुरती.

तो ते पांघरूण खाली टाकून देतो. जिनी ते उचलून घेते. त्याला निरखून बघते.

जिनी

हॅरी.

हॅरी

काय?

जिनी

हॅरी – काहीतरी – लिहिलेलं आहे याच्यावर –

आणि अचानक कोणत्याही पूर्वसूचनेशिवाय अल्बस आणि स्कॉर्पियस तिथे उपस्थित होतात. हॅरी आणि जिनीसमवेत मंचावर येतात. मात्र कालाने त्यांना दूर केलंय.

अल्बस

'डॅड...'

स्कॉर्पियस

आपण 'डॅड' पासून सुरू करतोय?

अल्बस

म्हणजे त्यांना समजेल मी आहे ते.

स्कॉर्पियस

त्यांचं नाव हॅरी आहे. आपण 'हॅरी' असं म्हणून सुरुवात केली पाहिजे.

अल्बस *(पक्क्या निर्धारानं)*

आपण 'डॅड'च म्हणणार आहोत.

हॅरी

ह्याच्यावर 'डॅड' लिहिलंय का? एकदम स्पष्ट दिसत नाहीये...

स्कॉर्पियस

'डॅड, हेल्प.'

जिनी

'हॅलो'? 'हॅलो' लिहिलंय बहुदा आणि मग... 'गुड'...

हॅरी

'डॅड हॅलो गुड हॅलो'? छे. काहीतरीच... विचित्र आहे.

अल्बस

'डॅड वाचवा. गॉड्रिक्स हॉलो.'

जिनी

मला दे पाहू. माझी नजर चांगली आहे तुझ्यापेक्षा. होय. 'डॅड हॅलो गुड' – नाही परत 'हॅलो' – हे 'हॉलो' आहे का 'हॉलो'? आणि काही अंक लिहिलेत – ते जास्त ठळक दिसतायत – '३... १... १... ०... ८... १'. हे काही त्या मगल टेलिफोन नंबर सारखे वाटतायत का? का नकाशाच्या खुणा आहेत किंवा...

हॅरी वर बघतो. एकाचवेळी असंख्य विचार त्याच्या डोक्यात घोळताहेत.

हॅरी

नाही. तारीख आहे ही. ३१ ऑक्टोबर १९८१. ज्या दिवशी माझे आई बाबा मारले गेले.

जिनी हॅरीकडे वळून बघते, आणि पुन्हा त्या पांघरुणाकडे.

जिनी

आणि 'हॅलो' नाही 'हेल्प' आहे ते.

हॅरी

'डॅड. हेल्प. गॉड्रिक्स हॉलो. ३१/१०/१९८१. हा इशारा आहे एक. आपल्या हुशार मुलानं हा संदेश ठेवलाय माझ्यासाठी.

हॅरी जिनीचं जोरदार चुंबन घेतो.

जिनी

अल्बसनी लिहिलंय हे?

हॅरी

आणि त्यानं सांगितलंय तो कुठंय ते आणि कुठल्या काळात आहे आणि आता आपल्याला माहित्येय की ती कुठे आहे आणि तिच्याशी कुठे जाऊन दोन हात करायचे.

तो पुन्हा तिचं जोरात चुंबन घेतो.

जिनी

अजून ते आपल्याला परत मिळाले नाहीयेत!

हॅरी

मी हर्मायनीकडे घुबड पाठवतो. तू ड्रॅकोकडे पाठव. त्यांना सांग. गॉड्रिक्स हॉलोला भेटायला. टाईम टर्नरसकट.

जिनी

आणि 'आपण दोघे' जाणार आहोत बरं का? माझ्याशिवाय मागे जाण्याचा विचारही मनात आणू नकोस, हॅरी.

हॅरी त्याच्या बायकोचं चुंबन घेतो – प्रेम आणि कौतुकानं.

हॅरी

हो अर्थात. तू यायचं आहेसच. चांगली संधी चालून आलीये आपल्याकडे जिनी, आणि डम्बलडोरांच्या कृपेनं – आपल्याला फक्त तेवढंच पुरेसं आहे – फक्त एक संधी.

अंक चौथा प्रवेश सातवा

गॉड्रिक्स हॉलो

रॉन, हर्मायनी, ड्रॅको, हॅरी आणि जिनी वर्तमानातल्या गॉड्रिक्स हॉलो गावामधून चालत जाताहेत. एका गजबजलेल्या बाजारपेठेतून (इतक्या वर्षांत बरंच वाढलंय गाव).

हर्मायनी

गॉड्रिक्स हॉलो. वीस वर्षं झाली असतील ना येऊन...

जिनी

मी एकटीच आहे का बरेच मगल्सही पहिल्यांदा आलेत?

हर्मायनी

आठवड्याच्या सुट्टीला यायला म्हणून बरीच लोकप्रिय झालेय ही जागा.

ड्रॅको

का ते आलं लक्षात – किती टुमदार घरं आहेत. आणि तो शेतकऱ्यांचा बाजार आहे का?

हर्मायनी हॅरीपाशी येते. – तो आजूबाजूला पाहतोय. सगळा नजारा पाहून भारावून जातोय.

हर्मायनी

तुला आठवतंय आपण शेवटचं इथे आलेलो तेव्हा? अगदी त्या जुन्या काळात परत आल्यासारखं वाटतंय नाही.

रॉन

जुन्या काळासारखं खरंच पण काही नकोश्या पोनीटेलवाल्यांचा टोळक्यात समावेश झालाय.

ड्रॅकोला त्याच्या दिशेनं आलेला टोमणा कळतो.

ड्रॅको

मी काही बोलू का...

रॉन

मॅलफॉय, तुझी हॅरीशी एकदम गट्टी जमली असेलही आणि तू कदाचित त्यातल्या त्यात बऱ्या पोराला पैदा केलं असशीलही, पण तू माझ्या बायकोला आणि तिच्याबद्दल खूप काही अयोग्य गोष्टी बोललायस...

हर्मायनी

आणि तुझ्या बायकोला परस्पर तिची वकिली केलेली नकोय.

हर्मायनी रॉनकडे रागीटपणे बघते. रॉनला तिचा इशारा समजतो.

रॉन

ठीके. पण आता तू एकदाही तिच्याबद्दल किंवा माझ्याबद्दल काही बरळलास...

ड्रॅको

काय करशील तू, विझली?

हर्मायनी

तो तुला छान मिठी मारेल. कारण आपण एकाच गटात आहोत, हो ना रॉन?

रॉन *(तिच्या अतिशय कडक, एकटक नजरेमुळे जरा नाखुशीने)*

बरं. अं. तुझे केस काय मस्त आहेत रे, ड्रॅको.

हर्मायनी

थँक यू, हजबंड. आता ही योग्य जागा वाटत्येय. लागूया कामाला...

ड्रॅको टाईम टर्नर बाहेर काढतो – तो जोरजोरात टिकटिक करून फिरू लागतो आणि त्याच्याभोवती सगळेजण गोळा होतात.

आणि त्याजागी प्रकाशाचा महाप्रचंड लोळ दिसतो. मोठा आवाज येतो. आणि काळ थांबतो. जणू कूस बदलतो. क्षणिक विचार करून, मागे फिरायला लागतो. सुरुवातीला हळूहळू... आणि मग भरधाव.

ते सगळे आजूबाजूला पाहतात.

रॉन

म्हणजे हा कामाचा आहे तर...

अंक चौथा प्रवेश आठवा

गॉड्रिक्स हॉलो, एक आडोशाचं ठिकाण, १९८१

अल्बस हॅरी आणि मग जिनीला पाहून चकित होतो, आणि मग तो बाकीच्या सगळ्यांना पाहूनही हरखून जातो (रॉन, ड्रॅको आणि हर्मायनी).

अल्बस

आई?

हॅरी

अल्बस सेव्हरस पॉटर. तुला पाहून आम्हाला आनंद झाला.

अल्बस पळत जाऊन जिनीला बिलगतो. जिनी त्याला कुशीत घेते, खुशीने.

अल्बस

तुम्हाला आमचा संदेश मिळाला...?

स्कॉर्पियस त्याच्या वडिलांपाशी धावत जातो.

ड्रॅको

मिठीत घेऊ शकतो मी तुला हवं असल्यास...

स्कॉर्पियस त्याच्या वडिलांकडे बघतो, क्षणभर कचरतो. आणि मग दोघे काहीसे अवघडून एकमेकांना अर्धवट मिठीत घेतात. ड्रेकोच्या चेहऱ्यावर हसू उमटतं.

रॉन

बरं, आता ही डेल्फी कुठंय?

स्कॉर्पियस

तुम्हाला माहीत आहे डेल्फी?

अल्बस

ती इथेच असणार आसपास – आम्हाला वाटतंय ती बहुधा तुम्हाला मारायचा प्रयत्न करेल. व्होल्डेमॉर्टनं प्रयत्न करून शाप ओढवून घेण्यापूर्वी. ती तुम्हाला मारायचा प्रयत्न करेल आणि भविष्यवाणी मोडायला बघेल आणि...

हर्मायनी

होय. आम्हांलाही असंच वाटतंय. तुम्हाला तिचा अचूक ठावठिकाणा माहीत आहे का?

स्कॉर्पियस

ती गायब झालीये. तुम्ही कसे काय – टाईम टर्नरशिवाय तुम्ही कसे काय...

हॅरी *(मधेच अडवून)*

ती फार मोठी आणि गुंतागुंतीची गोष्ट आहे, स्कॉर्पियस. आणि आपल्याकडे तितका वेळही नाहीये.

ड्रॅको हॅरीकडे आभारपूर्वक बघून हसतो.

हर्मायनी

हॅरीचं बरोबर आहे. सगळ्यात महत्त्वाची गोष्ट आहे वेळ. आणि आपण सज्ज व्हायला हवं. आता गॉड्रिक्स हॉलो काही फार मोठी जागा नाहीये. पण ती कुठल्याही दिशेनं येऊ शकते. त्यामुळे आपल्याला अशी मोक्याची जागा पाहिजे जिथून सगळं गाव आपल्या छान दृष्टिक्षेपात येईल – जिथून आपल्याला भरपूर आणि स्पष्टपणे देखरेख करता येईल – आणि सगळ्यात महत्त्वाचं म्हणजे ज्या जागेत आपल्याला लपून राहता येईल. कारण आपण कोणाच्याही नजरेस पडणं शहाणपणाचं नाही.

सगळेजण विचारात पडतात.

माझ्या मते सेंट जेरमीज चर्च सगळ्याच बाबतीत सोयीचं आहे, होय ना?

अंक चौथा प्रवेश नववा

गॉड्रिक्स हॉलो, चर्च, आश्रयस्थान, १९८१

अल्बस चर्चमधल्या एका बाकड्यावर झोपला आहे. जिनी त्याच्याकडे काळजीनं बघते आहे. हॅरी समोरच्या खिडकीतून बाहेर पाहतो आहे.

हॅरी

नाही. काहीच हालचाल नाहीये. ती आली कशी नाही अजून इथे?

जिनी

आपण सगळे एकत्र आहोत. तुझे आई आणि बाबा अजून जिवंत आहेत, आपण वेळ मागे नेऊ शकतो हॅरी, पण त्याचा वेग वाढवू तर शकत नाही ना. ती जेव्हा पुरती सज्ज होईल तेव्हा येईल आणि आपण तयार असू तिचा सामना करायला.

ती झोपी गेलेल्या अल्बसच्या आकृतीकडे बघते.

किंवा आपल्यातले काही जण.

हॅरी

बिचाऱ्या लहानग्या पोराला वाटत होतं, त्यानं जगाला वाचवायला हवं.

जिनी

गरीब बिचाऱ्या मुलांनी वाचवलंही रे. ते पांघरूण एकदम भन्नाट आयडिया होती. म्हणजे त्यांनी जवळजवळ जग उद्ध्वस्त करायला घेतलं होतं पण त्याच्याबद्दल आत्ता न बोललेलं बरं होईल.

हॅरी

तुला काय वाटतं तो ठीक आहे ना?

जिनी

तो प्रयत्न करतोय, कदाचित आणखी थोडा वेळ लागेल त्याला – आणि तुलाही.

हॅरी हसतो. ती अल्बसकडे वळून बघते. तोही हसतो.

तुला माहीत आहेच, मी रहस्यमय तळघर उघडलं होतं – व्होल्डेमॉर्टनी मला त्या डायरीमधून पछाडलेलं, त्यानंतर आणि मी पण सगळं होत्याचं नव्हतं करून बसणार होते –

हॅरी

आठवतंय मला.

जिनी

हॉस्पिटलमधून बाहेर आल्यावर – सगळ्यांनी माझ्याकडे दुर्लक्ष केलेलं – मला वाळीत टाकलेलं – एक मुलगा सोडून. खरं तर त्याच्याकडे सगळं काही होतं – ग्रिफिंडोर कॉमन रूममधून तो माझ्याकडे चालत आला आणि त्यानं माझ्याशी 'एक्सप्लोडिंग स्नॅप' खेळण्याची पैज लावली. खूप लोकांना असं वाटतं की ते तुला पूर्णपणे ओळखतात. पण खरं सांगायचं तर तुझं खरं शौर्य तुझ्या छोट्याछोट्या कृतींमधून दिसतं – त्यांची/त्याची प्रसिद्धी होत नाही. मुद्दा हा की हे सगळं अरिष्ट जेव्हा संपेल, तेव्हा एवढं लक्षात ठेव की खूपजणांना – विशेषतः मुलांना – कधीकधी सोबत खेळायची, खेळणाऱ्याची निकड असते.

हॅरी

तुला म्हणायचंय की एक्सप्लोडिंग स्नॅपची मजा हरवली होती आपल्या आयुष्यातून?

जिनी

तसं नाही. पण तुझ्या माझ्यावरच्या प्रेमाची जाणीव झाली मला त्या क्षणी – मला नाही वाटत अल्बसला तुझं प्रेम तसं कधी जाणवलं.

हॅरी

मी त्याच्याकरता काय वाट्टेल ते करायला तयार आहे.

जिनी

हॅरी, तू कुणासाठी काहीही करशील. तू आनंद मानलास स्वतः त्याग करून जगाला वाचवण्यात. त्याला तुझ्याकडून खास प्रेमाची अपेक्षा आहे. त्याला अधिक बळ येईल त्यातून आणि तुलादेखील.

हॅरी

तुला ठाऊक आहे, ज्यावेळी अल्बस नाहीसा झाला त्यावेळी मला माझ्या आईनं माझ्यावर केलेल्या प्रेमाची किंमत कळली. असा प्रतिकारी मंत्र ज्यानं मृत्यू शापालाही परतवून लावलं.

जिनी

आणि जो एकच मंत्र व्होल्डेमॉर्ट कधी समजू शकला नाही – प्रेम!

हा शब्द खोलीतल्या वातावरणात जड आणि सुंदरही वाटतो.

हॅरी

मी त्याच्यावर विशेष प्रेम करतो, जिनी.

जिनी

हो मला माहित्येय हे, पण हे आता त्याला जाणवू दे.

हॅरी त्याच्या बायकोकडे उदास होऊन बघतो. त्याला जाणीव आहे त्यानं काय काय बदललं पाहिजे.

हॅरी

नशीबवान आहे मी, तुझ्यासारखी बायको मिळाली.

जिनी

कमालीचा. आणि फुरसत मिळाल्यावर किती नशीबवान आहेस त्याबद्दल चर्चा करायलाही आवडेल मला. पण या घडीला – डेल्फीला थोपवण्याचा विचार करायला घेऊया आपण.

हॅरी

वेळ फुकट चाललाय आपला.

जिनीच्या मनात एक विचार येतो.

जिनी

हॅरी, कोणी हा विचार केलाय का– तिनं ही वेळ का निवडली? आजचा दिवसच का?

हॅरी

कारण आजच्याच दिवशी सगळी उलथापालथ झाली...

जिनी

आत्ता भूतकाळात तू साधारण एक वर्षाचा असशील, बरोबर?

हॅरी

एक वर्ष तीन महिन्यांचा.

जिनी

याच एक वर्ष तीन महिन्यात ती तुला सहज मारू शकली असती. आणि आत्ता या क्षणीही, तिला गॉड्रिक्स हॉलोमध्ये येऊन चोवीस तास उलटून जातील. ती नेमकी कशाची वाट बघत्येय?

हॅरी

मला अजूनही सगळं समजत –

जिनी

जर ती तुझी वाट बघत नसेल तर – ती त्याची वाट पाहत्येय... त्याला रोखण्यासाठी?

हॅरी

काय?

जिनी

डेल्फीनी आजचा दिवस निवडलाय कारण तो येऊ घातलाय – तिचा बाप येणारे म्हणून. तिला भेटायचं असणार त्याला. ज्या वडिलांवर ती प्रेम करते, त्यांच्याबरोबर राहायचं असणार. तुझ्यावर हल्ला केल्यापासून व्हॉल्डेमॉर्टची पीछेहाट सुरू झाली. जर त्यानं तो केलाच नसता तर...

हॅरी

तो आणखी जास्त बलाढ्य झाला असता. जग आणखीन अंधकारमय झालं असतं.

जिनी

भविष्यवाणी फोल ठरवण्याचा सगळ्यात उत्तम मार्ग – हॅरी पॉटरला न मारणं, थोडक्यात व्होल्डेमॉर्टला काहीही करण्यापासून प्रवृत्त करणं.

अंक चौथा प्रवेश दहावा

गॉड्रिक्स हॉलो, चर्च, १९८१

सगळा घोळका जमला आहे आणि खळबळ उडालेली आहे.

रॉन

म्हणजे थोडक्यात काय – आपण व्होल्डेमॉर्टचा बचाव करण्यासाठी लढायला आलोय?

अल्बस

व्होल्डेमॉर्ट, जो माझ्या आजीआजोबांना मारणार आहे? माझ्या बाबांना मारण्याचा प्रयत्न करणार आहे?

हर्मायनी

अर्थात, जिनी. डेल्फी हॅरीला मारायचा प्रयत्न नाही करणार – ती व्होल्डेमॉर्टला हॅरीला मारण्यापासून अडवणार. कमाल.

ड्रॅको

म्हणजे – आपण काय फक्त वाट पाहायची? व्होल्डेमॉर्ट येईपर्यंत?

अल्बस

तिला माहीत आहे का तो कधी येऊन पोहोचणारे? ती चोवीस तास आधी येऊन धडकलीये याचा अर्थ तिला खात्री नसणार ना तो कधी उगवणार आणि कोणत्या दिशेनं? इतिहासाच्या पुस्तकांमध्ये – चुकत असेल तर मला दुरुस्त कर, स्कॉर्पियस – तो गॉड्रिक्स हॉलोला कधी आणि कसा येऊन ठेपला त्याचा काहीही उल्लेख नाहीये, काय?

स्कॉर्पियस आणि हर्मायनी

तुझं चुकलं नाहीये.

रॉन

च्या मारी! काय भारी दोन नग आहेत इथे!

ड्रॅको

पण आपण कसा फायदा उठवू शकतो याचा?

अल्बस

तुम्हाला माहित्येय माझी खासियत काये?

हॅरी

तुझ्यात बरेच गुण आहेत, अल्बस.

अल्बस

पॉलीज्यूस पोशन बनवणं. आणि माझ्या मते बाथिल्डा बॅगशॉटच्या तळघरात त्याची सगळी सामग्री मिळायला हरकत नाही. आपण पॉलीज्यूस वापरून व्होल्डेमॉर्टचं रूप घेऊ आणि तिला आपल्याकडे यायला भाग पाडू.

रॉन

पण पॉलीज्यूसचा असर व्हायला त्या माणसाचा काहीतरी अंश लागेल. आपल्याकडे तर व्होल्डेमॉर्टचा काहीही अंश नाहीये.

हर्मायनी

पण आयडिया जाम आवडली आपल्याला. उंदरामांजराच्या खेळाचं सोंग.

हॅरी

रूपांतरण केलं तर कितपत जवळचं वाटेल?

हर्मायनी

आपल्याला ठाऊक आहे तो कसा दिसतो. आणि आपल्याकडे इथे काही उत्तम जादूगार जादुगारिणी आहेत.

जिनी

तुला व्होल्डेमॉर्टचं रूप घ्यायचंय?

अल्बस

तेवढा एकच मार्ग आहे आपल्याकडे.

हर्मायनी

असंच केलं पाहिजे, हो ना?

रॉन धीर करून पुढाकार घेतो.

रॉन

मग मला आवडेल व्हायला – मला वाटतंय मीच झालो पाहिजे. खरं म्हणजे, व्होल्डेमॉर्ट होणं काही फार चांगली गोष्ट – नाही म्हणता येणार – पण स्वतःचीच टिमकी न वाजवता मी म्हणेन – आपल्या सगळ्या टोळक्यांमधला मी सगळ्यात निवांत माणूस आहे... म्हणून कदाचित सैतानी शहेनशाहचं रूप घेऊन तुम्हा कोणापेक्षा मला सगळ्यात कमी त्रास होईल – तुम्ही सगळे जास्त – गंभीर प्रवृत्तीचे आहात.

हॅरी बाजूला होतो, स्वतःशीच विचार करतो.

हर्मायनी

तू नक्की कोणाला उद्देशून गंभीर म्हणालास?

ड्रॅको

मलाही आवडेल त्याचं रूप घ्यायला. मला वाटतं व्होल्डेमॉर्ट बनणं तसं जिकिरीचं काम आहे... वाईट मानू नकोस, रॉन... आणि काळ्या जादूचा अनुभवही, आणि –

हर्मायनी

आणि मलाही चालेल हे करायला. जादूमंत्री म्हणून माझी ती जबाबदारी आणि हक्कही आहे.

स्कॉर्पियस

आपण चिठ्ठ्या टाकूया का –

ड्रॅको

स्कॉर्पियस, तुला यात पडायची गरज नाहीये.

अल्बस

खरं तर –

जिनी

मुळीच. छे छे. तुम्हाला सगळ्यांना वेड लागलंय का? मी यापूर्वी घेतलाय अनुभव. त्याचा आवाज माझ्या डोक्यात घुमायचा. पुन्हा तोच अनुभव घ्यायचं धाडस नाही बुवा माझ्यात –

हॅरी

आणि तसंही – मलाच केलं पाहिजे हे काम.

सगळेजण हॅरीकडे बघतात.

ड्रॅको

काय?

हॅरी

आपली योजना यशस्वी व्हायची असेल तर तिचा विश्वास बसला पाहिजे की तो खरोखरच व्होल्डेमॉर्ट आहे, निःशंकपणे. ती सर्पभाषा वापरेल – आणि मला माहित्येय काहीतरी कारण होतं म्हणूनच माझ्यात ती क्षमता अजूनही टिकून राहिली. आणि त्यापेक्षाही महत्त्वाचं म्हणजे मला – माहित्येय 'तो असणं' – म्हणजे कसं वाटतं ते. हे काम मलाच केलं पाहिजे.

रॉन

बाष्कळ. छान मांडलंस पण अगदीच भंकस. तू हे करण्याचा संबंधच नाही –

हर्मायनी

मला वाटतंय तू बरोबर बोलतोयस.

रॉन

हर्मायनी, चुकतेयस तू. व्होल्डेमॉर्ट बनणं म्हणजे काय गजा नाहीये – हॅरीनं हे करता कामा नये –

जिनी

आणि मला माझ्या भावाशी सहमत व्हायचं नाही, पण...

रॉन

तो व्होल्डेमॉर्टच्या रूपातच अडकून राहू शकतो – कायमचा.

हर्मायनी

तुला काळजी वाटणं स्वाभाविक आहे पण...

हॅरी

एक मिनिट धीर धरा. हर्मायनी, जिन.

जिनी आणि हॅरीची नजरानजर होते.

तुमची इच्छा नसेल तर मी नाही करणार, पण मला तरी हा एकाच मार्ग दिसतोय. चुकतंय का माझं?

जिनी क्षणभर विचार करते आणि हळूच मान डोलावते. हॅरीचा चेहरा निश्चयी होतो.

जिनी

बरोबर आहे तुझं.

हॅरी

चला तर मग. कामाला लागूया.

ड्रॅको

तू कसा कुठून येणार ते सगळं ठरवायला नको का आपण? तू कसा –

हॅरी

ती त्याची वाट पाहत्येय. तीच येईल माझ्यापर्यंत.

ड्रॅको

आणि मग पुढे काय? ती तुला भेटेल तेव्हा? तुला आठवण आहे ना, फारच ताकदवान जादूगारीण आहे ती.

रॉन

शांत हो. तो तिला इथे आत घेऊन येईल आणि मग आपण सगळे तिला पकडूया.

ड्रॅको

'पकडूया'?

हर्मायनी खोलीभर नजर फिरवते.

हर्मायनी

आपण या दरवाज्यांच्या मागे लपून बसू. हॅरी तू जर का तिला या ठिकाणापर्यंत घेऊन आलास, *(ती खुणेनं दाखवते, त्या जागी चर्चच्या गुलाबीसर खिडक्यांतून आत फरश्यांवर प्रकाश पडतोय)*, तर आम्ही लगेचच बाहेर येऊन तिला पकडू आणि मग तिला सुटकेची संधीच मिळणार नाही.

रॉन *(ड्रॅकोकडे कटाक्ष देत)*

आणि मग आपण तिला पकडू.

हर्मायनी

हॅरी, शेवटचं एकदा विचारत्येय, खात्री आहे ना तुला तू करशील ते?

हॅरी

होय मी करणार. खात्री आहे.

ड्रॅको

नाही. पण यात खूप जर तरच्या अडचणी आहेत. खूप काही गोष्टी चुकू शकतात – रूपांतरण टिकलं नाही तर, तिला दिसून येईल ताबडतोब – आणि यावेळी ती आपल्या तावडीतून निसटली, तर ती किती विध्वंस करेल त्याचा हिशेबच नाही – आपल्याला नीट वेळ देऊन योजना आखली पाहिजे –

अल्बस

ड्रॅको, भरवसा ठेवा माझ्या बाबांवर. ते आपल्याला निराश करणार नाहीत.

हॅरी भावुक होऊन अल्बसकडे बघतो.

हर्मायनी

छड्या तयार ठेवा.

सगळेजण आपापल्या छड्या उगारतात. हॅरी त्याची छडी घट्ट पकडतो. मंचावर प्रखर उजेड होतो – अगदी डोळे दिपवणारा.

रूपांतरण खूप संथ पण भीषण प्रकार आहे.

आणि हॅरीचं शरीर व्होल्डेमॉर्टचं रूप घेतं. आणि तो भेसूर दिसतो. तो वळून बघतो. आपल्या दोस्त मंडळी आणि कुटुंबाला पाहतो. ते भयचकित होऊन बघतात.

रॉन

बापरे.

हॅरी/व्होल्डेमॉर्ट

वाटतोय ना मी त्याच्यासारखा?

जिनी *(खिन्नपणे)*

होय. तसाच अगदी.

अंक चौथा प्रवेश अकरावा

गॉड्रिक्स हॉलो, चर्च, १९८१

रॉन, हर्मायनी, ड्रॅको, स्कॉर्पियस आणि अल्बस खिडकीपाशी उभे राहून बाहेर पहाताहेत. जिनीला बाहेर डोकावायचं धैर्य होत नाहीये. ती जराशी मागेच बसलेली आहे.

अल्बस त्याच्या आईला बाजूला बसलेलं बघतो. तिच्याकडे जातो.

अल्बस

आई, सगळं काही ठीक होणार आहे, माहित्येय ना?

जिनी

हो रे. ठाऊक आहे मला. किंवा तशी आशा तरी करेन मी. मला फक्त हॅरीला त्या रूपात बघवत नाहीये. ज्या माणसावर मी प्रेम करते तो मला तिरस्कार वाटणाऱ्या सैतानाच्या वेशात बघवत नाहीये.

अल्बस त्याच्या आईशेजारी बसतो.

अल्बस

मला ती आवडली होती, आई. माहित्येय? मनापासून आवडली होती. डेल्फी. आणि ती व्होल्डेमॉर्टची मुलगी निघावी?

जिनी

त्या दुष्ट लोकांचा हातखंडाच आहे – निष्पाप लोकांना जाळ्यात ओढायचा.

अल्बस

सगळी माझी चूक आहे.

जिनी त्याला कवेत घेते.

जिनी

गंमत आहे. तुझ्या बाबांना वाटतंय चूक त्यांचीच आहे. नमुने आहात दोघंही.

स्कॉर्पियस त्यांचं बोलणं अडवत दारातून कुजबुजतो.

स्कॉर्पियस

तीच आहे. तीच आहे. तिनं पाहिलंय त्यांना.

हर्मायनी

सगळ्यांनी सज्ज व्हा. आणि ध्यानात ठेवा, तो जोवर तिला मोकळ्यावर आणत नाही तोवर कुणीही बाहेर पडायचं नाही. आपल्याकडे एकच संधी आहे आणि ती दवडता कामा नाही.

सगळे पटपट हालचाल करतात.

ड्रॅको

हर्मायनी ग्रेन्जर, माझ्यावर हुकूम सोडत्येय हर्मायनी ग्रेन्जर. (ती त्याच्याकडे वळून बघते आणि तो तिच्याकडे हसून पाहतो.) आणि मला मजाही येत्येय थोडीफार.

स्कॉर्पियस

डॅड...

ते सगळे विखुरतात. मोठ्या दरवाज्यांच्या मागे जाऊन आडोसा घेतात. हॅरी/ व्होल्डेमॉर्ट चर्चमध्ये प्रवेश करतो. थोडासा चालत येतो आणि वळून बघतो.

हॅरी/व्होल्डेमॉर्ट

जे कुणी जादूगार किंवा जादुगारीण माझा पाठलाग करताय, खबरदार. तुमच्यावर पश्चात्तापाची पाळी येईल.

डेल्फी त्याच्या मागोमाग येते. तिला त्याचा पाठलाग करण्यावाचून पर्याय नाही. हा माणूस तिचा बाप आहे आणि ती याच क्षणाची आयुष्यभर वाट बघते आहे.

डेल्फी

लॉर्ड व्होल्डेमॉर्ट. मी आहे. मी करत्येय तुमचा पाठलाग.

हॅरी/व्होल्डेमॉर्ट

मी नाही ओळखत तुला. चालती हो.

ती उसासा सोडते.

डेल्फी

मी मुलगी आहे तुमची.

हॅरी/व्होल्डेमॉर्ट

तू माझी मुलगी असतीस तर मला माहीत असतं.

डेल्फी काकुळतीने त्याच्याकडे पाहते.

डेल्फी

मी भविष्यातून आलीये. तुमची आणि बेलाट्रिक्स लेस्ट्रेन्जची मुलगी. मी मॅलफॉयच्या हवेलीमध्ये जन्मले. हॉगवर्ट्सच्या लढाईपूर्वी. ज्या लढाईत तुम्ही हरणार आहात. आणि मी तुम्हाला वाचवायला आल्येय.

हॅरी तिच्याकडे वळून बघतो. त्यांची नजरानजर होते.

रोडॉल्फस लेस्ट्रेन्ज, बेलाट्रिक्सचा इमानदार नवरा होता. अझकाबानहून सुटून आल्यावर त्यांनी सांगितलं मला मी कोण आहे ते. आणि मला भविष्यवाणी ऐकवली. त्याच्या मते ती मी पूर्ण केली पाहिजे. मी मुलगी आहे तुमची, सर.

हॅरी/व्होल्डेमॉर्ट

मी ओळखतो बेलाट्रिक्सला. आणि तुझ्या चेहऱ्यात भास होतो तिचा थोडासा – पण तू तिच्यातले सगळे चांगले गुण घेतलेले दिसत नाहीयेत. आणि पुराव्याशिवाय...

डेल्फी मुद्दामहून सर्पभाषेत बोलते.

हॅरी/व्होल्डेमॉर्ट क्रूरपणे हसतो.

हा पुरावा आहे तुझा?

डेल्फी सहजपणे हवेत उंच झेपावते. हॅरी/व्होल्डेमॉर्ट चकित होऊन मागे सरकतो.

डेल्फी

सैतानी शेहेनशाहची मी ऑगरी आहे. तुमच्या सेवेला हजर.

हॅरी/व्होल्डेमॉर्ट *(त्याला बसलेला धक्का लपवण्याचा प्रयत्न करत)*

तू हवेत झेपावायला – माझ्याकडून – शिकलीस?

डेल्फी

तुम्ही आखलेल्या मार्गावरून चालायचा प्रयत्न करत्येय.

हॅरी/व्होल्डेमॉर्ट

आजतागायत माझ्याशी बरोबरी करण्याची हिम्मत करेल असा कोणी जादूगार किंवा जादुगारीण भेटली नव्हती मला.

डेल्फी

तुम्ही गैरसमज करून घेऊ नका – मी तुमच्या योग्यतेची होण्याचा विचारही करू शकत नाही. पण तुम्हाला माझा अभिमान वाटावा अशी मुलगी होण्यासाठी मी सारं आयुष्य पणाला लावलंय.

हॅरी/व्होल्डेमॉर्ट *(तिला अडवत)*

मला समजलंय तू कोण आहेस आणि काय बनू शकतेस. माझी मुलगी.

ती त्याच्याकडे भावुक कटाक्ष टाकते.

डेल्फी

बाबा?

हॅरी/व्होल्डेमॉर्ट

दोघे मिळून आपली ताकद मजबूत करूया.

डेल्फी

बाबा...

हॅरी/व्होल्डेमॉर्ट

ये इकडे, उजेडात, मला पाहू दे माझ्या रक्ताच्या अंशाला.

डेल्फी

तुमच्या योजनेत एक दोष आहे. हॅरी पॉटरवर हल्ला करणं चुकीचं आहे. तो तुमच्या विनाशाचं कारण ठरेल.

हॅरी/व्होल्डेमॉर्टचा हात पुन्हा हॅरीच्या हातासारखा दिसायला लागतो. तो चकित होतो आणि गडबडून जातो. आणि पट्कन आपला हात बाहीच्या आत खेचतो.

हॅरी/व्होल्डेमॉर्ट

बच्चा आहे तो.

डेल्फी

त्याच्याभोवती त्याच्या आईच्या प्रेमाचं कवच आहे. तुमचा मृत्युमंत्र तुमच्यावरच उलटेल. उद्ध्वस्त करेल तुम्हाला. तो प्रचंड शक्तिशाली बनेल आणि तुम्ही खूप कमकुवत व्हाल. तुम्ही सामर्थ्य परत मिळवाल पण पुढची सतरा वर्षं त्याच्याशी झुंजण्यात खर्ची पडतील. त्या युद्धात पराभव अटळ आहे तुमचा.

हॅरी/व्होल्डेमॉर्टचे केस पूर्ववत होऊ लागतात. त्याला ते जाणवतं. तो झाकायचा प्रयत्न करतो. झग्याचं हूड डोक्यावर सारतो.

हॅरी/व्होल्डेमॉर्ट

तसं असेल तर मी हल्ला नाही करणार त्याच्यावर. तुझं म्हणणं बरोबर आहे.

डेल्फी

बाबा?

हॅरी/व्होल्डेमॉर्ट आकारानं लहान होऊ लागतो. हॅरी/व्होल्डेमॉर्ट आता जास्त हॅरीसारखा दिसू लागतो. तो डेल्फीकडे पाठ फिरवतो.

बाबा?

हॅरी *(व्होल्डेमॉर्टसारखा आवाज काढण्याचा निकराचा प्रयत्न करत)*

तुझी योजना चोख आहे. हल्ला करण्याचा विचार रद्द. तू चांगली सेवा केलीस माझी, मग आता उजेडात ये. तुला पारखून घ्यायचंय मला.

एका हळूच उघडणाऱ्या दाराकडे डेल्फीचं लक्ष जातं. दार पुन्हा बंद होतं. तिच्या कपाळाला आठ्या पडतात. मनात भरभर विचार यायला लागतात. संशय बळावत जातो.

डेल्फी

बाबा...

ती परत त्याचा चेहरा ओझरता पाहण्याचा प्रयत्न करते. लपवाछपवीचा खेळच चालू आहे जणू.

तू लॉर्ड व्होल्डेमॉर्ट नाहीयेस!

डेल्फीच्या छडीतून विजेसारखा लोळ बाहेर निघतो. हॅरी तिला चोख प्रत्युत्तर देतो.

इन्सेंडिओ!

हॅरी

इन्सेंडिओ!

दोन्ही छड्यातून निघालेले मंत्र एकमेकांना येऊन धडकतात आणि खोलीच्या मध्यभागी त्यांचा सुंदरसा स्फोट होतो.

बाकीचे लोक दरवाजे उघडण्याच्या खटपटीत आहेत. तोवर दुसऱ्या हातातून ती दोन्ही दरवाजांवर मंत्र टाकते.

डेल्फी

पॉटर! कॉलोपोर्टस!

हॅरी बंद झालेल्या दरवाजांवर नजर टाकतो आणि निराश होतो.

जिनी *(दूरवरून)*

तिनं दरवाजे बंद केलेत तुझ्या बाजूनी.

डेल्फी

हे काय? तुझी मित्रमंडळी तुला साथ द्यायला येतील तुझी असं वाटलं तुला, नाही का?

हर्मायनी *(दूरवरून)*

हॅरी... हॅरी...

हॅरी

हरकत नाही. मी एकटा लढीन तुझ्याशी.

तो पुन्हा तिच्यावर हल्ला करायला सरसावतो. पण ती खूपच जास्त बलाढ्य आहे. हॅरीची छडी तिच्याकडे झेपावते. तो निःशस्त्र होतो. हतबल होतो.

कसं काय केलंस..? कोण आहेस तू?

डेल्फी

मी खूप काळापासून तुझ्यावर लक्ष ठेवून आहे, हॅरी पॉटर. माझ्या वडिलांपेक्षा जास्त चांगलं ओळखून आहे मी तुला.

हॅरी

तुला काय वाटतं तू माझी कमजोरी ओळखलीस?

डेल्फी

त्यांच्यालायक होण्यासाठी मी कठोर मेहनत केलीय. होय. ते जगातले सर्वकाळचे सर्वश्रेष्ठ जादूगार आहेत, पण त्यांनासुद्धा माझा अभिमान वाटेल. एक्सपल्सो!

हॅरी जमिनीवरून घरंगळत जातो. त्याच्या पाठोपाठ तिथली जमीन उद्ध्वस्त होते. तो घाईघाईनं चर्चच्या एका बाकड्याखाली लपतो. तिचा प्रतिकार कसा करायचा त्या विचारात पडतो.

माझ्यापासून सरपटत लांब पळून जातोस? हॅरी पॉटर. जादुई जगताचा नायक ना तू? माझ्यापासून उंदरासारखा लांब पळतोयस. विंगार्डियम लेव्हिओसा!

ते बाकडं हवेत उडतं.

मुळात तुला मारण्यात मी माझा वेळ फुकट घालवावा का हा प्रश्न आहे माझ्यासमोर. उघड आहे. ज्या क्षणी मी बाबांना रोखेन, त्यानंतर तुझा खात्मा नक्की आहे. कसं बरं ठरवू मी? जाऊ दे. कंटाळा आलाय मला, मारूनच टाकते तुला.

ते बाकडं ती त्याच्या दिशेनं खाली फेकते. आदळून त्याचे तुकडेतुकडे होतात. तो जिवाच्या आकांतानं बचावासाठी दूर सरकतो.

अल्बस एका जाळीच्या झाकणातून जमिनीतून वर येतो. दोघांचंही त्याच्याकडे लक्ष जात नाही.

आव्हाडा–

अल्बस

डॅड...

हॅरी

अल्बस! नको!

अल्बस हॅरीकडे एक छडी भिरकावतो. हॅरी ती पकडतो. आपल्या मुलानं एवढा मोठा धोका पत्करलेला पाहून त्याची भीतीनं गाळण उडते.

डेल्फी

अरे आता एकाचे दोन झालात? कोणाला बरं आधी मारून टाकू? मला वाटतंय आधी मुलाचा बळी घ्यावा. आव्हाडा केडावरा!

ती अल्बसच्या दिशेनं मृत्युमंत्र टाकते – पण हॅरी त्याला बाजूला ढकलतो. मंत्राचा प्रहार जमिनीवर आदळतो. तो तिच्या दिशेनं उलट मंत्र सोडतो.

काय वाटलं, तू माझ्याहून ताकदवान आहेस?

हॅरी

नाही. मी नाहीये.

ते दोघंही निर्दयपणे एकमेकांवर जादूमंत्रांचा भडिमार करत राहतात. तेवढ्यात अल्बस घसपटत लांब जाऊन एकेक करून दोन्ही दरवाजे मंत्रानी उघडतो.

अल्बस

ॲलोहोमोरा!

हॅरी

पण आम्ही नक्की आहोत.

अल्बस

अॅलोहोमोरा!

हॅरी

मी कधीच एकटा लढलो नाहीये लक्षात ठेव. आणि यापुढेही कधी नाही.

हर्मायनी, रॉन, जिनी आणि ड्रॅको दाराआडून बाहेर येतात. डेल्फीवर मंत्रांचा मारा चालू करतात. ती निराशेनं भडकून किंचाळते. तिच्याकडे विराट शक्ती आहे पण सगळ्यांना एकाच वेळी तोंड देणं तिच्या आवाक्याबाहेर आहे.

असंख्य स्फोटांचे आवाज येत राहतात – आणि मग, कमजोर पडल्यानं नामोहरम होऊन ती जमिनीवर कोसळते.

डेल्फी

नाही... नाही...

हर्मायनी

ब्रॅकियाबाइंडो!

ती दोरखंडानी बांधली जाते.

हॅरी तिच्यावर चालून जातो. तिच्यावरची नजर काढून न घेता. बाकी सगळे मागेच थांबतात.

हॅरी

अल्बस, तू ठीक आहेस?

अल्बस

हो बाबा. मी ठीके.

हॅरीची नजर अजूनही तिच्यावर खिळलेली आहे. त्याला अजूनही तिच्यापासून धोका जाणवतोय.

हॅरी

जिनी, त्याला काही इजा नाही झालीये ना? मला कळलं पाहिजे तो सुरक्षित आहे की नाही...

जिनी

त्याचाच हट्ट होता. आणि तो एकटाच त्या छोट्याश्या जाळीतून सरकत जाऊ शकला असता. थांबवण्याचा प्रयत्न केला मी त्याला.

हॅरी

फक्त इतकंच सांग तो नीट आहे ना.

अल्बस

हो बाबा, मी ठीक आहे, शप्पथ.

हॅरी डेल्फीच्या आणखी जवळ जाऊ लागतो.

हॅरी

खूप लोकांनी मला मारायचा प्रयत्न केलाय आजवर – पण माझा पोरगा! त्याला काही करशील तर खबरदार!

डेल्फी

मला फक्त माझ्या वडिलांना समजून घ्यायचं होतं.

तिच्या बोलण्यानं हॅरी चक्रावून जातो.

हॅरी

तुझं आयुष्य पुन्हा नव्यानं घडवायचा अधिकार नाहीये तुला. तू कायम अनाथच राहणार आहेस. त्यातून तुझी सुटका नाही.

डेल्फी

निदान – मला त्यांना बघू द्या नुसतं.

हॅरी

मी ते करू शकत नाही आणि करणारही नाही.

डेल्फी *(खरोखर याचना करत)*

मग मारून टाका मला.

हॅरी क्षणभर विचार करतो.

हॅरी

मी तेही करू शकणार नाही...

अल्बस

काय? बाबा? वाईट आहे ती.

हॅरी

नाही, अल्बस...

अल्बस

पण ती खुनी आहे – मी पाहिलंय तिला खून करताना –

हॅरी त्याच्या मुलाकडे वळून बघतो आणि मग जिनीकडे.

हॅरी

होय अल्बस, ती खुनीच आहे. पण आपण नाही.

हर्मायनी

त्यांच्यात आणि आपल्यात काय फरक नाहीतर?

रॉन

हो ना, हे त्रासदायक आहे पण हेच शिकलोय आम्ही.

डेल्फी

माझं मन कोरं करा. माझी स्मरणशक्ती काढून घ्या. मला माझं खरं रूप विसरून जाऊ द्या.

रॉन

मुळीच नाही. आम्ही तुला वर्तमानात परत घेऊन जाऊ.

हर्मायनी

हो आणि तुझी रवानगी अझकाबानला. तुझ्या आईसारखीच.

ड्रॅको

सडत राहशील तू तिथे.

हॅरीला एक आवाज ऐकू येतो. फुसफुसणारा आवाज.

आणि मृत्यूचा आवाज येतो – याआधी कधीही न ऐकल्यासारखा.

हॅऽऽऽरी पॉऽऽऽटर...

स्कॉर्पियस

काय आहे हे?

हॅरी

नाही नाही. एवढ्यात नाही.

अल्बस

काय?

रॉन

व्होल्डेमॉर्ट.

डेल्फी

बाबा?

हर्मायनी

आत्ता? इथे?

डेल्फी

बाबा!

ड्रॅको

सायलेंसिओ! (डेल्फीची *मुस्कटदाबी* करतो.) विंगार्डियम लेव्हीओसा! *(ती उंच हवेत फेकली जाते आणि लांबवर जाऊन पडते.)*

हॅरी

तो येतोय. आत्ता या क्षणी येतोय.

व्होल्डेमॉर्ट रंगमंचाच्या मागच्या बाजूनं प्रवेश करतो. आणि रंगमंच पार करून पायऱ्या उतरून प्रेक्षागृहात शिरतो. आपल्यासोबत त्यानं आणलेली भीती आणि द्वेष वातावरणात पसरतात. त्याच्या सोबतीला मृत्यूही आलाय. आणि सगळ्यांनाच ठाऊक आहे हे.

अंक चौथा प्रवेश बारावा

गॉड्रिक्स हॉलो, १९८१

हॅरी असाहाय्यपणे व्होल्डेमॉर्टला जाताना पाहतो आहे.

हॅरी

व्होल्डेमॉर्ट माझ्या आईबाबांना मारणार, आणि त्याला अडवायला मी काहीही करू शकत नाहीये...

ड्रॅको

हे खरं नाही.

स्कॉर्पियस

डॅड, आत्ता काहीही करणं योग्य नाही...

अल्बस

तुम्हाला काहीतरी नक्की करता आलं असतं – त्याला थोपवायला. पण तुम्ही असं काहीएक करणार नाही.

ड्रॅको

शूरवीर.

जिनी हॅरीचा हात हातात घेते.

जिनी

तू बघितलंच पाहिजे असं नाहीये, हॅरी, आपण घरी परत जाऊया.

हॅरी

जे चाललंय ते घडू देणारच आहे मी... अर्थात मला पहायचंय.

हर्मायनी

मग आम्ही सगळेच बघणार आहोत.

रॉन

सगळे अनुभवणार आम्ही.

काही अपरिचित आवाज कानी पडतात.

जेम्स *(लांबवरून)*

लिली, हॅरीला घे आणि निघ! तो आलाय! जा! पळ! मी त्याला रोखून धरायचा प्रयत्न करतो...

एक स्फोट होतो आणि एक दुष्ट हसण्याचा आवाज येतो.

तू लांब राहा, कळलं तुला – दूर हो तू.

व्होल्डेमॉर्ट

आव्हाडा केडावरा!

प्रेक्षागृहात हिरव्या प्रकाशाचा लोळ दिसतो. हॅरी दचकतो.

अल्बस त्याचा हात धरतो. हॅरी त्याला घट्ट पकडून ठेवतो. त्याला गरज आहे आधाराची.

अल्बस

त्यांना जे शक्य होतं ते केलं त्यांनी.

जिनी हॅरीच्या दुसऱ्या बाजूला उभी राहते आणि दुसरा हात पकडते. तो त्यांचा आधार घ्यायला झुकतो. ते दोघंही त्याला धरून वर आणतात.

हॅरी

ती माझी आई, खिडकीपाशी उभी आहे. मला दिसत्येय ती. किती सुंदर दिसत्येय.

दारावर धमाका ऐकू येतो. आणि दार निखळून येतं.

लिली *(लांबवरून)*

नाही. हॅरी नाही, हॅरी नाही, प्लीज, त्याला नको...

व्होल्डेमॉर्ट *(लांबवरून)*

हट, बाजूला हो मूर्ख मुली... बाजूला हो...

लिली *(लांबवरून)*

हॅरीला नको, प्लीज नको, माझा जीव घे, त्याच्याऐवजी मला मार...

व्होल्डेमॉर्ट *(लांबवरून)*

तुला शेवटचं सांगतोय –

लिली *(लांबवरून)*

हॅरीला नको! प्लीज... दया कर... दया कर... माझ्या मुलाला नको मारूस – काहीही करायला तयार आहे मी.

व्होल्डेमॉर्ट *(लांबवरून)*

आव्हाडा केडावरा!

आणि जणू काही मंत्राचा लोळ हॅरीच्या शरीरातून जातो. तो मट्कन खाली पडतो. अतीव दुःखानं व्याकुळ होऊन.

आणि दबक्या आवाजातल्या किंकाळीचा आवाज पूर्ण दालनात अवतीभवती कमी जास्त ऐकू येत राहतो.

आपण फक्त बघत राहतो.

आणि हळूच समोरील दृश्य दिसेनासं होतं.

रंगमंचावरील मांडणी बदलते आणि तो फिरतो.

आणि हॅरी त्याचे कुटुंबीय आणि मित्रमंडळी मंचासकट फिरत नाहीशी होतात.

अंक चौथा प्रवेश तेरावा

गॉड्रिक्स हॉलो, जेम्स आणि लिली पॉटरच्या घरात, १९८१

आपण आहोत एका अजूनही जळत असणाऱ्या आणि उद्ध्वस्त झालेल्या एका घरात. त्या घरावर महाभयंकर हल्ला झालाय.

हॅग्रिड त्यातून प्रवेश करतो आणि उरल्या सुरल्या अवशेषांमधून चालत जातो.

हॅग्रिड

जेम्स?

तो आजूबाजूला पाहणी करतो.

लिली?

हळूहळू पावलं टाकत दबकत बघत जातो. अचानक सगळं वाईट दृष्टीस पडू नये म्हणून. तो पूर्णपणे खचून गेलाय.

त्याचं लक्ष त्या दोघांकडे जातं. तो थबकतो. स्तब्ध होतो.

दुःखावेगानं त्याचा चेहरा भरून जातो.

अरे देवा. नाही... नाही... त्यांनी... असं घडेल हे सांगितलं नव्हतं! पण – मला इतकं वाईट होईल वाटलं नाही...

तो त्यांच्या मृतदेहांकडे बघतो. त्याचं मन मानायला तयार नाही. आणि मग मान खाली झुकवतो.

तोंडातल्या तोंडात काही शब्द पुटपुटतो. आणि झग्यातल्या खिशातून मरगळलेली काही फुलं बाहेर काढतो आणि त्यांच्या पुढ्यात ठेवतो.

मला माफ करा. त्यांनी मला सांगितलंय, डम्बलडोरनी सांगितलंय मला, मला तुमच्यापाशी फार काळ थांबता येणार नाही. लवकरच मगल्स येतील निळ्या

दिव्यांच्या गाड्यातून शोध घेत. आणि माझ्यासारख्या अडाणी रानटी माणसाला बघून त्यांची धांदल उडेल ना?

तो हुंदका देतो.

तुम्हाला अशा अवस्थेत सोडून जाणं कठीण आहे खरंतर. पण जाता जाता तुम्हाला एक सांगतो म्हणजे – तुमच्या त्यागाचा कधीही विसर पडणार नाही – मला तरी नाही – कोणालाच नाही.

तितक्यात एक आवाज त्याच्या कानी येतो – बाळाच्या रडण्याचा आवाज. हॅग्रिड कानोसा घेतो आणि त्या दिशेनं भरभर चालत जातो.

तो एका पाळण्याशेजारी येऊन आत वाकून पाहतो. पाळण्यातून तेजस्वी प्रकाश येतो आहे.

हॅलो. तू हॅरी असणार. हॅलो, हॅरी पॉटर. मी रूबियस हॅग्रिड. आणि आतापासून आपली दोस्ती आहे बरं का, तुला आवडो वा न आवडो. तुझ्यावर बाका प्रसंग बेतला होता, म्हणा तुला अजून कल्पना नाही येणार त्याची. आणि तुला मित्रांची गरज तर भासणारच पुढे जाऊन. चल मग माझ्यासोबत, काय?

खोलीभर सर्वत्र निळा उजेड होतो, स्वर्गीय प्रकाश जणू. तो अलगद हॅरीला उचलून कडेवर घेतो.

आणि मग वळून न पाहता – तडक घराबाहेर पडतो.

आणि रंगमंचावर सौम्य अंधार होतो.

अंक चौथा प्रवेश चौदावा

हॉगवर्ट्स, क्लासरूम

स्कॉर्पियस आणि अल्बस पळत पळत एका खोलीत शिरतात, दोघेही प्रचंड उत्साहात दिसताहेत. आत शिरताच खोलीचं दार धाडकन बंद करतात.

स्कॉर्पियस

मला खरंच वाटत नाहीये की मी असं केलंय.

अल्बस

मलाही खरं वाटलं नव्हतं तू असं काही करशील.

स्कॉर्पियस

रोझ ग्रेन्जर-विझली. मी चक्क रोझ ग्रेन्जर-विझलीला माझ्याबरोबर बाहेर यायला विचारलं.

अल्बस

आणि तिनं नकार दिला तुला.

स्कॉर्पियस

पण विचारलं तरी मी तिला. प्रेमाचं बीज तर रोवलंय आत्ता. पुढे त्याचाच वृक्ष होईल बघ आमच्या लग्नाच्या रूपात.

अल्बस

एक नंबरचा स्वप्नाळू माणूस आहेस रे तू.

स्कॉर्पियस

हो म्हणा. मान्य आहे – फक्त पॉली चॅपमननीच विचारलंय मला आत्तापर्यंत. तिनं विचारलं होतं स्कूल बॉलसाठी...

अल्बस

तेही पर्यायी कालविश्वात. ज्या काळात तू बराच – खरोखरीच जास्त लोकप्रिय होतास – आणि वेगळ्या मुलीनं तुला तेव्हा विचारलं होतं – याचा अर्थ –

स्कॉर्पियस

आणि होय – तर्कशास्त्रानुसार मी पॉलीचा ध्यास घेतला पाहिजे – किंवा तिला माझ्या मागे येऊ दिलं पाहिजे – तीही असेल सुंदर – पण रोझ ती रोझच. तिला तोडच नाही.

अल्बस

तर्कशास्त्र मला एवढंच सांगतंय की तू येडचाप आहेस. रोझला अजिबात आवडत नाहीस तू.

स्कॉर्पियस

चूक. तिला मी आवडत नव्हतो, पण तू पाहिलास का तिच्या डोळ्यातला भाव, मी जेव्हा तिला विचारलं तेव्हा? तिरस्कार नव्हता तो. कीव आली तिला.

अल्बस

आणि कीव येणं चांगली गोष्ट आहे का?

स्कॉर्पियस

तिला माझी दया येणं ही तर फक्त सुरुवात आहे रे, दोस्ता. फक्त पाया आहे, त्यावर मी कळस बांधणार एक दिवस – माझ्या प्रेमाचा.

अल्बस

मला वाटतं होतं आपल्या दोघांत आधी मी पटवेन गर्लफ्रेंड.

स्कॉर्पियस

होय रे. तुझाच पहिला नंबर. वादच नाही. तुझ्यासाठी कदाचित त्या नवीन भुऱ्या डोळ्यांच्या पोशन्स टीचर ठीक आहेत. तुझ्या आवडीप्रमाणे मोठ्याही आहेत. बरोबर ना?

अल्बस

मला अजिबात रस नाहीये मोठ्या बायकांमध्ये!

स्कॉर्पियस

आणि पुष्कळ वेळ आहे तुझ्याकडे – अगदी भरपूर वेळ आहे – तिला भुरळ घालायला. कारण रोझला पटवायला मला कैक वर्ष लागतील.

अल्बस

तुझ्या आत्मविश्वासाची दाद द्यायला पाहिजे रे.

जिने चढून रोझ त्यांच्या मागे येते, त्या दोघांकडे बघते.

रोझ

हाय...

दोघांनाही समजत नाही काय उत्तर दयावं ते. ती स्कॉर्पियसकडे वळते.

रोझ

तू असाच विचित्र वागत राहिलास तर सगळं विचित्रच होत राहणार आहे.

स्कॉर्पियस

निरोप मिळाला आणि नीट समजला.

रोझ

ठीक आहे. 'स्कॉर्पियन किंग'.

तिच्या चेहऱ्यावर हसू उमटतं आणि ती निघून जाते. स्कॉर्पियस आणि अल्बस एकमेकांकडे पाहतात. अल्बसला गालातल्या गालात हसू येतं. तो स्कॉर्पियसला एक गुद्दा लगावतो.

अल्बस

तुझं बरोबर आहे रे – सुरुवात दयेपासूनच झाली.

स्कॉर्पियस

तू चलतोयस का क्विडीच बघायला? स्लिदरिन आणि हफलपफ खेळणार आहेत. मोठा सामना आहे हा.

अल्बस

मला वाटत होतं आपल्याला क्विडीचचा तिटकारा आहे.

स्कॉर्पियस

माणसं बदलू शकतात. तसंही मी सराव करतोय आजकाल. कदाचित या वर्षी संधी मिळेलही संघात. चल ना.

अल्बस

मला नाही जमणार. बाबांनी भेटायला यायचं ठरवलंय –

स्कॉर्पियस

त्यांना मंत्रालयाच्या कामातून उसंत मिळाली?

अल्बस

त्यांना माझ्याबरोबर फेरफटका मारायचाय – काहीतरी दाखवायचंय मला – सांगायचंय – काहीतरी.

स्कॉर्पियस

फेरफटका?

अल्बस

तेच तर. माझ्याशी पुन्हा सूत जुळवून घेण्याचा प्रयत्न असेल किंवा अशीच भिक्कार कटकट काहीतरी. असो. तरीपण, मला वाटतं मी जावं.

स्कॉर्पियस अल्बसच्याजवळ जातो आणि त्याला मिठीत घेतो.

हे काय आता? मला वाटलं आपण ठरवलेलं, मिठी मारायची नाही.

स्कॉर्पियस

मला खात्री नव्हती. मारायची का नाही त्याबद्दल. या आपल्या नवीन अवतारात.

अल्बस

त्यापेक्षा तू रोझला विचार ना. काय करू ते.

स्कॉर्पियस

हा हा. हो. खरंच.

दोन्ही मुलं बाजूला होतात आणि एकमेकांकडे बघून चावटपणे हसतात.

अल्बस

रात्री भेटू जेवायला.

अंक चौथा प्रवेश पंधरावा

एक सुंदर टेकडी

हॅरी आणि अल्बस एक टेकडी चढत आहेत. उन्हाळ्यातला एक प्रसन्न दिवस आहे. दोघंही गप्प आहेत. चेहऱ्यावर पडणाऱ्या उन्हाचा आनंद घेत जात आहेत.

हॅरी

तयार आहेस मग तू?

अल्बस

कशासाठी?

हॅरी

म्हणजे आता परीक्षा येऊ घातल्यायत. चौथ्या वर्षाची – आणि मग पाचव्या – महत्त्वाचं वर्ष आहे – मी पाचव्या वर्षात असताना बऱ्याच गोष्टी केल्या –

तो अल्बसकडे हसून बघतो. आणि पटपट बोलतो.

मी बरेच उद्योग केले होते. काही चांगले, काही वाईट. आणि काही खूप गोंधळ उडवणारे.

अल्बस

बरंय मला माहीत झालं.

हॅरी हसतो.

हो बघितले मी काही – म्हणजे – थोडे फार – तुमचे आई बाबा. ते दोघे – तुमचं छान चाललं होतं एकत्र. तुमच्या बाबांना ते धुराचं चक्र तुमच्यासमोर बनवायला जाम आवडायचं... म्हणजे, तुम्हाला खिदळणं आवरतच नव्हतं.

हॅरी

खरंच?

अल्बस

मला वाटतं त्यांच्यासोबत मजा आली असती तुम्हाला. आणि मला वाटतं – मलाही.

हॅरी मान डोलावतो. अंमळ अस्वस्थ करणारी शांतता पसरते. दोघंही एकमेकांच्या जवळ येण्याचा प्रयत्न करतायत मात्र असफल.

हॅरी

तुला ठाऊक आहे, मला वाटत होतं, माझी सुटका झाली त्याच्यापासून – व्होल्डेमॉर्टपासून – मला वाटत होतं त्याच्यापासून मुक्ती मिळाली मला – आणि माझा व्रण परत दुखायला लागला. पुन्हा त्याची स्वप्नं पडायला लागली. मला सर्पभाषाही बोलता येऊ लागली आणि असं वाटू लागलं मी पुन्हा मूळपदावर आलो – वाटायला लागलं होतं तो कधी माझा पिच्छा सोडणारच नाही –

अल्बस

मग सोडलाय का आता?

हॅरी

व्होल्डेमॉर्टचा माझ्यातला अंश खूप पूर्वीच नष्ट झाला, पण फक्त शरीरापासून फारकत घेणं पुरेसं नव्हतं – त्याला माझ्या मनातून हद्दपार करायचं होतं आणि हे – एका चाळिशीतल्या माणसाला समजणं मोठी गोष्ट आहे.

तो अल्बसकडे बघतो.

मी तुला जे काही बोलून गेलो – त्याला माफी नाही, आणि तू ते विसरून जावंस अशी अपेक्षा करणार नाही मी, पण मला वाटतं की आपण ते सोडून देऊन पुढे जावं.

अल्बस मी तुझ्या बाबतीत एक चांगला बाप होण्याचा प्रयत्न करेन. मी नक्की प्रयत्न करेन – प्रामाणिकपणे वागेन तुझ्याशी आणि...

अल्बस

डॅड, याची काही गरज –

हॅरी

तू मागे म्हणाला होतास. तुला वाटायचं मी कशालाच घाबरत नाही, आणि खरं सांगायचं तर मला खूप साऱ्या गोष्टींची भीती वाटते. म्हणजे खासकरून अंधाराची, माहिती होतं तुला?

अल्बस

हॅरी पॉटरला अंधाराची भीती वाटते?

हॅरी

मला छोट्याशा जागा आवडत नाहीत – मी आजवर कुणालाही बोललो नाही – पण मला – *(बोलण्यापूर्वी थोडा कचरतो)* कबुतरं फारशी आवडत नाहीत.

अल्बस

तुम्हाला कबुतरं आवडत नाहीत?

हॅरी *(चेहरा वेडावाकडा करून)*

ओंगळ, आचरट, घाणेरडी असतात ती. मला अगदी किळस येते त्यांची.

अल्बस

पण कबुतरं तर बिचारी निरुपद्रवी असतात!

हॅरी

खरंय. पण माझी सगळ्यात जास्त भीतीनी गाळण उडते ती म्हणजे, अल्बस सेव्हरस पॉटर, तुझा बाप म्हणून वावरताना. कारण माझ्या गाठीशी काहीही अनुभव नाहीये. बहुतेक करून सगळ्यांना त्यांचे वडील असतात. त्यांचा आधार असतो. त्यांच्यासारखं बनायचं का नाही ते ठरवायला. माझ्याकडे मात्र काहीच संदर्भ नाहीये – किंवा फारच कमी. त्यामुळे मीही शिकतोच आहे. ठीके? आणि मी अगदी मन लावून प्रयत्न करणार आहे. मला तुझ्यासाठी एक चांगला बाप बनायचंय.

अल्बस

आणि मीही प्रयत्न करेन – चांगला मुलगा होण्याचा. डॅड, मला माहित्येय मी जेम्स नाहीये, मी तुमच्या दोघांसारखा कधीच होणार नाही –

हॅरी

जेम्स बिलकुल गेला नाहीये माझ्यावर.

अल्बस

नाहीये?

हॅरी

जेम्सला सगळ्या गोष्टी सहज मिळतात. माझं लहानपण मात्र कायमच एक संघर्ष होता.

अल्बस

आणि माझंही. म्हणजे तुम्हाला म्हणायचंय – मी तुमच्यावर – गेलोय?

हॅरी अल्बसकडे पाहून हसतो.

हॅरी

खरंतर तू जास्त करून तुझ्या आईवर गेलायस – धाडसी, बेधडक, मजेशीर – मला आवडतात हे गुण – मला वाटतं त्यामुळेच तू एक छान गुणी मुलगा झालायस.

अल्बस

मी जग जवळजवळ उद्ध्वस्त केलं होतं.

हॅरी

अल्बस, डेल्फी लपून–दडून राहिलेली होती – तू तिला उघड्यावर आणलंस आणि आम्हाला मार्ग शोधून दिलास तिचा मुकाबला करण्याचा. तुला कदाचित आत्ता समजणार नाही, पण तूच वाचवलंस आम्हांला.

अल्बस

पण मी याहून जास्त बरं काम करू शकलो असतो ना?

हॅरी

तुला काय वाटतं?, मला माझ्याबाबतीत हा असा प्रश्न पडत नसेल?

अल्बस *(पोटात गोळा येतो, आपले वडील असं काही करणार नाहीत याची त्याला खात्री आहे)*

आणि जेव्हा – आपण तिला पकडलं – मला तिला मारायची इच्छा होती.

हॅरी

तुझ्या डोळ्यांदेखत तिनं क्रेगला ठार मारलं, तुला तिचा राग येणं स्वाभाविक होतं, अल्बस. आणि ते ठीक आहे. आणि तू असं काही केलं नसतंस.

अल्बस

तुम्हाला कसं माहीत? कदाचित हा माझा स्लिदरिनमधून आलेला गुण असेल. कदाचित बोलक्या टोपीनं माझ्यात हेच पाहिलं होतं.

हॅरी

मला तुझ्या डोक्यात काय चालतं कळतच नाही, अल्बस – खरं सांगू का, तू तसा लहान आहेस, त्यामुळे तसंही मला तुझ्या मनातलं समजणं अवघड असायला हवं. पण मला तुझं मन कळतं. याआधी बराच काळ मला नव्हतं

समजलं – पण नशीब, या पळापळीमुळे – जाणवलं तुझ्या मनात काय दडलंय. स्लिदरिन किंवा ग्रिफिंडोर, कोणताही शिक्का असू दे – मला माहित्येय – तू मनाने चांगला आहेस. होय. तुला आवडो किंवा न आवडो, तू नक्कीच कुणीतरी मोठा जादूगार होशील.

अल्बस

छे, मी कुणी जादूगार वगैरे होणार नाहीये. मी कबुतरांची शर्यत खेळणारे. फार आवडते मला ती.

हॅरी गंमत वाटून हसतो.

हॅरी

तुझ्या नावांचं ओझं नको वाटून घेऊस कधीही. अल्बस डम्बलडोर, तुला सांगतो त्यांनाही अनेक कसोट्यांवर उतरावं लागलं होतं – आणि सेव्हरस स्नेप, त्यांच्याबद्दल तर माहीत आहेच सगळं तुला –

अल्बस

चांगली माणसं होती ती.

हॅरी

महानच होते दोघंही, पण काही मोठ्या दोषांसकट, आणि तुला माहित्येय, त्यांच्यातल्या या दोषांमुळेच ते कदाचित आणखी थोर बनले.

अल्बस आजूबाजूला पाहतो.

अल्बस

बाबा? आपण इथे का आलोय?

हॅरी

बऱ्याचदा येतो मी इकडे.

अल्बस

पण ही तर स्मशानभूमी आहे नं...

हॅरी

आणि इथेच सेड्रिकचं थडगं आहे...

अल्बस

बाबा?

हॅरी

ज्या मुलाचा खून झाला – क्रेग बावकर – कितपत ओळखत होतास तू त्याला?

अल्बस

फारसा नाही.

हॅरी

मीही फार ओळखत नव्हतो सेड्रिकला. तो कदाचित पुढे जाऊन इंग्लंडसाठी क्विडीच खेळला असता. किंवा उत्तम असा ऑरर बनला असता. किंवा अजून काही. आणि ॲमॉसचं बरोबरच आहे – त्याचा बळी गेला. म्हणून मी येतो इथे. फक्त माफी मागायला. शक्य होईल तेव्हा.

अल्बस

हे किती – चांगलं करताय तुम्ही.

अल्बस त्याच्या वडिलांबरोबर सेड्रिकच्या थडग्यापाशी जाऊन उभा राहतो. हॅरी त्याच्या मुलाकडे पाहून मंद हसतो आणि वर आभाळाकडे पाहतो.

हॅरी

उत्तम दिवस असला पाहिजे आज.

आपल्या मुलाच्या खांद्यावर तो हात ठेवतो. आणि त्या दोघात – किंचित का होईना – जवळीक निर्माण होते.

अल्बस *(हसून)*

मलाही तसंच वाटतंय.

समाप्त

हॅरी पॉटर आणि *शापित पुत्र–भाग एक* आणि *दोन* हे पहिल्यांदा सोनिया फ्रीडमन प्रॉडक्शन्स, कोलीन कॅलेंडर व हॅरी पॉटर थिएट्रीकल प्रॉडक्शन्स ह्यांनी प्रदर्शित केले होते. ३० जुलै २०१६ रोजी लंडन येथील पॅलेस थिएटर येथे हा प्रयोग प्रदर्शित झाला होता.

लंडनमध्ये झालेल्या प्रयोगातील पात्रे (इंग्रजी वर्णानुक्रमे)

क्रेग बॉवकर ज्यु.	जेरमी आंग जोन्स
मोनिंग मर्टल, लिली पॉटर ज्यु.	ॲनाबेल बाल्डविन
अंकल व्हेरनॉन, सिव्हरस स्नेप, लॉर्ड व्होल्डेमॉर्ट	पॉल बेन्टॉल
स्कॉर्पियस मॅलफॉय	ॲन्थनी बॉयल
अल्बस पॉटर	सॅम क्लेमेट
हर्मायनी ग्रेंजर	नोमा दुमेझ्वेनी
पॉली चॅपमन	क्लॉडिया ग्रँट
हॅग्रीड, सॉर्टिंग हॅट	क्रिस जारमान
यान फ्रेडरिक्स	जेम्स ल लशॉर
आंट पिटुनिया, मॅडम हूच, डोलोरस अंब्रीज	हेलेना लिम्बेरी
ॲमॉस डिगरी, अल्बस डम्बलडोर	बॅरी मॅक्कार्थी
ट्रॉली विच, प्रोफेसर मॅक्गोनॅगल	सॅन्डी मॅक्डेड
स्टेशन मास्टर	ॲडम मॅक्नमारा
जिनी पॉटर	पॉपी मिलर
सेड्रिक डिगरी, जेम्स पॉटर ज्यु. जेम्स पॉटर सि.	टॉम मिलीगन

डडली डर्सली, कार्ल जेन्कीन्स, व्हिक्टोर क्रम	जॅक नॉर्थ
हॅरी पॉटर	जेमी पार्कर
ड्रेको मॅलफॉय	अ‍ॅलेक्स प्राईस
बेन	नुनो सिल्वा
रोझ ग्रेंजर-विझली, तरुण हर्मायनी	शेरेल स्कीट
डेल्फी डगरी	एस्थर स्मिथ
रॉन विझली	पॉल थॉर्नली
तरुण हॅरी पॉटर	रूडी गुडमन अल्फ्रेड जोन्स बिली कॉग इवान रूदरफोर्ड नथॅनियल स्मिथ डायलन स्डॅन्डेन
लिली पॉटर ज्यु.	झोइ ब्रोह क्रिस्टीनो फ्रे क्रिस्टीयाना हचिंग्स

इतर कलाकार

निकोला अॅलेक्सिस, जेरमी आंग जोन्स, रोझमेरी अॅनाबेला, अॅनाबेल बाल्डविन, जॅक बेनेट, पॉल बेन्टॉल, क्लॉडिया ग्रँट, जेम्स हॉवर्ड, लॉवरी जेम्स, क्रिस जारमन, मार्टिन जॉनस्टन, जेम्स ल लशॉर, हेलेना लिम्बरी, बॅरी मॅक्कार्थी, अॅन्ड्र्यु मॅक्डोनाल्ड, अॅडम मॅक्नमारा, टॉम मिलीगन, जॅक नॉर्थ, स्टुअर्ट रॅमसे, नुनो सिल्व्हा, शेरेल स्कीट

बदली कलाकार

हेलेन अलुको, मॅथ्यू बॅनक्रॉफ्ट, मोरॅ। क्रॉस, चिपो कुरेया, टॉम मॅकले, जोशुआ वॅट

नुनो सिल्व्हा — रेसिडेन्ट मूव्हमेंट डिरेक्टर

जॅक नॉर्थ — असिस्टंट मूव्हमेंट डिरेक्टर

मोराग क्रॉस — व्हॉईस कॅप्टन

निर्मितीक्षमता व तुकडी, २०१७

मूळ कथा	जे.के. रोलिंग, जॉन टिफनी, जॅक थॉर्न
नाटककार	जॅक थॉर्न
दिग्दर्शक	जॉन टिफनी
मुव्हमेंट डिरेक्टर	स्टीव्हन हॉगेट
रंगमंच रचनाकार	क्रिस्टीन जोन्स
वेशभूषा	कॅटरीना लिंडसे
संगीत व अरेंजर	इमोगेन हीप
प्रकाशयोजना	नील ऑस्टीन
ध्वनी	गॅरेथ फ्राय
आभास आणि जादू	जेमी हॅरीसन
संगीत पर्यवेक्षक व अरेंजर	मार्टिन लोव
पात्रयोजना	ज्युलिआ होरन सीडीजी
निर्मिती व्यवस्थापक	गॅरी बीस्टोन
रंगमंच व्यवस्थापक	सॅम हंटर
सहाय्यक दिग्दर्शन	डेस केनेडी
असिस्टंट मूव्हमेंट डिरेक्टर	नील बेटल्स
सहाय्यक रंगमंच रचनाकार	ब्रेट जे. बनाकीस
सहाय्यक ध्वनी दिग्दर्शक	पीट माल्कीन
आभास आणि जादू सहाय्यक	क्रिस फिशर
पात्रयोजना सहाय्यक	लोट्ट हाईन्स

प्रकाशयोजना सहाय्यक	ॲडम किंग
वेशभूषा सहाय्यक	सबीन लेमाईत्र
केशभूषा, टोप व रंगभूषा	कॅरोल हॅनकॉक
साहित्य पर्यवेक्षक	लिसा बकली, मेरी हॅलिडे
संगीत संपादन	फिज ॲडम्स
संगीत निर्मिती	इमोगेन हीप
स्पेशल इफेक्ट्स	जेरमी चेर्नीक
व्हिडीओ रचना	फिन रॉस, ॲश वुडवर्ड
संवाद प्रशिक्षक	डॅनिएल लायडन
स्वर/आवाज प्रशिक्षक	रिचर्ड रायडर
निवास निर्देशक	पिप मिनीथॉर्प
कंपनी रंगमंच व्यवस्थापक	रिचर्ड क्लेटन
रंगमंच व्यवस्थापक	जॉर्डन नोबल-डेव्हिस
रंगमंच उप-व्यवस्थापक	जेनेफर टेट
सहाय्यक रंगमंच व्यवस्थापक	ऑलिव्हर बॅगवेल प्युअरफॉय, टॉम गिल्डींग, सॅली इंच, बेन शेरॅट
पोशाख प्रमुख	ॲमी गिलॉट
पोशाख सहाय्यक	केट ॲन्डरसन
पोशाखकार	जॉर्ज ॲमिले, मेलिसा कूक, रोझी इदरिज, जॉन ओव्हनडेन, एमिली स्वीफ्ट
डेटाईम वॉर्डरोब असिस्टंट	मेलिसा हॅडले
केशभूषा, टोप व रंगभूषा प्रमुख	नीना व्हॅन हूटन
केशभूषा, टोप व रंगभूषा उपप्रमुख	ॲलिस टाऊन्स
सहाय्यक केशभूषा, टोप व रंगभूषा कलाकार	जेकब फेसी, केसी मर्फी, जोॲना सिम
ध्वनी प्रमुख	क्रीस रीड
ध्वनी उपप्रमुख	रोवेना एडवर्ड्स

ध्वनी क्र. ३	लॉरा हेड
एसएफएक्स ऑपरेटर	कॅलम डोनाल्डसन
स्वयंचलन प्रमुख	जॉश पीटर्स
स्वयंचलन उपप्रमुख	जेमी लॉरेन्स
स्वयंचलन क्र. ३	जेमी रॉबसन
शो चीफ एलएक्स	डेव्हिड ट्रिनर
डेप्युटी शो चीफ एलएक्स	पॅडी मॅगी
परफॉर्मर फ्लायिंग टेक्निशिअन	पॉल गर्नी
सहाय्यक	डेव्हिड रसेल, इलेअनॉर डॉवलिंग

सामान्य व्यवस्थापक	सोनिया फ्रीडमन प्रोडक्शन्स
कार्यकारी दिग्दर्शक	डिॲन बेन्जामिन
कार्यकारी निर्माता	पॅम स्किनर
सहकारी निर्माता	फिओना स्टुअर्ट
सहकारी निर्माता	बेन कॅनिंग
सहकारी सामान्य व्यवस्थापक	मॅक्स बिटलस्टोन
निर्मिती सहाय्यक	इमोगेन क्लेअर-वूड
विक्री व्यवस्थापक	मेग मॅसी
विक्री व जमा प्रमुख	मार्क पेन
कार्यकारी निर्माता (सुधारणा)	लुसी लोव्हॅट
साहित्य सहाय्यक	जॅक ब्रॅडली
हाऊस सीट्स असिस्टंट	टोबिआस जोन्स

मूळ कथा लिहिणाऱ्यांचा परिचय

जे. के. रोलिंग
मूळ कथा लेखक

जे. के. रोलिंग या सगळे विक्रम मोडणाऱ्या व असंख्य पुरस्कार मिळविणाऱ्या हॅरी पॉटर कादंबऱ्यांच्या लेखिका आहेत. जगभरातल्या चाहत्यांचे प्रेम मिळविणाऱ्या या मालिकेच्या ५००० लाखांपेक्षा जास्त प्रती विकल्या गेल्या आहेत, ८० पेक्षा जास्त भाषांमध्ये त्याचे भाषांतर झाले आहे आणि त्यावर आठ ब्लॉकबस्टर फिल्म्स बनविल्या गेल्या आहेत. रोलिंग यांनी मदतनिधीसाठी हॅरी पॉटर मालिकेच्या तीन जोडकथा लिहिल्या: *क्विडिच थ्रू द एजेस, फॅंटॅस्टिक बीस्ट्स अँड व्हेअर टू फाईंड देम* (कॉमिक रिलिफ व ल्युमोसच्या मदतीसाठी) आणि *द टेल्स ऑफ द बीडल द बार्ड* (ल्युमोसच्या मदतीसाठी). तरोच *फॅंटॅस्टिक बीस्ट्स अँड व्हेअर टू फाईंड देम* ची पटकथा त्यांनी लिहिली. ती पटकथा म्हणजे रोलिंग यांच्या पुढील पाच फिल्म मालिकांची सुरुवात ठरली. त्यांनी *हॅरी पॉटर अँड द कर्स्ड चाईल्ड–भाग एक व दोन* या नाटकासाठीही काम केले आहे. २०१६ च्या उन्हाळ्यात लंडनच्या वेस्ट एन्ड मध्ये त्या नाटकाचा शुभारंभ झाला. २०१२ मध्ये जे.के. रोलिंग यांची पॉटरमोअर ही डिजिटल कंपनी सुरू झाली. तिथे चाहत्यांना बातम्या, विशेष लेखन, लेख तसेच जे. के. रोलिंग यांचे नवे लेखन वाचायला मिळते. रोलिंग यांनी प्रौढांसाठीची *कॅज्युअल व्हेकन्सी* ही कादंबरी लिहिली आहे आणि रॉबर्ट गॅलब्रेथ या टोपणनावाने स्ट्राईक ही गुन्हेगारी मालिकाही लिहिली आहे. त्यांना ओबीई आणि कम्पॅनियन ऑफ ऑनर, फ्रान्सचे लिगियन डी ऑनियुर व हॅन्स ख्रिश्चन अँडरसन पुरस्कारासह असंख्य पुरस्कार व गौरव प्राप्त झाले आहेत.

जॉन टिफनी
मूळ कथा लेखक व दिग्दर्शक

जॉन टिफनी यांनी वन्स या नाटकाचे दिग्दर्शन केले आहे आणि त्यासाठी त्यांना ब्रॉडवे, वेस्टएन्डमध्ये तसेच आंतरराष्ट्रीय स्तरावरचे अनेक पुरस्कार मिळाले आहेत. त्यांच्या अलीकडच्या कलाकृतींमध्ये नॅशनल थिएटरचे *पिनोकिओ,* ब्रॉडवे, ईआयएफ आणि वेस्ट एन्डचे द *ग्लास मिनॅगेरी* अॅट ए.आर.टी. आणि बीएएमचे द *अॅम्बेसेडर*चा समावेश आहे. रॉयल कोर्टचे सहाय्यक दिग्दर्शक म्हणून जॉन टिफनी यांनी द *ब्रिट्स, होप* व द *पास* या नाटकांसाठी काम केले आहे. नॅशनल थिएटर ऑफ स्कॉटलंडसाठी *लेट द राईट वन इन* या नाटकाचे दिग्दर्शन त्यांनी केले होते. हेच नाटक पुढे रॉयलकोर्ट, वेस्टएंड, सेंट ॲन्स वेअरहाऊसकडे गेले व पुढे त्याचे अनेक आंतरराष्ट्रीय दौरे झाले. त्यांनी नॅशनल थिएटर ऑफ स्कॉटलंडसाठी केलेल्या इतर कामांमध्ये *मॅक् बेथ* (लिंकन सेंटर व ब्रॉडवेसाठीही), *एन्क्वीरर,* द *मिसींग, पिटर पॅन,* द *हाऊस ऑफ बर्नार्डा अल्बा, ट्रान्सफॉर्म कैथनेसः हंटर, बी निअर मी, नोबडी विल एव्हर फरगिव्ह अस,* द *बॅकी* (लिंकन सेंटरमध्येही), *एलिझाबेथ गॉर्डन क्वीन, होमः ग्लासगो* आणि आंतरराष्ट्रीय दौरे केलेल्या *ब्लॅक वॉच*चा समावेश आहे, ज्यासाठी त्यांना ऑलिव्हियर ॲन्ड क्रिटिक्स सर्कल पुरस्कार मिळाला होता. टिफनी यांनी १९९६ ते २००१ मध्ये ट्रॅव्हर्स थिएटरसाठी, २००१–२००५ मध्ये पेन्सप्लोसाठी तर नॅशनल थिएटर ऑफ स्कॉटलंडसाठी २००५–२०१२ या कालावधीत सहाय्यक दिग्दर्शकाचे काम केले; आणि २०१०-२०११ या शैक्षणिक वर्षात ते हार्वर्ड यूनिव्हर्सिटीमध्ये रॅडक्लिफ फेलो होते. *हॅरी पॉटर अँड द कर्स्ड चाईल्ड*साठी त्यांना ऑलिव्हियर अॅवॉर्डचा उत्कृष्ट दिग्दर्शकाचा पुरस्कार मिळाला होता. त्या नाटकाने नऊ पुरस्कार मिळवून विक्रम केला होता, त्यापैकीच हा एक होता.

जॅक थॉर्न

मूळ कथा लेखक व नाटककार

जॅक थॉर्न हे नाटक, सिनेमा, टीव्ही आणि रेडिओ या माध्यमांसाठी लेखन करतात. जॉन टिफनी दिग्दर्शित *होप आणि लेट द राईट वन इन* या दोन नाटकांचे लेखन जॅक यांनी केले आहे. ओल्ड विक चे अ ख्रिसमस कॅरल आणि वॉयझेक, हेडलाँग, रोझ थिएटर किंगस्टन, ब्रिस्टल ओल्ड विक आणि थिएटर क्लॉईड यांची सहनिर्मिती असलेले जंकयार्ड, ग्रे थिएटर कंपनी व नॅशनल थिएटरचे द *सॉलिड लाईफ ऑफ शुगर वॉटर*, नोबाकॉव्ह/यूके टूरचे *बनी*, ट्रॉन, अरकोला आणि ट्रॅफाल्गार स्टुडिओजचे *स्टेसी* आणि बुश करिता *२ मे १९९७*, *व्हेन यू क्युअर मी* या नाटकांचे लेखन त्यांनी केले आहे. त्यांनी केलेल्या नाट्यरूपांतरांमध्ये डॉन्मर वेअरहाऊससाठी द *फिजिसीस्ट* व हायटाईडसाठी *स्टुअर्ट: अ लाईफ बॅकवर्ड्स* यांचा समावेश आहे. *वंडर*, *वॉर बुक*, *अ लाँग वे डाऊन* आणि *अ स्काऊटिंग बुक फॉर बॉईज* अशा फिल्म्ससाठी तर *इलेक्ट्रिक ड्रीम्स* मधील किरी हा एपिसोड, द *लास्ट पॅन्थर्स*, *डोन्ट टेक माय बेबी*, *धिस इज इंग्लंड*, *द फेड्स*, *ग्लू*, *कास्ट-ऑफ्स* आणि *नॅशनल ट्रेझर* अशा टीव्ही मालिकांसाठी त्यांनी लेखन केले आहे. थॉर्न यांना २०१७ मध्ये सर्वोत्कृष्ट लहान मालिका (नॅशनल ट्रेझर) पुरस्कार मिळाला आहे. २०१६ मध्ये बाफ्टा आणि आरटीएस टेलिव्हिजनचा सर्वोत्कृष्ट लहान मालिका (*धिस इज इंग्लड'९०*) पुरस्कार, सर्वोत्कृष्ट सिंगल ड्रामा (*डोन्ट टेक माय बेबी*), आणि २०१२ मध्ये सर्वोत्कृष्ट नाट्य मालिका (*द फेड्स*) व सर्वोत्कृष्ट लघुमालिका (*धिस इज इंग्लड'८८*) असे बाफ्टा पुरस्कार मिळाले आहेत.

आभार

कर्स्ड चाईल्डच्या कार्यशाळेतील सर्व अभिनेते, मेल केन्योन, रेचल टेलर, अलेक्सांड्रिया हॉर्टन, इमोगेन क्लेअर-वूड, फ्लोरेन्स रीस, जेनेफर टेट, डेव्हिड नॉक, रेचल मेसन, कोलिन, नील, सोनिया, सोनिया फ्रिडमन प्रोडक्शन्स व द ब्लेर पार्टनरशीपमधील सर्वजण, जे.के. रोलिंग पीआरमधील निका बर्न्स व पॅलेस थिएटरमधील सर्व कर्मचारी आणि अर्थातच प्रत्येक शब्द साकार करणाऱ्या आमच्या अफलातून कलाकारांचे शतशः आभार.

हॅरी पॉटर वंशवृक्ष

पॉटर घराण्याची जादुगिरीची परंपरा प्राचीन आहे. अगदी बाराव्या शतकापर्यंत तिचा माग काढता येतो. या प्रदीर्घ कालावधीत या घराण्याचा विस्तार कितीतरी जादुई आणि मगल कुटुंबांपर्यंत पोचला आहे: पेव्हरेल, वीजली आणि अगदी डर्स्ले मंडळीसुद्धा.

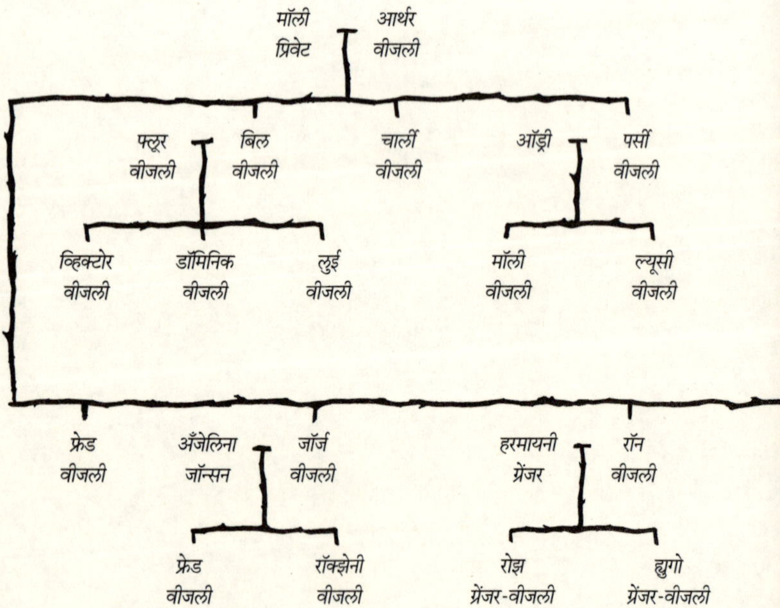

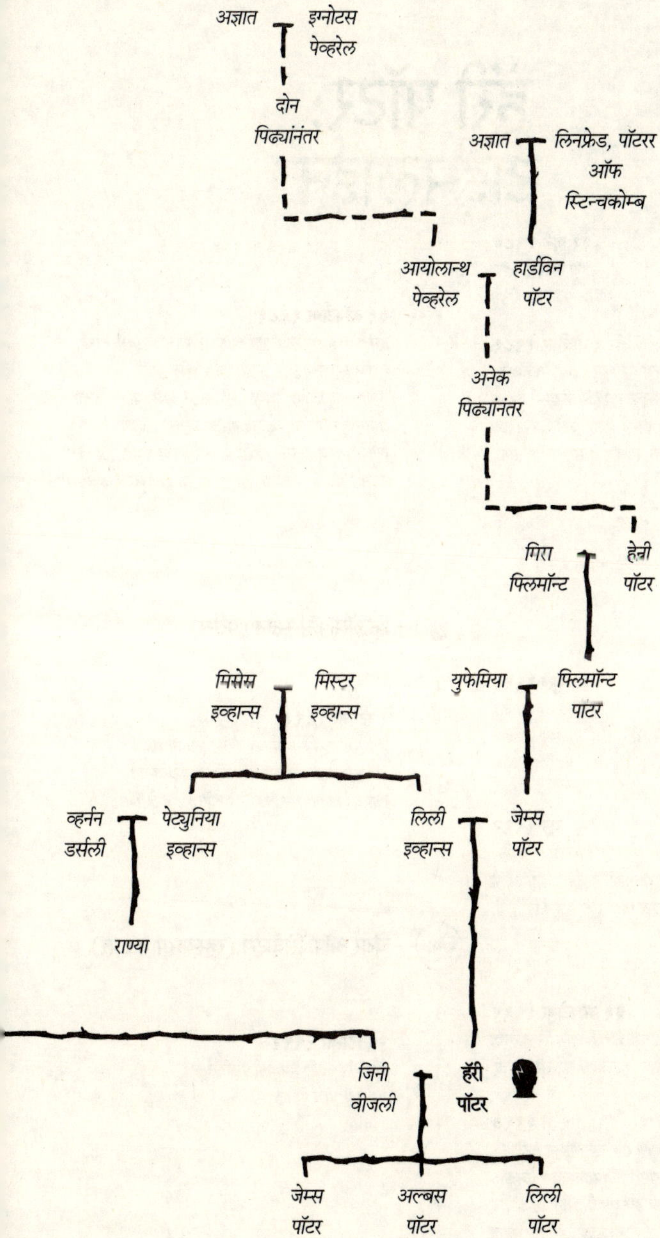
अज्ञात
इग्नोटस पेव्हरेल
दोन पिढ्यांनंतर
अज्ञात
लिनफ्रेड, पॉटरर ऑफ स्टिन्चकोम्ब
आयोलान्थ पेव्हरेल
हार्डविन पॉटर
अनेक पिढ्यांनंतर
गिरा फ्लिमॉन्ट
हेन्री पॉटर
मिसेस इव्हान्स
मिस्टर इव्हान्स
युफेमिया
फ्लिमॉन्ट पॉटर
व्हर्नन डर्सली
पेट्युनिया इव्हान्स
लिली इव्हान्स
जेम्स पॉटर
राण्या
जिनी वीजली
हॅरी पॉटर
जेम्स पॉटर
अल्बस पॉटर
लिली पॉटर

हॅरी पॉटर: टाईमलाईन

३१ जुलै १९८०

हॅरी पॉटरचा जन्म
गॉड्रिक्स हॉलो, लंडन

३१ ऑक्टोबर १९८१

हॅरीचे आई-वडील लिली आणि जेम्स पॉटर यांची हत्या. त्यांच्या राहत्या घरी. खुनी: लॉर्ड व्होल्डेमॉर्ट. अनाथ झालेला हॅरी व्होल्डेमॉर्टकडून झालेल्या हत्येच्या प्रयत्नातून वाचतो. व्होल्डेमॉर्टचा जीवघेणा शाप त्याच्यावरच उलटतो. हॅरीच्या कपाळावर फक्त एक खूण राहून जाते... आकाशात चमकणाऱ्या विजेच्या आकाराची.

१ नोव्हेंबर १९८१

हॅग्रिड छोट्या हॅरीला वाचवून घराबाहेर काढतो. हॅरीच्या मगल नातेवाईकांच्या आसऱ्याला त्याला घेऊन येतो. हे डर्सले कुटुंबीय हॅरीचा सगळा भूतकाळ आणि पार्श्वभूमी साफ नाकारतात.

दहा वर्षांनंतर...

फिलॉसॉफर्स स्टोन (परीस)

३१ जुलै १९९१

हॅग्रिड हॅरीला हॉगवर्ट्स स्कूलचं पत्र आणून देतो आणि सांगतो, 'हॅरी–अरे तू एक जादुगार आहेस!'

१ सप्टेंबर १९९१

हॅरी हॉगवर्ट्स स्कूलमध्ये शिकायला निघतो. हॉगवर्ट्स एक्सप्रेसच्या या पहिल्याच प्रवासात त्याला भेटतात रॉन विझली आणि हर्मायनी ग्रेंजर.

जून १९९२

परीस ताब्यात घ्यायचा प्राध्यापक क्विरेल यांचा प्रयत्न हॅरी हाणून पाडतो आणि व्होल्डेमॉर्टला पुन्हा एकदा झुकांडी देतो.

चेंबर ऑफ सिक्रेट्स (रहस्यमय तळघर)

३१ ऑक्टोबर १९९२

रहस्यमय तळघर उघडलं जातं आणि स्लिदरिनचा सैतान हल्ल्यांचं सत्र सुरू करतो.

२५ डिसेंबर १९९२

हॅरी, रॉन आणि हर्मायनी पॉलीज्यूस काढा प्रथमच पितात.

मे १९९३

हॅरी आणि रॉन कण्हणाऱ्या मर्टलच्या स्वच्छतागृहातून रहस्यमय तळघरात प्रवेश करतात. आत हॅरी बॅसिलिस्कला ठार मारतो. जिनी वीजलीला झपाटून टाकणारी टॉम रिडलची डायरी हॅरी नष्ट करतो आणि जिनीचे प्राण वाचवतो.

प्रिझनर ऑफ अझ्कबान (अझ्कबानचा कैदी)

ऑगस्ट १९९३

सिरियस ब्लॅक हा खुनी कैदी तुरुंगातून निसटल्याची बातमी हॅरी 'डेली प्रॉफेट' वृत्तपत्रात वाचतो- 'अझ्कबान किल्ल्यात कैदेत असलेला बहुधा सगळ्यात भयंकर गुन्हेगार'

१ सप्टेंबर १९९३

हॉगवर्ट्स एक्सप्रेसवर डिमेन्टर्स धाड घालतात.

६ जून १९९४

सिरियस निष्पाप आहे – त्याच्यावरचे आरोप चुकीचे आहेत आणि पीटर पेटिग्रू हाच खरा गुन्हेगार आहे ही गोष्ट हॅरीला कळून चुकते.

सिरियसला वाचविण्यासाठी हॅरी आणि हर्मायनी टाईम टर्नरचा वापर करतात. गुन्हेगार पेटिग्रू मात्र पुन्हा एकदा निसटून जातो.

गॉब्लेट ऑफ फायर (अग्निकंकण)

ऑगस्ट १९९४

विश्वचषक स्पर्धेत आकाशात मृत्यूची निशाणी झळकते. व्होल्डेमॉर्टचा पुन्हा एकदा पूर्ण शक्तिनिशी उदय होत आहे हे ती सूचित करते.

सप्टेंबर-ऑक्टोबर १९९४

उण्यापुऱ्या शंभर वर्षांच्या खंडानंतर तीन जादुगारांची स्पर्धा पुन्हा एकदा आयोजित केली जाईल असं प्राध्यापक डम्बलडोर जाहीर करतात. अग्निकंकण अनपेक्षितपणे (वयानुसार अपात्र असतानाही) हॅरीची निवड स्पर्धक म्हणून करते. त्यामुळे हॉगवर्ट्सतर्फे हॅरी पॉटर आणि सेड्रिक डिगरी असे दोन स्पर्धक उतरतात.

२४ नोव्हेंबर १९९४

तीन जादुगार स्पर्धेतली पहिली कामगिरी: हॅरी आपल्या झाडूवरून उडण्याच्या कौशल्याचा योग्य उपयोग करतो आणि हंगेरीच्या आग ओकणाऱ्या हॉर्नटेल ड्रॅगनचं सोनेरी अंडं ताब्यात घेतो.

डिसेंबर १९९४

डर्मस्ट्रँगचा चॅम्पियन व्हिक्टर क्रम यूल बॉल मध्ये नृत्यातील जोडीदार म्हणून हर्मायनीला निमंत्रित करतो. हॅरी आणि रॉन पार्वती आणि पद्मा पाटील यांची निवड करतात.

२४ फेब्रुवारी १९९५

स्पर्धेतील दुसरी कामगिरी: हॅरी गिलीवीडचा वापर करतो आणि रॉन व गॅब्रियल डेलाकोर या दोघांनाही सरोवरातून प्राण वाचवून वर आणतो. त्याच्या या कर्तृत्वाबाबत परीक्षकांचं मूल्यमापन मात्र भिन्न भिन्न असतं.

२४ जून १९९५

स्पर्धेतील निर्णायक कामगिरी. ही घडते, खतरनाक प्राणी आणि अडथळे यांनी भरलेल्या एका भूलभुलय्यामध्ये. हॅरी आणि सेड्रिक संयुक्त विजेते ठरतात. पण त्यांना मिळणारा विजेतेपदाचा चषक ही प्रत्यक्षात पोर्टकी ठरते. ती त्यांना एका दफनभूमीत घेऊन जाते. व्होल्डेमॉर्ट आणि त्याचे प्राणभक्षी चेले त्यांचा समाचार घ्यायला तिथं टपूनच बसलेत. ते सेड्रिकला ठार मारतात. मनानं उद्ध्वस्त झालेला हॅरी हॉगवर्ट्समध्ये परत येतो: सोबत घेऊन येतो सेड्रिकचा मृतदेह आणि व्होल्डेमार्ट बलाढ्य होऊन परतल्याची बातमी.

ऑर्डर ऑफ़ द फिनिक्स
(फिनिक्स सेनादल)

सप्टेंबर १९९५

जादूमंत्री कॉर्नेलियस फज यांनी व्होल्डेमॉर्ट परत आला आहे यावर विश्वास ठेवायला नकार दिला. त्यांनी काळ्या जादूविरोधी बचावाच्या शिक्षक म्हणून डोलोरस अम्ब्रिज यांची नेमणूक केली. दुष्ट स्वभावाच्या अम्ब्रिज या डम्बलडोर यांच्या कट्टर विरोधक!

ऑक्टोबर १९९५

हॅरी 'डम्बलडोर आर्मी' ची स्थापना करतो. विद्यार्थ्यांच्या या.गटाला अम्ब्रिज विरुद्ध बंड पुकारायचं आहे आणि काळ्या जादूपासून बचावाची जी तंत्रं आणि कौशल्यं शिकवायला अम्ब्रिज नकार देतात, ती आत्मसात करायची आहेत. त्यासाठी त्यांच्या गुप्त बैठका होतात.

जून १९९६

वर्षभर हॅरीला व्होल्डेमॉर्टच्या प्रतिमा आणि भास यांच्याशी मानसिक संघर्ष करावा लागतो आहे. अशातच सिरियस ब्लॅकचा जीव धोक्यात आहे असं त्याच्या लक्षात येतं. आपल्या जिवलग मित्रांसह तो जादू मंत्रालयात प्रवेश करतो आणि पुन्हा एकदा व्होल्डेमॉर्टशी संघर्ष करतो.

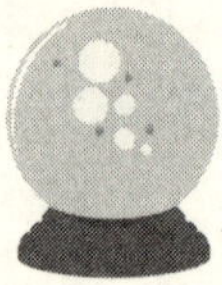

जादू मंत्रालय

हॅरीला एका महत्त्वाच्या भविष्यवाणीचा शोध लागतो. हॅरीचं आणि व्होल्डेमॉर्टचं भवितव्य परस्परांशी कमालीचं निगडित आहे हे पुन्हा एकदा सिद्ध होतं.

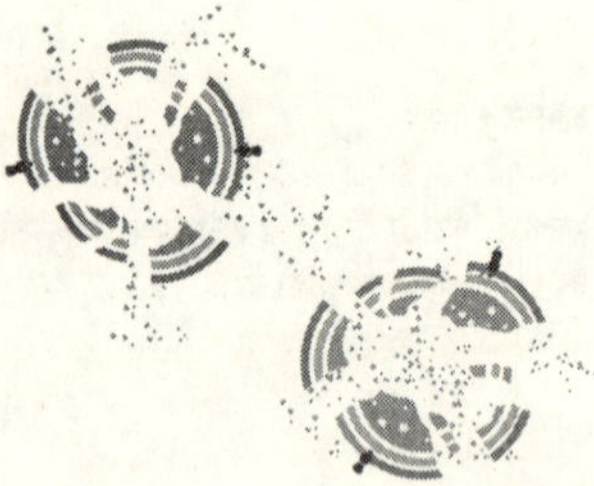

जादू मंत्रालय

प्राणभक्षी बेलाट्रिक्स लेस्ट्रेन्ज सिरियसची हत्या करते. गूढ-रहस्य विभागातील युद्धात जादू मंत्रालयाच्या टाइम टर्नरचा संपूर्ण साठा उध्वस्त होतो.

हाफ-ब्लड प्रिन्स
(अर्ध शुद्ध रक्ताचा राजकुमार)

जानेवारी १९९७

सैतानी बादशहा व्होल्डेमॉर्टचा पराभव करण्याच्या आपल्या मोहिमेचा एक भाग म्हणून, डम्बलडोर हॅरीला व्होल्डेमॉर्टच्या भूतकाळाविषयी माहिती द्यायला सुरुवात करतात.

मे १९९७

ग्रिफिंडोरने क्विडिच कप जिंकल्यानंतर हॅरी अखेरीस जिनीचे चुंबन घेतो.

जून १९९७

हॉगवर्ट्समध्ये प्राणभक्षी घुसखोरी करतात. डम्बलडोरना ठार मारण्याची कामगिरी व्होल्डेमॉर्टने ड्रॅको मॅल्फॉयवर सोपवलेली असते. परंतु त्याला त्यात अपयश येतं. त्यानंतर सेवरसस्नेप डम्बलडोरची हत्या करतात.

डेथली हॅलोज (मृत्युदेवतेच्या भेटी)

ऑगस्ट १९९७

जादू मंत्रालय कोलमडून पडलं आहे आणि व्होल्डेमॉर्ट सर्वसत्ताधीश झाला आहे. हॅरी, रॉन आणि हर्मायनी जीव वाचवून पळ काढतात. व्होल्डेमॉर्टचा अंतिम पराभव करण्याच्या उद्दिष्टानं हे तिघे उरलेल्या हॉरक्रक्सचा शोध घेत राहतात.

डिसेंबर १९९७

हॅरी, रॉन आणि हर्मायनीला मृत्युदेवतेच्या तीन भेटवस्तूंची माहिती मिळते. या तीन वस्तू जर कोणा एकाच्या हातात पडल्या तर तो मृत्यूवरही मात करू शकेल.

मे १९९८

हॅरी, रॉन आणि हर्मायनी उरलेल्या हॉरक्रक्सच्या शोधात हॉगवर्ट्समध्ये परत येतात आणि हॉगवर्ट्सच्या युद्धाला तोंड फुटतं.

हॉगवर्ट्सचं युद्ध

व्होल्डेमॉर्टला मृत्यूवर मात करण्यासाठी मृत्युदेवतेच्या तिन्ही भेटवस्तूंचा ताबा हवा आहे. त्यापैकी एल्डरची जादूची छडी मिळवण्यासाठी तो स्नेपला ठार मारतो. स्नेपच्या शेवटच्या क्षणात हॅरीला समजतं की हॅरीची आई लिली हिच्यावर स्नेपचं प्रेम होतं. आणि डम्बलडोर आणि आपल्या प्रेयसीची स्मृती यांच्यावरच त्याची निष्ठा सदैव होती. सैतानी बादशहाशी तो कधीच एकनिष्ठ नव्हता.

हॉगवर्ट्सचं युद्ध

आपणही एक हॉरक्रक्स आहोत हे लक्षात येऊन हॅरी जादूविश्वाला वाचविण्यासाठी आपले प्राण व्होल्डेमॉर्टच्या हवाली करायला तयार होतो.

हॉगवर्ट्सचं युद्ध

हॅरीऐवजी नेव्हिल लॉन्गबॉटम नगिनीला ठार मारतो आणि अशा तऱ्हेनं अखेरचा हॉरक्रक्स नष्ट होतो.

हॉगवर्ट्सचं युद्ध

व्होल्डेमॉर्टच्या शेवटच्या निकराच्या हल्ल्यातून हॅरी बचावतो आणि अखेरीस त्याच्यावर निर्णायक विजय मिळवतो.

एकोणीस वर्षांनंतर...

१ सप्टेंबर २०१७

हॅरी (आता वय ३७) आणि जिनी यांचा विवाह झालेला आहे. त्यांना तीन मुलं आहेत. ते रॉन आणि हर्मायनी ग्रेंजर-वीजली यांना किंग्स क्रॉसस्टेशनच्या प्लॅटफॉर्म नंबर पावणेदहावर भेटतात. त्यांची मुलं अल्बस पॉटर आणि रोझ ग्रेंजर-विझली ही आता आपल्या पहिल्या वर्षाच्या शिक्षणाची सुरुवात करण्यासाठी हॉगवर्ट्सला निघाली आहेत. आपल्याला स्लिदरिनमध्ये ठेवण्यात येईल अशी भीती अल्बसला वाटते. हॅरी त्याला समजावतो, 'अल्बस सेवरस, हॉगवर्ट्सच्या दोन प्राचार्यांच्या नावांवरून आम्ही तुझं नाव ठेवलं. त्यातले एक स्लिदरिनचे होते. आणि माझ्या माहितीप्रमाणे ते जगातले सगळ्यात जास्त शूर गृहस्थ होते.' हॉगवर्ट्स एक्सप्रेसची शिट्टी वाजते आणि अल्बस व रोझच्या प्रवासाची सुरुवात होते.

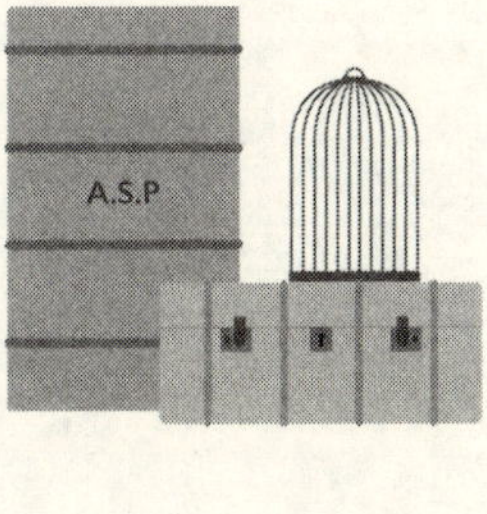